കേരളത്തിലെ മഹത്‌വ്യക്തിത്വങ്ങൾ

keralathile mahath vyakthithwangal

•

dr. d jayadevadas

•

first edition
march 2011

•

second edition
november 2016

•

second impression
january 2021

•

typesetting
star communications, thiruvananthapuram

•

published
chintha publishers, thiruvananthapuram

•

cover
vinod

വിതരണം

ദേശാഭിമാനി ബുക്ക് ഹൗസ്

H O തിരുവനന്തപുരം-695 035
Ph: 0471-2303026, 6063020
www.chinthapublishers.com
chinthapublishers@gmail.com

ബ്രാഞ്ചുകൾ

ഹെഡ്ഡാഫീസ് ബ്രാഞ്ച് കുന്നുകുഴി • സ്റ്റാച്യു തിരുവനന്തപുരം • കെ എസ് ആർ ടി സി ബസ് സ്റ്റേഷൻ ആലപ്പുഴ • കെ എസ് ആർ ടി സി ബസ് സ്റ്റേഷൻ എറണാകുളം • മച്ചിങ്ങൽ ലെയ്ൻ തൃശൂർ • ഐ ജി റോഡ് കോഴിക്കോട് • മാവൂർ റോഡ് കോഴിക്കോട് • എൻ ജി ഒ യൂണിയൻ ബിൽഡിങ് കണ്ണൂർ • സെൻട്രൽ ബസ് ടെർമിനൽ കോംപ്ലക്സ് താവക്കര കണ്ണൂർ

CO - VV. 89 / 1522 / 3987
ISBN - 978-81-26206-67-4

കേരളത്തിലെ മഹത്‌വ്യക്തിത്വങ്ങൾ

ഡോ. ഡി ജയദേവദാസ്

ചിന്ത പബ്ലിഷേഴ്സ്
തിരുവനന്തപുരം-695 035

ഡോ. ഡി ജയദേവദാസ്

1942 ൽ നെയ്യാറ്റിൻകരയിൽ ജനനം. പിതാവ് ജെ ദേവദാനം. മാതാവ് എസ് നേശമ്മ. നെയ്യാറ്റിൻകര ഗവൺമെന്റ് ഹൈസ്കൂൾ, എം ജി കോളേജ് തിരുവനന്തപുരം, യൂണിവേഴ്സിറ്റി കോളേജ്, യൂണിവേഴ്സിറ്റി പൊളിറ്റിക്കൽ സയൻസ് ഡിപ്പാർട്ട്മെന്റ് എന്നീ വിടങ്ങളിൽ വിദ്യാഭ്യാസം. 1974 ൽ കേരള യൂണിവേഴ്സിറ്റിയിൽ നിന്നും പി എച്ച് ഡി നേടി. കൃഷിവകുപ്പിൽ ക്ലാർക്ക്, ഇന്ത്യൻ സ്കൂൾ ഓഫ് സോഷ്യൽ സയൻസസിൽ അസോസിയേറ്റ് പ്രൊഫസർ, കേരള ഇൻസ്റ്റിറ്റ്യൂട്ട് ഓഫ് എൻസൈക്ലോപീഡിക് പബ്ലിക്കേഷനിൽ എഡിറ്റോറിയൽ അസിസ്റ്റന്റ്, കേരള സർവക ലാശാലയിൽ ലക്ചറർ, റീഡർ, പ്രൊഫസർ എന്നീ നിലകളിൽ ജോലി നോക്കി. കേരള സർവകലാശാലയിൽ രജിസ്ട്രാർ ആയി 2002 ൽ സർവീസിൽനിന്നും പിരിഞ്ഞു.

ഇന്ത്യയുടെ രാഷ്ട്രീയ സംവിധാനം, രാഷ്ട്രതന്ത്ര പ്രവേശം, ഇന്ത്യാചരിത്രം: പ്രാചീനകാലം, കേരളം ഇന്നലെ ഇന്ന് നാളെ – ഇ എം എസ് (പരിഭാഷ) രാഷ്ട്രതന്ത്രതത്വങ്ങൾ, രാഷ്ട്രതന്ത്രം (co-author). Profile of the Indian Church, Working Class Politics in kerala എന്നിവ പ്രധാനപ്പെട്ട ഗ്രന്ഥങ്ങൾ.

കേരള യൂണിവേഴ്സിറ്റി ടീച്ചേഴ്സ് അസോസിയേഷന്റെയും ഫെഡ റേഷൻ ഓഫ് യൂണിവേഴ്സിറ്റി ടീച്ചേഴ്സ് അസോസിയേഷന്റെയും പ്രസിഡന്റായിരുന്നു.

ഇപ്പോൾ ചിന്ത പബ്ലിഷേഴ്സിൽ എഡിറ്റർ.

ഭാര്യ : ടി സി ലില്ലി ഗ്രേസ്
മക്കൾ : ഡോ. അനിഷ്യാ ജയദേവ്
ഡോ. അയോണാ ജയദേവ്

ഉള്ളടക്കം

ശ്രീനാരായണഗുരു

തിരുവനന്തപുരം ജില്ലയിൽ നഗരത്തിനു പത്തുകിലോമീറ്റർ വടക്കുമാറി ചെമ്പഴന്തിയിൽ വയൽ വാരം വീട്ടിൽ മലയാളവർഷം 1032 ന് ചിങ്ങമാസത്തിലെ ചതയം നാളിൽ ജനിച്ചു. ഇത് ക്രിസ്തുവർഷം 1856 ആണ്. ജന്മദിനം സംബന്ധിച്ച്, അത് ആഗസ്റ്റ് 16-17 ആണെന്നും, അതല്ല, സെപ്തംബർ 12-13 ആണെന്നും വാദമുണ്ട്. വയൽവാരം വീട്ടിലെ മാടൻ ആശാനും കുട്ടിയമ്മയുമായിരുന്നു മാതാപിതാക്കൾ. നാരായണന് മൂന്നു സഹോദരിമാർ ഉണ്ടായിരുന്നു.

ചെറുപ്പത്തിൽത്തന്നെ നാരായണൻ ദീനദയാലുവും അന്തർമുഖനും ചിന്താശീലനും ആയിരുന്നു. നന്നേ ചെറുപ്പത്തിൽ നാരായണൻ വികൃതിയായിരുന്നു. ജാത്യാചാരമനുസരിച്ച് തീണ്ടൽ നിലനിന്നിരുന്ന അക്കാലത്ത് തീണ്ടാൻ പാടില്ലാത്ത കീഴ്ജാതിക്കാരെ തൊട്ടിട്ട് വീട്ടിലെത്തി സ്ത്രീകളെയും കർശനമായി ശുദ്ധം ആചരിക്കുന്ന പുരുഷന്മാരെയും തൊട്ട് അശുദ്ധമാക്കുക, നൈവേദ്യത്തിനു സൂക്ഷിച്ചിട്ടുള്ള പൂജാവസ്തുക്കൾ എടുത്തു ഭക്ഷിക്കുക എന്നി വയൊക്കെയായിരുന്നു നാരായണന്റെ വികൃതികൾ.

അഞ്ചാം വയസിൽത്തന്നെ പ്രാഥമിക വിദ്യാഭ്യാസത്തിനായി ചെമ്പ

ഴന്തിയിലെ എഴുത്താശാനായ കണ്ണങ്കര മൂത്തപിള്ളയാശാന്റെ അടുക്കൽ ചേർത്തു. വൈദ്യവൃത്തിയിലും മന്ത്രവാദത്തിലും പ്രാഗത്ഭ്യമുണ്ടായിരുന്ന പിതാവിൽനിന്നും അമ്മാവൻ കൃഷ്ണൻ വൈദ്യനിൽനിന്നും വൈദ്യവും ജ്യോതിഷവും പഠിച്ചു. 16 വയസുവരെ നാട്ടിൽത്തന്നെ പഠനം തുടർന്നു പോന്നു.

ഉപരിപഠനത്തിന് അവസരം ലഭിക്കുന്നതുവരെ നാരായണൻ വീടി നോടു ബന്ധപ്പെട്ട കൃഷിപ്പണികളും കന്നുകാലി വളർത്തലുമായി കഴി ഞ്ഞുകൂടി. വിശ്രമവേളകൾ പുസ്തകപാരായണത്തിനായി നീക്കിവച്ചു. 18 വയസായപ്പോഴേക്കും *രാമായണം* മുഴുവൻ വായിച്ചു വ്യാഖ്യാനിക്കു വാനുള്ള അറിവ് അദ്ദേഹം സമ്പാദിച്ചു. അതോടൊപ്പം *തൊൽക്കാപ്പിയം, നന്നൂല്, ചിലപ്പതികാരം, തേവാരം, തിരുവാചകം* എന്നീ പ്രാമാണിക തമിഴ് ഗ്രന്ഥങ്ങളും ഹൃദിസ്ഥമാക്കി. തമിഴ്ഭാഷ എവിടെ, ആരുടെ അടുത്തു പഠിച്ചു എന്നതിനെ സംബന്ധിച്ച് ഒരറിവുമില്ല, എന്നാലും അദ്ദേ ഹത്തിന് തമിഴിൽ അസാമാന്യമായ പാണ്ഡിത്യം ഉണ്ടായിരുന്നു.

അമ്മാവനായ കൃഷ്ണൻ വൈദ്യന്റെ താൽപ്പര്യപ്രകാരം നാരായ ണനെ ഇരുപത്തിമൂന്നാം വയസിൽ കരുനാഗപ്പള്ളി കുമ്മമ്പള്ളി രാമൻപിള്ളയാശാന്റെ കുടിപ്പള്ളിക്കൂടത്തിൽ സംസ്കൃത ഉപരിപഠനത്തി നയച്ചു. ഈ കുടിപ്പള്ളിക്കൂടത്തിൽ ഈഴവർക്കും പ്രവേശനമുണ്ടായിരു ന്നു. എന്നാൽ അവർക്ക് സവർണർക്കൊപ്പം മുൻനിരയിൽ ഇരിക്കാൻ അവകാശം ഉണ്ടായിരുന്നില്ല. പഠനത്തിലുള്ള നാരായണന്റെ മികവ് കണ്ട ഗുരുനാഥൻ അദ്ദേഹത്തെ ക്ലാസിലെ ചട്ടമ്പി (മോണിറ്റർ) യായി നിയമി ച്ചു. അങ്ങനെ നാണുചട്ടമ്പി എന്ന പേരായി. കാവ്യം, നാടകം, അലങ്കാരം എന്നിവയിലെല്ലാം നാരായണൻ അവഗാഹമായ പരിജ്ഞാനം നേടി. എന്നാൽ കലശലായ രക്താതിസാരംകാരണം നാരായണന് പഠനം നിറു ത്തിവച്ച് വീട്ടിലേക്കു തിരിച്ചുപോരേണ്ടിവന്നു.

അസുഖം ഭേദമായ നാരായണൻ കടയ്ക്കാവൂർ മീരാംകടവിട നടുത്തും പിന്നീട് അഞ്ചു തെങ്ങിലും സ്വന്തം നാട്ടിൽ തന്നെയും കുടിപ്പ ള്ളിക്കൂടത്തിന്റെ രീതിയിൽ കുട്ടികളെ വിദ്യാഭ്യാസം ചെയ്യിച്ചിരുന്നു. ഈ അവസരത്തോടെയാണ് അദ്ദേഹം നാണു ആശാൻ എന്ന് അറിയപ്പെ ടാൻ തുടങ്ങിയത്. അഞ്ചുതെങ്ങിൽ കുട്ടികളെ പഠിപ്പിച്ചിരുന്ന കാലത്ത് ഒരു സുബ്രഹ്മണ്യോപാസകനും സദാചാരനിഷ്ഠയുള്ള ഒരു ഭക്തനുമാ യിട്ടായിരുന്നു അദ്ദേഹം അറിയപ്പെട്ടിരുന്നത്. ഇക്കാലത്ത് നാണുആശാൻ ചിലരെ *ഭഗവത്ഗീത*യും മറ്റും പഠിപ്പിച്ചിരുന്നുവത്രെ. അക്കാലത്ത് അദ്ദേഹം രചിച്ച കവിതകളിൽനിന്നും താൻ ആത്മാവ്, ഈശ്വരൻ, മായ മുതലായ വിഷയങ്ങളെപ്പറ്റി ആലോചിച്ചുകൊണ്ടിരുന്നുവെന്ന് ഊഹിക്ക പ്പെടുന്നു. കുടുംബത്തിലെ ഒന്നിനോടും ബന്ധമില്ലാതെ ഭക്തിജീവിതം നയിച്ചത് വീട്ടുകാരെ വേദനിപ്പിച്ചു. അവരുടെ പ്രേരണയാൽ 1884 ൽ മാട നാശാന്റെ സഹോദരിയുടെ മകളുടെ മകൾ കാളിയെ വിവാഹം കഴിച്ചു. വിവാഹശേഷം അധികനാൾ അദ്ദേഹം വീട്ടിൽ താമസിച്ചില്ല. 1881 ൽ

അദ്ദേഹത്തിന്റെ മാതാവ് മരിച്ചിരുന്നു. 1885 ൽ പിതാവും മരിച്ചു. എല്ലാ ലൗകികബന്ധങ്ങളിലുംനിന്ന് മുക്തനായ അദ്ദേഹം തീർഥാടനത്തിനായി വീടുവിട്ടുപോയി. തുടർന്നുള്ള സഞ്ചാരത്തിനിടെ അദ്ദേഹം പി കെ കൃഷ്ണൻ വൈദ്യരുടെ പെരുനെല്ലി എന്ന ഭവനത്തിൽ കുറച്ചുനാൾ താമസിച്ചു.

ഇവിടെവച്ചാണ് ശ്രീനാരായണഗുരു ഷൺമുഖദാസൻ എന്ന പ്രസിദ്ധനായ കുന്തൻപിള്ള ചട്ടമ്പി എന്ന ചട്ടമ്പിസ്വാമിയെ പരിചയപ്പെട്ടത്. ഇരുവരും സുഹൃത്തുക്കളായി. പിന്നീട് നാരായണഗുരു തൈക്കാട്ട് അയ്യാവ് എന്നയാളുടെ അടുക്കൽനിന്നും യോഗവിദ്യയിൽ നൈപുണ്യം നേടി. അയ്യാവിന്റെ ഉപദേശപ്രകാരം അദ്ദേഹം മരുത്വാമലയിൽ പോയി യോഗാഭ്യാസത്തിന്റെ അനന്തര നടപടികൾ പരിശീലിച്ചു.

മരുത്വാമലവിട്ടിറങ്ങിയതിൽപ്പിന്നെ ശ്രീനാരായണഗുരു തെക്കേ ഇന്ത്യയിൽ പല സ്ഥലങ്ങളിലും സഞ്ചരിക്കുകയും ക്ഷേത്രങ്ങൾ സന്ദർശിക്കുകയും ചെയ്തു. തന്റെ പ്രവൃത്തി അധഃകൃതരുടെ ഇടയിലാണെന്ന് ചിന്തിച്ചുറച്ച നാരായണഗുരു ഇക്കാലത്തു പാവങ്ങളുടെ ഇടയിൽ ജീവിക്കുകയും അവരോടൊപ്പം ഭക്ഷണം കഴിക്കുകയും ചെയ്തു.

തീർഥാടനത്തിന്റെ ഭാഗമായി ശ്രീനാരായണഗുരു നെയ്യാറിന്റെ തീരത്തുള്ള അരുവിപ്പുറത്ത് എത്തിച്ചേർന്നു. വിശ്രമത്തിന് ഏറ്റവും പറ്റിയ സ്ഥലമാണെന്നു കണ്ട് ഇവിടെ ഒരു ആരാധനാലയം സ്ഥാപിക്കാൻ അദ്ദേഹം നിശ്ചയിച്ചു. അക്കാലത്ത് അവർണർക്ക് സവർണക്ഷേത്രങ്ങളിൽ പ്രവേശനമുണ്ടായിരുന്നില്ല. അയിത്തജാതിക്കാർക്കിടയിൽ ഒരു ക്ഷേത്രം നിർമിക്കുന്നതിന് പുലിവാതുക്കൽ വേലായുധനുമായി ആലോചിച്ച് ഗുരു അരുവിപ്പുറത്ത് ഒരു സ്ഥലം കണ്ടെത്തി 1888 ലെ ശിവരാത്രി ദിനത്തിൽ അദ്ദേഹം നെയ്യാറിലെ ശങ്കരൻ കുഴിയിൽനിന്നും ഒരു ശിലാഖണ്ഡം എടുത്ത് ഒരു പറ്റം ഭക്തരെ സാക്ഷിനിറുത്തി പ്രതിഷ്ഠ നടത്തി. അവർണനായ നാരായണഗുരു പ്രതിഷ്ഠ നടത്തിയത് ധിക്കാരമായി സവർണർ കണ്ടു. വിമർശകരുടെ ചോദ്യങ്ങൾക്ക് താൻ ഈഴവശിവനെയാണു പ്രതിഷ്ഠിച്ചതെന്നും ശാസ്ത്രം അതുവിലക്കിയിട്ടില്ലെന്നും മാത്രം ഗുരു പ്രതിവചിച്ചു. അരുവിപ്പുറം ഒരു തീർഥാടനകേന്ദ്രമായി മാറണമെന്ന് ഗുരു ആഗ്രഹിച്ചു.

ശ്രീനാരായണഗുരു തന്റെ സഞ്ചാരം തുടർന്നുകൊണ്ടിരുന്നു. 1871 ൽ അദ്ദേഹം കുമാരനാശാനെ കണ്ടുമുട്ടി. 18 വയസുകാരനായിരുന്ന കുമാരു, ഗുരുവിനോടൊപ്പം അരുവിപ്പുറത്തേക്കു പോയി. അരുവിപ്പുറത്തെത്തിയ കുമാരുവിന് ഉന്നതവിദ്യാഭ്യാസം നൽകുന്നതിന് ഗുരു ഡോ. പൽപ്പുവിനെ ചുമതലപ്പെടുത്തി. ബാംഗ്ലൂരിലും മദ്രാസിലും കൽക്കത്തയിലും ഉന്നത വിദ്യാഭ്യാസം നടത്തിയശേഷം 1900 ത്തിൽ കുമാരു അരുവിപ്പുറത്തു തിരിച്ചെത്തി. 1903 ൽ ശ്രീനാരായണ ധർമപരിപാലനയോഗം സ്ഥാപിക്കപ്പെട്ടപ്പോൾ നാരായണഗുരു കുമാരനാശാനെയാണ് അതിന്റെ സെക്രട്ടറിയായി നിയോഗിച്ചത്.

1893 ൽ ശ്രീനാരായണഗുരു അരുവിപ്പുറത്ത് ഒരു 'വാവൂട്ടുയോഗം' സ്ഥാപിച്ചിരുന്നു. അതിന്റെ തുടർച്ചയെന്നോണമാണ് ശ്രീനാരായണധർമ പരിപാലനയോഗം സ്ഥാപിതമായത്. 1903 ൽ കമ്പനി നിയമപ്രകാരമാണ് എസ് എൻ ഡി പി യോഗം സ്ഥാപിക്കപ്പെട്ടത്. സമൂഹത്തിൽ പൊതു വിലും ഈഴവസമുദായത്തിൽ പ്രത്യേകിച്ചും ആധ്യാത്മികതയോടൊപ്പം തന്നെ കൃഷി, കച്ചവടം തുടങ്ങിയ ഭൗതികാവസ്ഥകളിൽ ഉയർച്ചയുണ്ടാ ക്കുക, വിദ്യാഭ്യാസം പ്രോത്സാഹിപ്പിക്കുക, എന്നിങ്ങനെ സാമൂഹിക പരി വർത്തനം മുന്നിൽ കണ്ടുകൊണ്ടുള്ളവയായിരുന്നു യോഗത്തിന്റെ ലക്ഷ്യ ങ്ങൾ.

അരുവിപ്പുറത്തെ പ്രതിഷ്ഠയെത്തുടർന്ന് നാരായണഗുരു വർക്കല യിലെത്തി, വലിയതുരപ്പിനടുത്തുള്ള കുന്ന് വിശ്രമസ്ഥലമായി തെരഞ്ഞെ ടുത്തു. 1904 ൽ അവിടെ ഒരു ശാല നിർമിക്കുകയും ആ സ്ഥലത്തിന് ശിവഗിരി എന്നു പേരിടുകയും ചെയ്തു. ശാലയോടനുബന്ധമായി ഒരു കൃഷിത്തോട്ടവും അദ്ദേഹം രൂപകൽപ്പന ചെയ്തു. 1912 ഏപ്രിലിൽ ശ്രീനാ രായണഗുരു വർക്കലയിൽ വിദ്യാദേവനായ ശാരദ പ്രതിഷ്ഠയും മഹാ ദേവ പ്രതിഷ്ഠയും നടത്തി. എന്നാൽ പാരമ്പര്യവിധി പ്രകാരമുള്ള പൂജ കൾ ഒന്നും ഇവിടെ അദ്ദേഹം ഏർപ്പെടുത്തിയില്ല. ഭക്തർക്ക് ആർക്കും ഇവിടെ വന്നു പ്രാർഥിക്കാം. രണ്ടുവർഷം കഴിഞ്ഞ് ഇവിടെ പാവപ്പെട്ട കുട്ടികളെ വിദ്യാഭ്യാസം ചെയ്യിക്കാൻ ഒരു വിദ്യാശാലയും കുറവമ്മാർ ക്കായി ഒരു നിശാപാഠശാലയും ഏർപ്പെടുത്തി.

ശാരദാമഠം പ്രതിഷ്ഠയ്ക്കുശേഷം ശ്രീനാരായണഗുരു ആലുവയിൽ എത്തി ഭക്തന്മാരുടെ ശ്രമഫലമായി വസ്തു വാങ്ങിക്കുകയും അവിടെ അദ്വൈതാശ്രമം സ്ഥാപിക്കുകയും ചെയ്തു. ഇവിടെ ഒരു സംസ്കൃത പാഠശാലയും ആരംഭിച്ചു. പ്രവേശനത്തിന് ഇവിടെ ജാതിവ്യത്യാസം പരി ഗണിച്ചിരുന്നില്ല. അർഹരായവർക്ക് ഫീസിളവും സൗജന്യ ഭക്ഷണവും ഏർപ്പെടുത്തി. ആലുവാ അദ്വൈതാശ്രമത്തിൽ സ്ത്രീവിദ്യാഭ്യാസവും വയോജനവിദ്യാഭ്യാസവും പ്രോത്സാഹിപ്പിക്കപ്പെട്ടു.

ഇവിടത്തെ ജനത്തിരക്കുകണ്ട് ഗുരു ഒരു സർവമതസമ്മേളനം ആസൂത്രണം ചെയ്തു. സമൂഹത്തിൽ മതസ്പർധകുറയ്ക്കുക എന്ന തായിരുന്നു അദ്ദേഹത്തിന്റെ ലക്ഷ്യം. ആദ്യത്തെ സർവമതസമ്മേളനം 1924 ൽ ആയിരുന്നു. എല്ലാ മതങ്ങളുടെയും ഉദ്ദേശ്യം ഒന്നാണെന്നും അതു മനുഷ്യനന്മയാണെന്നും ഗുരു പ്രഖ്യാപിച്ചു. ക്ഷേത്രങ്ങളെ വെറും ആരാ ധനാലയങ്ങളാക്കുകയായിരുന്നില്ല ഗുരുവിന്റെ ലക്ഷ്യം. ക്ഷേത്രം സ്ഥിതിചെയ്യുന്ന പ്രദേശത്തെ ജനങ്ങളുടെ ആധ്യാത്മികവും ഭൗതിക വുമായ പുരോഗതിക്കിണങ്ങുന്നതരത്തിൽ പ്രവർത്തിക്കുവാൻ ഓരോ ദേശസഭകൾ അദ്ദേഹം വിഭാവനം ചെയ്തു. വരുമാനത്തിൽനിന്നും മിച്ചം പിടിച്ച് പാവപ്പെട്ടവർക്കായി വിനിയോഗിക്കുവാൻ അദ്ദേഹം ദേശസഭകളെ ചുമതലപ്പെടുത്തി.

കാലം കഴിയുന്തോറും ഗുരുവിന് എസ് എൻ ഡി പിയോഗത്തിന്റെ പ്രവർത്തനങ്ങളിൽ തൃപ്തിയില്ലാതായി തീർന്നുവെന്ന് പറയപ്പെടുന്നു. 'ഒരു ജാതി, ഒരു മതം, ഒരു ദൈവം മനുഷ്യന്' എന്നതായിരുന്നു ഗുരു വിന്റെ ആദർശം. ഈ ദർശനം നടപ്പിൽ വരുത്തുന്നതിനാണ് എസ് എൻ ഡി പി യോഗം സ്ഥാപിതമായത്. എന്നാൽ ജാതിഭേദം ഇല്ലായ്മ ചെയ്യാൻ ആരംഭിച്ചയോഗം ജാത്യാഭിമാനത്തിൽ ഉന്മത്തരാകുന്നത് അതിനെ സംബ ന്ധിച്ച താൽപ്പര്യം കുറയ്ക്കുന്നതിനിടയാക്കി. ജാതിഭേദത്തെ ഇല്ലായ്മ ചെയ്യാൻ യോഗത്തിനു കഴിയുന്നില്ല എന്ന ബോധ്യം ശ്രീനാരായണ സന്യാസസംഘത്തിന്റെ രൂപീകരണത്തിന് ഗുരുവിന് പ്രേരണ നൽകി. 1928 ജനുവരി 9-ാം തീയതി ധർമസംഘം സ്ഥാപിതമായി.

വിദ്യാഭ്യാസത്തിന് സ്വസമുദായത്തിൽ ധാരാളം പ്രചാരമുണ്ടാക്കു വാൻ ശ്രമിക്കണമെന്ന് ശ്രീനാരായണഗുരു ഉൽബോധിപ്പിച്ചു. സമ്പന്നർ സാധുക്കളും വിദ്യാതൽപ്പരരും ആയ വിദ്യാർഥികളെ കഴിയുന്നത്ര സഹാ യിക്കണമെന്നും അവരെ ഇതരദേശങ്ങളിലയച്ച് ഉന്നതവിദ്യാഭ്യാസം ലഭ്യ മാക്കാൻ ശ്രമിക്കണമെന്നും അദ്ദേഹം ആഹ്വാനം ചെയ്തു. ഇംഗ്ലീഷ് ഭാഷ അഭ്യസിക്കുന്നതിൽ ശ്രദ്ധ പതിപ്പിക്കണമെന്നും പുരുഷന്മാർക്കുമാത്രമ ല്ല, സ്ത്രീകൾക്കും വിദ്യാഭ്യാസം ഉണ്ടായിരിക്കണമെന്നും അദ്ദേഹം ആവ ശ്യപ്പെട്ടു. സാഹിത്യസംഘങ്ങളും വായനശാലകളും ഓരോ ദേശത്തും പ്രത്യേകം ഉണ്ടായിരിക്കണമെന്നും അദ്ദേഹം ഉദ്ബോധിപ്പിച്ചു.

സമുദായാഭിവൃദ്ധിക്ക് വ്യവസായങ്ങളുണ്ടാവേണ്ടത് അത്യാവശ്യമാ ണെന്ന് അദ്ദേഹം പറഞ്ഞു. സമ്പന്നർ തനിയെയോ, പങ്കുചേർന്ന് കമ്പ നികൾ രൂപീകരിച്ച് അതുവഴിയോ വ്യവസായവളർച്ച കൈവരിക്കണ മെന്ന് ഗുരു ഉപദേശിച്ചു.

സമുദായത്തിലുള്ള തിരണ്ടുകുളി, പുളികുടി, താലികെട്ട് മുതലായ നിരർഥകങ്ങളായ അടിയന്തിരങ്ങൾ നിറുത്തലാക്കാൻ ഗുരു പരിശ്രമിച്ചു.

ശ്രീനാരായണഗുരുവിന്റെ കർമരംഗം കേരളത്തിൽ മാത്രം ഒതുങ്ങി നിന്നില്ല. മദ്രാസ്, ബാംഗ്ലൂർ, ശ്രീലങ്ക എന്നിവിടങ്ങളിലെല്ലാം അദ്ദേഹം സന്ദർശനം നടത്തി. ക്ഷേത്രപ്രതിഷ്ഠകൾ നടത്തുകയും പൊതുജനശ ക്തിയെ സംഘടിപ്പിക്കുകയും ചെയ്ത ഗുരുവിന്റെ മുഖ്യലക്ഷ്യം സമൂ ഹത്തിൽ ഉച്ചനീചത്വങ്ങൾ നിലനിറുത്തുന്നതിനു സഹായകമായ അനാ ചാരങ്ങൾ അവസാനിപ്പിക്കുക എന്നതായിരുന്നു. സർപ്പാരാധനപോലെ വലിയ പണച്ചെലവുള്ള ആചാരങ്ങൾ ഒഴിവാക്കി. പണം ഉൽപ്പാദനക്ഷ മമായ കാര്യങ്ങൾക്കു വിനിയോഗിക്കുവാൻ അദ്ദേഹം സമൂഹത്തോടാവ ശ്യപ്പെട്ടു.

സമൂഹത്തിന് എക്കാലത്തേയും പ്രസക്തമായ അനേകം മഹത് സന്ദേശങ്ങൾ ഗുരു നൽകിയിട്ടുണ്ട്. അവ ദാർശനികത നിറഞ്ഞതാണെ ങ്കിലും പ്രായോഗികതയായിരുന്നു അവയുടെ സവിശേഷത. "ഒരു ജാതി ഒരു മതം, ഒരു ദൈവം മനുഷ്യന്" എന്ന സന്ദേശം ഇവയിലൊന്നാണ്. "മതമേതായാലും മനുഷ്യൻ നന്നായാൽ മതി." "മദ്യം വിഷമാണ്: അതു

ണ്ടാക്കരുത്, കൊടുക്കരുത്, കുടിക്കരുത്" എന്നിവയും ദൂരവ്യാപകപ്ര
സക്തിയുള്ളവയായിരുന്നു.

തന്റെ ദർശനങ്ങളും സന്ദേശങ്ങളും പ്രഭാഷണങ്ങളിലൂടെ സമൂഹ
ത്തിനു നൽകി കാലത്തിന്റെ പ്രതിപുരുഷനായ ശ്രീനാരായണഗുരു, വരും
തലമുറകൾക്കായി അവ കാവ്യങ്ങളിലൂടെ സൂക്ഷിച്ചുവയ്ക്കുകകൂടി
ചെയ്തു. *അദ്വൈതസിദ്ധി, സദാശിവദർശനം, ചിദംബരരാഷ്ടകം, കുണ്ഡ
ലിനിപ്പാട്ട്, വൈരാഗ്യദശകം, ജീവകാരുണ്യപഞ്ചകം, ദന്താപഹാരം, മുനി
ചര്യാപഞ്ചകം, ശിവശതകം, ശ്രീസുബ്രഹ്മണ്യസ്തോത്രം, നവമഞ്ജ
രി, കാളി നാടകം* എന്നിവയാണ് പ്രധാനപ്പെട്ട കാവ്യങ്ങൾ.

ആയിരത്തിത്തൊള്ളായിരത്തി ഇരുപത്തിയെട്ടോടുകൂടി ഗുരു
വാർധക്യസഹജമായ രോഗങ്ങൾക്കു വിധേയനായി. അസുഖങ്ങൾ കൂടു
തൽ ശല്യപ്പെടുത്തിയതോടെ ഗുരു ആലുവ അദ്വൈതാശ്രമത്തിൽ വിശ്ര
മമാരംഭിച്ചു. ആയുർവേദത്തിലും അലോപ്പതിയിലും പ്രഗത്ഭരായ
ഡോക്ടർമാരുടെ ചികിത്സയ്ക്കു വിധേയനായി. ആരോഗ്യനില മെച്ചപ്പെ
ടാതിരുന്നതിനെത്തുടർന്ന് ശിവഗിരി വൈദികമഠത്തിൽ അദ്ദേഹത്തെ
ചികിത്സയ്ക്കായി കൊണ്ടുവന്നു.

കൊല്ലവർഷം 1104 കന്നി 5-ാം തീയതി (1928) ഉച്ചകഴിഞ്ഞ് ഏക
ദേശം 3.30ന് ഗുരു സമാധിയായി. ശിവഗിരിയിൽ മുൻ നിശ്ചയിച്ചിരുന്ന
സ്ഥലത്ത് ഗുരുവിനെ സമാധിയിരുത്തി.

രബീന്ദ്രനാഥ ടാഗോർ 1922 ലും ഗാന്ധിജി 1925 ലും ശിവഗിരിയിലെ
ത്തി ശ്രീനാരായണഗുരുവിനെ സന്ദർശിച്ചിരുന്നു. ജവാഹർലാൽ നെഹ്റു
മുതലായവർ ഗുരുവിന്റെ ആദർശങ്ങളിൽ ആകൃഷ്ടരായിരുന്നു.

അയ്യങ്കാളി

മലയാളവർഷം 1039 ചിങ്ങം 14-ാം തീയതി (23-08-1863) തിരു വനന്തപുരത്തുനിന്നും 13 കിലോ മീറ്റർ തെക്ക് വെങ്ങാനൂർ എന്ന സ്ഥലത്ത് പുലയസമുദായത്തിൽ ജനിച്ചു. പിതാവ് അയ്യൻ; മാതാവ് മാല. കുഞ്ഞിന് കാളി എന്ന ഓമ നപ്പേരിട്ടു. അത് സ്ഥിരം പേരായി തീർന്നു. മേലാളർ അവനെ അച്ഛന്റെ പേരുകൂടി ചേർത്ത് അയ്യങ്കാളി എന്നു വിളിച്ചു. പന ങ്ങോട് ഊറ്റിറത്തു ഗോവിന്ദപ്പിള്ള എന്ന ജന്മിയുടെ അടിയാളനായി രുന്നൂ അയ്യൻ. ജന്മിയുടെ ഒത്താ ശയാൽ അയ്യന് 5 ഏക്കർ പുരയിട ത്തിന്റെ ജന്മാവകാശം ലഭിച്ചു. കാലക്രമേണ അയ്യൻ സ്വതന്ത്രകൃഷി ക്കാരനായി.

ജാതീയമായ ഉച്ചനീചത്വങ്ങൾ കൊടിക്കുത്തി വാണകാലത്തായി രുന്നു അയ്യങ്കാളിയുടെ ജനനം. അയിത്ത ജാതിക്കാർക്ക് സഞ്ചാരസ്വാ തന്ത്ര്യംപോലുമില്ലായിരുന്നു. അവർക്ക് സ്കൂൾ പ്രവേശനവും വിദ്യാസ മ്പാദനവും നിഷേധിക്കപ്പെട്ടിരുന്നു. ബാല്യകാലത്തെ അനുഭവങ്ങളും ജാതീയമായി അടിച്ചേൽപ്പിക്കപ്പെട്ട അവശതയും അയ്യങ്കാളിയെ വേറിട്ട ഒരു ബാലനാക്കി. മനസിനേറ്റ അവഹേളനവും അപമാനവും കാളിക്ക്

താങ്ങാനാവുന്നതായിരുന്നില്ല. അതിനു പരിഹാരം തേടുവാൻ അവനുറച്ചു. സവർണ ബാലന്മാരുമായി പിന്നീട് കാളി അകൽച്ച പാലിച്ചു. സ്വസമു ദായത്തിലെ കുട്ടികളുമായി കൂടുതൽ അടുത്തബന്ധം പുലർത്തി. സ്വന്തം അനുഭവത്തിൽനിന്നും ലഭിച്ച പാഠങ്ങൾ അവൻ തന്റെ കൂട്ടുകാർക്കു പറ ഞ്ഞുകൊടുത്തു. ഒരു സാഹോദര്യം അങ്ങനെ വളർന്നുവന്നു. ഒരു സംഘ മായി പ്രവർത്തിക്കുവാൻ ആ കൂട്ടുകെട്ട് അവർക്കു പ്രേരണയായി.

ഇഷ്ടപ്പെടാത്ത എന്തിനെയും എതിർക്കുവാനുള്ള വാസന കാളിയിൽ രൂഢമൂലമായി. പകൽ സമയത്തെ ജോലിയെല്ലാംകഴിഞ്ഞ് തന്റെ ഇളയ സഹോദരന്മാരായ ഗോപാലനോടും ചാത്തനോടുമൊപ്പം കാളി ഒരു പൊതുസ്ഥലത്തെത്തും. മറ്റു കൂട്ടുകാരും അവരോടൊപ്പം ചേരും. സ്വച്ഛന്ദം വിഹരിക്കുവാനുള്ള സ്വാതന്ത്ര്യം അവർക്ക് അനുവദിക്കപ്പെട്ടി രുന്നില്ല. വഴി നടക്കാനുള്ള സ്വാതന്ത്ര്യം തടയപ്പെട്ടപ്പോഴെല്ലാം ആ അവ സരങ്ങളെ കാളി സുധീരം നേരിട്ടു. സവർണസമൂഹം 'ധിക്കാരി' എന്നും 'നിഷേധി' എന്നും കാളിയെ മുദ്രകുത്തി. സ്വസമുദായമാകട്ടെ കാളിയെ 'മൂത്തപിള്ള' എന്നും 'ഊൾപിള്ള'യെന്നും സംബോധന ചെയ്തു. മൂന്നു സഹോദരന്മാരും പരസ്പരം വലിയ യോജിപ്പായിരുന്നു. ജാതിയുടെ പേരിൽ സവർണർ കാട്ടിയിരുന്ന അനീതികളെ ധീരമായി നേരിടാൻ തുട ങ്ങിയതോടെ അയ്യങ്കാളി മേലാളരുടെ കണ്ണിലെ കരടായി.

1888 മാർച്ചിൽ അയ്യങ്കാളി വിവാഹിതനായി. മാഞ്ചാംകുഴി തറവാ ട്ടിലെ ചെല്ലമ്മയായിരുന്നു വധു. അയ്യങ്കാളി, ചെല്ലമ്മ ദമ്പതികൾക്ക് ഏഴു മക്കളുണ്ടായി. ആറ് ആണും ഒരു പെണ്ണും. പിൽക്കാലത്ത് കേരള നിയ മസഭയുടെ സ്പീക്കറായിരുന്ന ടി ടി കേശവൻ ശാസ്ത്രിയുടെ പത്നി തങ്കമ്മ ആയിരുന്നു ആ ഏക മകൾ.

ആരംഭം മുതൽക്കുതന്നെ അധഃസ്ഥിതവർഗങ്ങളുടെ എന്തു പ്രശ്ന മുണ്ടായാലും അയ്യങ്കാളി അവിടെ ഓടിയെത്തും; അവരുടെ സുഖത്തിലും ദുഃഖത്തിലും അദ്ദേഹം പങ്കുകൊള്ളും. ഏറ്റവും പ്രാഥമികമായി വഴി നട ക്കുവാനുള്ള അവകാശം നേടിയെടുക്കാൻ തന്റെ അനുയായികളെ വിളിച്ചുകൂട്ടി അദ്ദേഹം തീരുമാനമെടുത്തു. അതനുസരിച്ച് അവർ ഒരു ദിവസം ആറാലുംമൂട് ചന്തയിലേക്ക് കാൽനട ആരംഭിച്ചു. ബാലരാമപുരം ചാലിയത്തെരുവിൽ അവർ തടയപ്പെട്ടു. ആ എതിർപ്പ് ഒരു വലിയ ലഹ ളയ്ക്കു കാരണമായി. ഇരുപക്ഷക്കാർക്കും കാര്യമായ മർദനമേറ്റു. ആദ്യത്തെ ഈ സായുധസമരം രക്തച്ചൊരിച്ചിലിനിടയാക്കി. ചാലിയത്തെ തെരുവു ലഹളയുടെ വിവരം കാട്ടുതീപോലെ പടർന്നു. സഞ്ചാരസ്വാത ന്ത്ര്യത്തിനുവേണ്ടി എല്ലാ മുക്കിലും മൂലയിലും പ്രക്ഷോഭങ്ങൾ ആരംഭി ച്ചു. മണക്കാട്, കണിയാപുരം, കഴക്കൂട്ടം മുതലായ സ്ഥലങ്ങളിൽ അവ കാശങ്ങൾ സമരം ചെയ്തു നേടുവാൻ ചെറുപ്പക്കാർ മുന്നിട്ടിറങ്ങി. പല ടത്തും ഭീകരമായ ഏറ്റുമുട്ടലുകളുണ്ടായി. സ്വാഭാവികമായും നിയമപാ ലകർ സവർണരുടെ പക്ഷംപിടിച്ചു. മർദനം സാർവത്രികമായി അധഃ സ്ഥിതവർഗങ്ങളുടെ ജന്മാവകാശങ്ങൾക്കുവേണ്ടി ധീരമായി വാദിക്കു

കയും പ്രത്യക്ഷ സമരങ്ങൾക്കു നേരിട്ട് നേതൃത്വം നൽകുകയും ചെയ്ത തോടെ അയ്യൻകാളി നാടൊട്ടുക്കും അറിയപ്പെടുന്ന വ്യക്തിയായി തീർന്നു.

അക്കാലത്ത് അയിത്തജാതിക്കാർക്ക് സ്കൂൾപ്രവേശനം അനുവദി ക്കപ്പെടാതിരുന്നതുകൊണ്ട് അനന്തര തലമുറയ്ക്കെങ്കിലും അതുണ്ടാക ണമെന്നു കരുതി വിദ്യാഭ്യാസസൗകര്യം നേടുന്നതിന് അദ്ദേഹം പ്രവർത്തനമാരംഭിച്ചു. 1904 ൽ കേരളത്തിലാദ്യമായി അയിത്ത വർഗക്കാ രുടെ വകയായി വെങ്ങാനൂരിൽ ഒരു കുടിപ്പള്ളിക്കൂടം സ്ഥാപിതമായി. എന്നാൽ അധികം താമസിക്കാതെ ആ സ്ഥാപനം നശിപ്പിക്കപ്പെട്ടു.

അക്കാലത്ത് ഒരു ഹിന്ദുമതപരിവർത്തകനായ സദാനന്ദസ്വാമി തിരു വനന്തപുരത്ത് എത്തി. ക്രിസ്തുമതത്തിലേക്കു പരിവർത്തനം ചെയ്തു വിദ്യാഭ്യാസംനേടിയ അവശസമുദായക്കാരായ തോമസ് വാധ്യാർ, നന്ദൻ കോടു ഹെൻറി, മൂലക്കോണത്തു ഹാരീസ്, കറുത്ത തോമസ് വാധ്യാർ എന്നിവരും ചേർന്ന് സദാനന്ദ സ്വാമിയെ വെങ്ങാനൂരിലേക്കു ക്ഷണിച്ചു. അയ്യങ്കാളിയും സംഘവും സദാനന്ദസ്വാമിയെ സഹർഷം സ്വാഗതം ചെയ്തു. ഉയർച്ചക്കായി സ്വയംപ്രവർത്തിക്കണമെന്ന് തുടർന്നുനടന്ന സമ്മേളനത്തിൽ ആഹ്വാനം ചെയ്ത സദാനന്ദസ്വാമി, രഹസ്യമായി എഴുത്തും വായനയും പഠിച്ചിരുന്ന തൈവിളാകത്തുകാളിയെ 'വലിയ കാളി'യായും അയ്യങ്കാളിയെ 'കൊച്ചുകാളി'യായും നേതൃസ്ഥാനത്തു പ്രതിഷ്ഠിച്ചു. അയ്യങ്കാളിയുടെ പക്ഷക്കാരായ തോമസ് വാധ്യാരും കൂട്ടരും താമസിയാതെ അയ്യങ്കാളിയെ 'പുലയരുടെ രാജാവ്' എന്നു പ്രഖ്യാപി ക്കുകയും അത് ജനങ്ങളെക്കൊണ്ടംഗീകരിപ്പിക്കുകയും ചെയ്തു. മതം എന്തായാലും തന്റെ ജനത ഒന്നായി കഴിയണമെന്ന് അയ്യൻകാളി ആഗ്ര ഹിച്ചു. എന്നാൽ മതപരിവർത്തനത്തിനെ അദ്ദേഹം എതിർത്തു.

അയ്യങ്കാളി ഒരു ഭീമഹർജി തയാറാക്കി തിരുവിതാംകൂർ മഹാരാ ജാവിനു സമർപ്പിച്ചു. തന്നെ മതപരിവർത്തനത്തിനു നിർബന്ധിക്കുന്നു വെന്നും, മതപരിവർത്തനം കാരണം തന്റെ ജനത സംഖ്യയിൽ കുറഞ്ഞു വരുന്നുവെന്നും, ആരെയും നിർബന്ധിച്ചു മതം മാറ്റാൻ പാടില്ലെന്ന് വിക് ടോറിയാ മഹാരാജ്ഞിയുടെ കൽപ്പനയുണ്ടെന്നും അയ്യങ്കാളി ഹർജിയിൽ പറഞ്ഞു. അതിനെത്തുടർന്ന് "മിഷണറിമാർ ആരെയും നിർബന്ധി ക്കാനും പാടില്ല; സ്വമേധയാലുള്ള മതപരിവർത്തനത്തെ ആരും തട യാനും പാടില്ല" എന്നൊരു രാജകൽപ്പനയും പുറപ്പെടുവിച്ചു.

അയ്യങ്കാളിയെയും കൂട്ടരെയും വിളിച്ചുകൂട്ടി അവരെച്ചേർത്ത് സദാ നന്ദസ്വാമി ഒരു സഭയുണ്ടാക്കി. അങ്ങനെ പാച്ചല്ലൂർ കേന്ദ്രമാക്കി "ബ്രഹ്മ നിഷ്ഠാമം സംഘ"ത്തിന്റെ ഒരു ചിൽസഭ അയ്യങ്കാളിയുടെ നേതൃത്വ ത്തിൽ പ്രവർത്തനമാരംഭിച്ചു. ചിൽസഭ, ആത്മീയ കാര്യങ്ങളിൽ മാത്രം ഒതുങ്ങിനിന്നു. അതു സാമൂഹികമോ സാമ്പത്തികമോ ആയ കാര്യങ്ങ ളിൽ ഇടപെടുന്നില്ലെന്നു കണ്ടപ്പോൾ അയ്യങ്കാളിയും കൂട്ടരും അതിൽ നിന്നും വിട്ടുപോയി. അയിത്താചാര വിരുദ്ധപ്രസ്ഥാനം തുടങ്ങിവച്ച വി

ജെ തോമസ് വാധ്യാരും, ഹാരീസ് വാധ്യാരും അയ്യങ്കാളിയും ചേർന്ന് 1907 ൽ തീണ്ടലിനും ഇതര സാമൂഹിക അവശതകൾക്കും വിധേയരായ എല്ലാ ജാതിവിഭാഗക്കാരെയും ചേർത്ത് 'സാധുജന പരിപാലന സംഘം" രൂപീകരിച്ചു. അയ്യങ്കാളി സംഘടനയുടെ നേതാവായി തിരഞ്ഞെടുക്ക പ്പെട്ടു.

സാധുജനപരിപാലനസംഘത്തിന് 24 വകുപ്പുകളടങ്ങിയ ഒരു നിയ മാവലി എഴുതി തയാറാക്കി. ആഴ്ചയിൽ ഏഴുദിവസവും ജന്മിക്കുവേണ്ടി പണിയെടുത്തിരുന്ന അടിയാളർ ഇനിമേൽ ആറു ദിവസം മാത്രമേ പണി ചെയ്യാവൂ എന്നു തീരുമാനിക്കപ്പെട്ടു. വിശ്രമദിവസമായ ഞായറാഴ്ച യോഗങ്ങൾ കൂടുകയും സമുദായപ്രശ്നങ്ങൾ ചർച്ച ചെയ്യുകയും ചെയ്തു.

അയിത്തജാതിക്കാർക്കു സ്കൂൾ പ്രവേശനം അനുവദിച്ചുകൊണ്ട് 1907 ൽ ഒരു ഗവൺമെന്റു തീരുമാനമുണ്ടായി. എന്നാൽ ഈ നിയമം നട പ്പാക്കുവാൻ ഗവൺമെന്റുദ്യോഗസ്ഥരും സ്കൂൾ മാനേജർമാരും കൂട്ടാ ക്കിയില്ല. സ്കൂൾ പ്രവേശനം സർവത്ര നിഷേധിക്കപ്പെട്ടതോടെ അയ്യങ്കാളി യുടെ നേതൃത്വത്തിൽ അടിയാളർ കൃഷിപ്പണിക്കു പോകാതെയായി. സമാ ന്തരമായി അവർ കൂലി വർധനയും ജോലിസ്ഥിരതയും ആവശ്യപ്പെട്ടു. വിവിധ പ്രദേശങ്ങളിലെ തൊഴിലാളികൾ ഒന്നടങ്കം സമരത്തിൽ പങ്കെ ടുത്തു. ജന്മിമാരും അടിയാളരും തമ്മിൽ നിരവധി സംഘട്ടനങ്ങൾ നടന്നു. അടിയാളർ പട്ടിണിയിലും ജന്മിമാർ സാമ്പത്തിക പ്രതിസന്ധിയിലുമായി. അവസാനം സന്ധിയാലോചനക്ക് ജന്മിമാർ മുൻകൈയെടുത്തു. കൂലി ക്കൂടുതൽ എന്ന ആവശ്യം ജന്മിമാർ അംഗീകരിക്കുകയും, സ്കൂൾ പ്രവേ ശനം, സഞ്ചാരസ്വാതന്ത്ര്യം എന്നിവയിൽ വിട്ടുവീഴ്ച ചെയ്യാമെന്ന് ഉറപ്പു നൽകുകയും ചെയ്തു. അങ്ങനെ ഒരു വർഷം നീണ്ടുനിന്ന ആ കാർ ഷികസമരം 1908 ൽ ഒത്തുതീർപ്പിലെത്തി.

അയിത്തജാതിക്കാർക്കുകൂടി സ്കൂൾ പ്രവേശനം അനുവദിച്ചു കൊണ്ടുള്ള സർക്കാർ തീരുമാനം ഉത്തരവായി പുറത്തു വന്നത് 1910 ൽ ആയിരുന്നു. ഈ ഉത്തരവും നടപ്പിലാക്കപ്പെട്ടില്ല. സർക്കാർ ഉത്തരവിന്റെ അടിസ്ഥാനത്തിൽ സ്കൂൾപ്രവേശനം നേടിയെത്തിയ അധഃസ്ഥിതരും സവർണജന്മിമാരുടെ പിണിയാളുകളുംതമ്മിൽ രൂക്ഷമായ നിരവധി സംഘട്ടനങ്ങൾ നടന്നു. നായരും പുലയരുമുള്ളിടങ്ങളിലെല്ലാം ലഹള യുടെ പ്രതിഫലനമുണ്ടായി.

കൊല്ലവർഷം 1087 ൽ (1912) അയ്യങ്കാളിയെ ശ്രീമൂലം പ്രജാസഭ യിൽ പുലയരുടെ പ്രതിനിധിയായി നാമനിർദേശം ചെയ്തു. 1912 ഫെബ്രു വരി 26-ാം തീയതി അയ്യങ്കാളി ശ്രീമൂലം പ്രജാസഭയിൽ ആദ്യമായി പ്രസംഗിച്ചു.

1912 ൽ തന്നെ അയ്യങ്കാളി ശ്രീനാരായണഗുരുവിനെ കണ്ടു. ശ്രീമൂലം പ്രജാസഭയിൽ അയ്യങ്കാളിയുടെ പ്രവർത്തനഫലമായി ചില സ്കൂളുക ളിൽ അയിത്ത ജാതിക്കാരുടെ കുട്ടികൾക്ക് പ്രവേശനം ലഭിക്കുകയും

ചിലപ്രദേശങ്ങളിൽ പുലയർക്ക് ഭൂമി പതിച്ചുകിട്ടുകയും ചെയ്തു. പുല യരെ വിവിധ സർക്കാർ ജോലികളിൽ നിയമിച്ചു കിട്ടുന്നതിനുള്ള ശ്രമ ങ്ങൾ അയ്യങ്കാളി ആരംഭിച്ചു.

1910 മുതൽ തിരുവിതാംകൂറിന്റെ പല ഭാഗങ്ങളിലും ജീവിതാവകാ ശങ്ങൾക്കുവേണ്ടി അയിത്തവർഗക്കാർ നടത്തിക്കൊണ്ടിരുന്ന നിരവധി സമരങ്ങൾക്ക് അയ്യങ്കാളി നേരിട്ട് നേതൃത്വം നൽകുകയും മുന്നണിയിൽ പ്രവർത്തിക്കുന്നതിന് സന്നദ്ധപ്രവർത്തകരെ വാർത്തെടുക്കുകയും ചെയ്തു. അയ്യങ്കാളിയുടെ ശ്രമഫലമായി പ്രജാസഭയിൽ പുലയസമുദായ പ്രതിനിധികളുടെ എണ്ണം മൂന്നായി ഉയർന്നു.

സർക്കാർ വളരെ ശ്രമിച്ചിട്ടും അധഃസ്ഥിതവർഗക്കാർക്ക് ഫലപ്രദ മായ വിധത്തിൽ സ്കൂൾ പ്രവേശനം ലഭിച്ചില്ല. അതുകൊണ്ട് വിദ്യാ ഭ്യാസ ഡയറക്ടറുടെ അനുമതിയോടെ വെങ്ങാനൂരിൽ സ്വന്തമായി ഒരു സ്കൂൾ സ്ഥാപിച്ചു. സ്കൂളിനെതിരെയും സവർണർ അക്രമം അഴിച്ചു വിട്ടു. എതിർപ്പുകളെ അതിശക്തമായി നേരിട്ടുകൊണ്ട് സ്കൂൾ പ്രവർത്തനം മുന്നോട്ടുപോയി.

1914 ൽ ഗവൺമെന്റിന്റെ പുതുക്കിയ ഉത്തരവു വന്നിട്ടും അയിത്ത ജാതിക്കാർക്ക് പുല്ലാട്ടുള്ള സ്കൂളിൽ പ്രവേശനം ലഭിച്ചില്ല. ഒടുവിൽ വെളിക്കര ചോതിയുടെ ശ്രമഫലമായി മൂന്നു കുട്ടികൾക്കു പ്രവേശനം ലഭിച്ചു. എന്നാൽ അവർ സ്കൂളിൽ കയറിയതോടെ സവർണ വിദ്യാർഥി കൾ ഒന്നടങ്കം സ്കൂൾ ബഹിഷ്കരിച്ചു പുറത്തുപോയി. രോഷാകുല രായ സവർണർ സ്കൂളിനു തീവച്ചു. എന്നിട്ടും സ്കൂൾ പ്രവേശനശ്രമം ഉപേക്ഷിക്കപ്പെട്ടില്ല. ഇരുഭാഗത്തുനിന്നും നിരന്തരമായ ആക്രമണമു ണ്ടായി.

അയിത്തജാതി സ്ത്രീകൾ ധരിച്ചിരുന്ന കല്ലയും മാലയും ഉപേക്ഷി ക്കണമെന്ന് അയ്യൻകാളി നിർദേശിച്ചു. കഴുത്തുനിറയെ വാരിച്ചുറ്റി നഗ്ന മാറിടത്തിൽ ചുറ്റിവളഞ്ഞു കിടന്നിരുന്ന കുപ്പിച്ചില്ലും പളുങ്കുംകൊണ്ടുള്ള മാലകൾ അടിമത്തത്തിന്റെ ചിഹ്നമായിരുന്നു. കാതിൽ കുണുക്ക് എന്നു പേരുള്ള ഇരുമ്പുകഷണം തൂക്കിയിട്ടിരുന്നു. വസ്ത്രംകൊണ്ടു മാറുമറ യ്ക്കുന്നത് ചട്ടവിരുദ്ധമായിരുന്നു. അടിമത്തത്തിന്റെ ഈ ചിഹ്നങ്ങൾ ഉപേ ക്ഷിക്കുവാൻ അയ്യങ്കാളി നെയ്യാറ്റിൻകരയിൽ ഒരു പ്രക്ഷോഭം സംഘടി പ്പിച്ചു. അത് പരിപൂർണവിജയമായിരുന്നു. എന്നാൽ കൊല്ലത്ത് അദ്ദേഹ ത്തിന്റെ ആഹ്വാനം കോളിളക്കങ്ങൾ സൃഷ്ടിച്ചു. സവർണർ ഒന്നടങ്കം ഇള കിമറിഞ്ഞു.

1915 ഒക്ടോബർ 24ന് രാവിലെ കൊല്ലത്ത് പെരിനാട് യോഗം ആരം ഭിച്ചു. പ്രാർഥനാഗാനം ആലപിക്കുമ്പോൾ സവർണർ സ്റ്റേജിലേക്കു തള്ളി ക്കയറി ആക്രമണം ആരംഭിച്ചു. തുടർന്ന് പരസ്പരം അതിരൂക്ഷമായ അക്രമം അരങ്ങേറി. ലഹളയ്ക്കുനടുവിൽ അയ്യങ്കാളി അക്ഷോഭ്യനായി നിന്നു. പെരിനാട്ട് ലഹളയിലെ പ്രതികളെ പൊലീസ് വേട്ടയാടാനനുവ ദിക്കാതെ അയ്യങ്കാളി സ്വന്തം ജാമ്യത്തിൽ കോടതിയിൽ ഹാജരാക്കി.

1912 മുതൽ 28 വർഷം അയ്യങ്കാളി പ്രജാസഭാ മെമ്പർ എന്ന നില
യിൽ പ്രവർത്തിക്കുകയുണ്ടായി. അതിനകം വിദ്യാഭ്യാസരംഗത്ത് പുല
യർ മികച്ച നേട്ടങ്ങൾ കൈവരിച്ചു. വിദ്യാഭ്യാസം ലഭ്യമാക്കുന്ന കുട്ടിക
ളുടെ എണ്ണം ക്രമാതീതമാംവണ്ണം വർധിച്ചു. ഇക്കാലത്തുടനീളം അദ്ദേഹം
സ്വന്തമായി ഭൂമിയില്ലാത്തവരും അടകുടിക്കാരുമായ പുലയസമുദായാം
ഗങ്ങൾക്ക് ഭൂമി ലഭിക്കുന്നതിനുവേണ്ടി നിരന്തരം വാദിച്ചുകൊണ്ടിരുന്നു.
അതിന്റെ ഫലമായി നെയ്യാറ്റിൻകര താലൂക്കിൽ വിളപ്പിൽ പകുതിയിൽ
300 ഏക്കറും നെടുമങ്ങാട്ടു താലൂക്കിൽ ഉഴമലക്കൽ പകുതിയിൽ 500
ഏക്കർ സ്ഥലവും പുലയർക്കു പതിച്ചുകിട്ടി.

അയ്യങ്കാളിയുടെ നേതൃത്വത്തിലുള്ള സാധുജനപരിപാലനസംഘം
അല്പകാലത്തിനുള്ളിൽ തിരുവിതാംകൂറിന്റെ എല്ലാ കുഗ്രാമങ്ങളിലും
പടർന്നു പന്തലിച്ചു. അതിന്റെ ശാഖകൾ എല്ലാകരകളിലും രൂപമെടുത്തു.
അധഃസ്ഥിതവർഗത്തിൽപ്പെട്ട എല്ലാ വിഭാഗക്കാരെയും ലക്ഷ്യമിട്ടാണ്
സംഘം രൂപീകരിച്ചത്. എന്നാൽ പിൽക്കാലത്ത് പ്രവർത്തനങ്ങളിലെ
പാളിച്ചകളും എതിരാളികളുടെ കുത്തിത്തിരിപ്പുംകാരണം പുലയർ ഒഴി
കെയുള്ള വിഭാഗക്കാർ അതിൽനിന്നും പിൻമാറി. അവസാനം സംഘ
ത്തിൽ പുലയർ മാത്രം അവശേഷിച്ചു. ശാഖകളുടെ പ്രവർത്തനത്തിന്
തിരഞ്ഞെടുക്കപ്പെട്ട കർമസമിതികളുണ്ടായിരുന്നു.

സാധുജനപരിപാലനസംഘത്തിന്റെ പ്രവർത്തനങ്ങൾക്കായി
അയ്യങ്കാളി വടക്കൻ തിരുവിതാംകൂറിൽ ചുറ്റിസഞ്ചരിക്കുക പതിവായി
രുന്നു. ഒടുവിൽ തന്റെ പ്രവർത്തനം മധ്യതിരുവിതാംകൂറിൽ കേന്ദ്രീക
രിച്ചു. 1922 ൽ ചങ്ങനാശേരിയിൽ വാഴപ്പള്ളി പടിഞ്ഞാറും ഭാഗം വില്ലേ
ജിൽ സംഘത്തിന് രണ്ടേക്കർസ്ഥലം പതിച്ചുകിട്ടി. ആയിടക്ക് സംഘട
നക്കുവേണ്ടി *സാധുജന പരിപാലിനി* എന്ന പേരിൽ തൃക്കൊടിത്താനം
കാളി ചോതിക്കുറുപ്പിന്റെ പത്രാധിപത്യത്തിൽ ഒരു മാസിക പ്രസിദ്ധീക
രണം ആരംഭിച്ചു. 1936 ൽ വെങ്ങാനൂർ പുതുവൽ സ്കൂൾ സ്ഥാപിത
മായി. ഇതിനോടനുബന്ധിച്ച് നെയ്ത്തുശാല, ഗ്രന്ഥശാല മുതലായവയും
സ്ഥാപിക്കുകയുണ്ടായി. ജനസേവനത്തിന്റെ അഗ്നിപരീക്ഷണങ്ങളിലൂടെ
അയ്യങ്കാളി അധഃസ്ഥിതവർഗങ്ങളുടെ കിരീടംചൂടാത്ത രാജാവായി
ത്തീർന്നു.

സാധുജനപരിപാലനസംഘത്തിന്റെ വളർച്ച എതിരാളികളെ അലോ
സരപ്പെടുത്തി. അവർ ഛിദ്രശക്തികൾക്കു പ്രചോദനം നൽകി. അതിൽ
കുടുങ്ങിയവർ ഐക്യസംഘടനയ്ക്കുപകരം പ്രത്യേകം പ്രത്യേകം ജാതി
സംഘടനയുണ്ടാക്കി. ചേരമർ മഹാസഭ, പറയർ മഹാസഭ, കുറവർ മഹാ
സഭ, അയ്യനവർ മഹാസഭ എന്നിവ ചില ഉദാഹരണങ്ങളാണ്. ഈ കാല
ഘട്ടത്തിൽ ടി ടി കേശവൻ ശാസ്ത്രി പുലയരെ പ്രത്യേകമായി സംഘ
ടിപ്പിക്കുന്നതിന് പരിശ്രമിച്ചുകൊണ്ടിരുന്നു. കേശവൻ ശാസ്ത്രി അയ്യങ്കാളി
യുടെ ജാമാതാവ് ആയിത്തീർന്നശേഷം സംഘടനാരംഗത്ത് അയാളെ

എതിർക്കുവാൻ അയ്യങ്കാളി തയാറായില്ല. കേശവൻ ശാസ്ത്രിയുടെ സമസ്ത തിരുവിതാംകൂർ പുലയർ മഹാസഭ ശക്തിയാർജിച്ചു. ക്രമേണ സാധുജനപരിപാലനസംഘം പ്രവർത്തനരഹിതമായി. അയ്യങ്കാളി സംഘ ടനാപ്രവർത്തനരംഗത്തുനിന്നും നിഷ്ക്രമിച്ചു.

ക്രമേണ അയ്യൻകാളിയുടെ ആരോഗ്യം തകർന്നു. 1941 മേയ് മാസ ത്തോടെ അദ്ദേഹം ശയ്യാവലംബിയായി. 1941 ജൂൺമാസം 18-ാം തീയതി അയ്യങ്കാളി ദിവംഗതനായി.

പി കൃഷ്ണപിള്ള

വൈക്കം ക്ഷേത്രത്തിൽ നിന്നും വളരെ അകലെയല്ലാതെ സ്ഥിതി ചെയ്തിരുന്ന പറൂർ കുടുംബത്തിൽ 1906ൽ പി കൃഷ്ണപിള്ള ജനിച്ചു. പിതാവ് മയിലേഴ്ത്തു മണ്ണാപിള്ളി നാരായണൻ നായർ. മാതാവ് പാർവതി. നാരായണൻ നായർ പാർവത്യാർ (ഇന്നത്തെ വില്ലേജ് ഓഫീസർ) ആയിരുന്നു. അമ്മ കൊച്ചുപാറു എന്നാണ് അറിയപ്പെട്ടിരുന്നത്. നാരായണപിള്ള-പാർവതി ദമ്പതിമാർക്ക് 10 മക്കളുണ്ടായി. ആറു പേരും ശൈശവത്തിൽ ത്തന്നെ

മരണമടഞ്ഞു. മൂത്ത രണ്ടു സഹോദരിമാരും കൃഷ്ണപിള്ളയും അനുജൻ നാണപ്പനും അവശേഷിച്ചു. പറൂർ കുടുംബം സാമാന്യം ഭേദപ്പെട്ട നിലയിൽ ജീവിച്ചിരുന്നു. കൃഷ്ണപിള്ളക്ക് 13 വയസുള്ളപ്പോൾ അമ്മ മരിച്ചു: അച്ഛൻ ഒരു വർഷത്തിനു ശേഷവും. ചേച്ചിമാരുടെ പരിരക്ഷണയിലും ശിക്ഷണത്തിലും അമ്മാവന്റെയും മൂത്ത ചേച്ചിയുടെ ഭർത്താവ് ശങ്കരപ്പിള്ളയുടെയും ശിക്ഷണത്തിലുമാണ് കൃഷ്ണപിള്ളയും അനുജൻ നാണപ്പനും പിന്നീട് വളർന്നത്.

ഈ ഘട്ടം മുതൽ എവിടെയെങ്കിലും ഒന്നു പിടിച്ചു നിൽക്കുവാനുള്ള ഒരു വ്യഗ്രതയായിരുന്നു കൃഷ്ണപിള്ളക്ക്. കുറച്ചുനാൾ ആലപ്പുഴയിൽ

സഹോദരി ഗൗരിഅമ്മയും ഭർത്താവും ജോലി ചെയ്യുന്ന സ്ഥലത്ത് ചെന്നു താമസിച്ചു. കയർത്തൊഴിലാളിയായി രണ്ടിടത്തു ജോലി നോക്കി. രണ്ടിടത്തും നിൽക്കാതെ അലഞ്ഞു നടന്നു. കുറേനാൾ നാഗർകോവി ലിലും തമിഴ്നാട്ടിലെ കുഗ്രാമങ്ങളിലും ആയിരുന്നു. 1922 ആയപ്പോൾ കൃഷ്ണപിള്ള വൈക്കത്തു തന്നെ മടങ്ങിയെത്തി. അന്നു കൃഷ്ണപി ള്ളക്കു 16 വയസായിരുന്നു. അതോടെ കൃഷ്ണപിള്ള ഗൃഹഭരണം കൈയേറ്റു. തറവാട്ടുകാരണവന്മാർ കൈമാറിയ അലംഘ്യചട്ടങ്ങൾ പൊട്ടി ച്ചെറിഞ്ഞുകൊണ്ട് കൃഷ്ണപിള്ള കുടുമ മുറിച്ച് മുടി ക്രോപ്പു ചെയ്തു. വൈക്കത്തു നിന്നുകൊണ്ട് പരിചിതമായ സാഹചര്യത്തിൽ എന്തെങ്കിലും ചെയ്തു ജീവിക്കുവാൻ അദ്ദേഹം തീരുമാനിച്ചു. അതിനായി അദ്ദേഹം ഒരു കാപ്പിക്കട ആരംഭിച്ചു. എന്നാൽ അധികനാൾ അതു നിലനിന്നില്ല. പിന്നീട് അദ്ദേഹം ഒരു സൈക്കിൾ ഷോപ്പിലും, തുടർന്ന് ഒരു കാപ്പിക്കട യിലും ജോലി ചെയ്തു.

പഠിത്തത്തിൽ പ്രത്യേകിച്ചു സാമർഥ്യമൊന്നും കാണിച്ചിട്ടില്ലാത്ത കൃഷ്ണപിള്ള 5-ാം ക്ലാസുവരെ പഠിച്ചിരുന്നു. വൈക്കത്ത് അക്കാലത്ത് ഒരു ഹിന്ദി വിദ്യാലയം ആരംഭിച്ചു. സൈക്കിൾ ഷോപ്പിൽ ജോലിക്കു നിൽക്കെ തന്നെ കൃഷ്ണപിള്ള ഹിന്ദി ക്ലാസിൽ ചേർന്നു ഹിന്ദി പഠിക്കു വാനാരംഭിച്ചു. പ്രവേശിക പരീക്ഷക്കാണ് അദ്ദേഹം ചേർന്നത്. പരീക്ഷ യിൽ കൃഷ്ണപിള്ള പാസാവുകയും ചെയ്തു. 1922 മുതൽ 27 വരെ യുള്ള കാലത്ത് കൃഷ്ണപിള്ള എല്ലാറ്റിനെയുംകുറിച്ച് അതൃപ്തിപ്പെടു കയും ദുഃഖിക്കുകയും ചെയ്യുമായിരുന്നു. ചെറുപ്പകാലത്തെ ദാരിദ്ര്യവും കഷ്ടപ്പാടുകളും സ്വന്തം ജീവിതത്തെ ഒരു പ്രത്യേക രീതിയിൽ ചിട്ടപ്പെ ടുത്തുവാൻ കൃഷ്ണപിള്ളയെ സഹായിച്ചു. അത് പിൽക്കാലരാഷ്ട്രീയ പ്രവർത്തനത്തിൽ തികച്ചും സാധാരണക്കാരനായി ജീവിക്കുവാൻ അദ്ദേ ഹത്തെ പ്രാപ്തനാക്കി.

ഹിന്ദിപഠനം കഴിഞ്ഞ് അധികനാൾ കൃഷ്ണപിള്ള നാട്ടിൽ നിന്നില്ല. 21-ാം വയസിൽ തറവാടു ഭാഗംവച്ച് തന്റെ ഓഹരി തൽക്കാലത്തേക്ക് സഹോദരങ്ങളെ ഏൽപ്പിച്ച് കൃഷ്ണപിള്ള വീണ്ടും നാടുവിട്ടു. അധികം താമസിയാതെ അദ്ദേഹം അലഹബാദിലെ സാഹിത്യ സമ്മേളനത്തിൽ വിദ്യാർഥിയായി. ഈ ഉന്നതവിദ്യാപീഠത്തിന്റെ ആഭിമുഖ്യത്തിലാണ് ഇന്ത്യയിൽ ഹിന്ദി ഭാഷാ പ്രചാരണം സംഘടിതമായി ആരംഭിക്കുന്നത്. 1918 ദക്ഷിണഭാരത ഹിന്ദി പ്രചാരസഭ പ്രവർത്തനമാരംഭിച്ചത് അലഹ ബാദ് സാഹിത്യസമ്മേളനംവഴിയാണ്. സാഹിത്യവിശാരദ് ബിരുദമെടുത്ത ശേഷമാണ് കൃഷ്ണപിള്ള ഹൈദരാബാദ് വിട്ടത്. അപ്പോഴേക്കും അദ്ദേഹം ഹിന്ദിയിൽ നല്ല വാഗ്മിയും എഴുത്തുകാരനുമായി തീർന്നു. ഇംഗ്ലീഷ് വായിക്കുവാനും സംസാരിക്കുവാനുമുള്ള കഴിവ് അദ്ദേഹം ആർജിച്ചി രുന്നു.

അലഹബാദിലെ പഠനകാലം രാജ്യത്തെങ്ങും നടക്കുന്ന രാഷ്ട്രീയ ചലനങ്ങൾ അന്വേഷിച്ചറിയാനുള്ള വാതായനം അദ്ദേഹത്തിന്റെ മുൻപിൽ

തുറന്നിട്ടു. തൃപ്പൂണിത്തുറയിൽ പ്രതിമാസം 30 രൂപ ശമ്പളത്തിൽ ഹിന്ദി പ്രചാരക് ആയി കൃഷ്ണപിള്ള നിയമിതനായി. എന്നാൽ രാജ്യമെങ്ങും പടർന്നുപിടിച്ച ദേശീയപ്രസ്ഥാനം കൃഷ്ണപിള്ളയെയും സ്വാധീനിച്ചു. 1929 ലെ സാമ്പത്തിക തകർച്ച കൃഷിക്കാർ, തൊഴിലാളികൾ, ഇടത്തര ക്കാർ, വ്യവസായികൾ എന്നിങ്ങനെ എല്ലാജനവിഭാഗങ്ങളെയും ഞെരി ച്ചമർത്താൻ തുടങ്ങിയിരുന്നു. 1930 ൽ ജോലി ഉപേക്ഷിച്ച് ഉപ്പുസത്യഗ്ര ഹത്തിൽ പങ്കെടുക്കുവാൻ കൃഷ്ണപിള്ള കോഴിക്കോട്ടേക്കുപോയി.

1930 നവംബർ 30ന് കോഴിക്കോട്ട് ഖിലാഫത്തു കടപ്പുറത്ത് സത്യ ഗ്രഹവളണ്ടിയർമാർ സംഘടിച്ചു. അബ്ദുൾ റഹ്മാനും കൃഷ്ണസ്വാമിയും ആർ വി ശർമയും കൃഷ്ണപിള്ളയും നിഷ്ഠുരമർദനത്തിനു വിധേയരായി. പി കൃഷ്ണപിള്ളയും കൂട്ടരും അറസ്റ്റു ചെയ്യപ്പെട്ടു. കണ്ണൂർ ജയിലിലും ക്രൂരമായ മർദനമുറകൾ അനേകവട്ടം ആവർത്തിക്കപ്പെട്ടു. തടവുകാർ ഈ ആക്രമണത്തെ ചെറുത്തുനിന്നു. ചെറുത്തുനിൽപ്പിന്റെ മുൻപന്തി യിലായിരുന്നു കൃഷ്ണപിള്ള. ജയിലിൽ കൃഷ്ണപിള്ള തടവുകാർക്കായി ഹിന്ദി ക്ലാസുകൾ ആരംഭിച്ചു. കൂടാതെ പ്രസംഗപരിശീലനക്ലാസുകളും സ്റ്റഡിക്ലാസുകളും അദ്ദേഹം സംഘടിപ്പിച്ചു. തടവുകാരുടെ നേതാവായി കൃഷ്ണപിള്ള അംഗീകരിക്കപ്പെട്ടു.

കൃഷ്ണപിള്ളയ്ക്കും കെ പി ഗോപാലനും അന്നു ജയിലിൽ കഴി ഞ്ഞിരുന്ന ഭീകരപ്രസ്ഥാന നേതാക്കളുമായി ഇടപഴകാൻ സാധിച്ചു. മഹാ ത്മാഗാന്ധി ഒന്നാം സത്യഗ്രഹസമരം നിറുത്തിവച്ചത് കോൺഗ്രസ് നേതാ ക്കളുടെയും അനുയായികളുടെയും ഇടയിൽ വ്യർഥതാബോധം ഉളവാ ക്കി. 1931 ൽ ജയിലിൽനിന്നും പുറത്തുവന്ന പലരും പല വഴിക്കു പോയി. സാമ്പത്തിക അസമത്വമാണ് ദേശീയപ്രസ്ഥാനത്തിനു മുന്നിലുള്ള ഏറ്റവും വലിയ പ്രതിബന്ധമെന്നും അതിനെതിരായ സമരത്തിലേക്കു പാവപ്പെട്ട കൃഷിക്കാരെ ആകർഷിക്കുന്നതിലൂടെ മാത്രമേ ദേശീയസ്വാ തന്ത്ര്യസമരത്തിൽ സാമാന്യജനതയെ പങ്കെടുപ്പിക്കുവാൻ കഴിയുക യുള്ളൂവെന്നും കൃഷ്ണപിള്ളക്കും കൂട്ടർക്കും അറിയാമായിരുന്നു.

ഗുരുവായൂർ സമരം ആരംഭിച്ച ഒന്നാം ദിവസം തന്നെ ഗുരുവായൂരിൽ കൃഷ്ണപിള്ളയെയും, കോഴിക്കോട്ടു വച്ച് എ കെ ജിയെയും പൊലീസ് അറസ്റ്റ് ചെയ്തു. ഗാന്ധി ഇർവിൻ സന്ധിയും വട്ടമേശാ സമ്മേളനവും കൊണ്ട് സാമ്രാജ്യത്വം ഇന്ത്യൻ സ്വാതന്ത്ര്യ പ്രസ്ഥാനത്തെ വഞ്ചിക്കുക യായിരുന്നുവെന്നു ബോധ്യമായപ്പോൾ ദേശീയ നേതൃത്വം രണ്ടാമത്തെ നിയമലംഘനപ്രസ്ഥാനം ആരംഭിച്ചു. തുടക്കത്തിൽ തന്നെ അറസ്റ്റുചെയ്യ പ്പെട്ട ഇ എം എസിനെ 1932 ൽ കോഴിക്കോട്ടു സബ് ജയിലിൽവച്ച് കൃഷ്ണ പിള്ള ആദ്യമായി കണ്ടു.

നിയമവിരുദ്ധമായി രാഷ്ട്രീയ സമ്മേളനങ്ങളും പ്രകടനങ്ങളും സമ്മേ ളനങ്ങളും സംഘടിപ്പിക്കുന്നതിൽ 1932 ലെ ജയിൽ മോചനത്തിനുശേഷം കൃഷ്ണപിള്ള വ്യാപൃതനായി. ഇക്കാലത്താണ് കൃഷ്ണപിള്ള തൊഴി ലാളികളുടെ ഇടയിലേക്കിറങ്ങുന്നത്. കോഴിക്കോട് ആദ്യമായി രൂപം

കൊണ്ട നെയ്ത്തുതൊഴിലാളി യൂണിയന്റെ സംഘാടകൻ കൃഷ്ണപി
ള്ളയായിരുന്നു. ഫറോക്കിൽ കൃഷ്ണപിള്ള ഒന്നരവർഷം തുടർച്ചയായി
പ്രവർത്തിച്ചതിന്റെ ഫലമായി അവിടെ ഒട്ടു തൊഴിലാളികളുടെ ഒരു
വമ്പിച്ച പണിമുടക്കു നടന്നു. ഇതേത്തുടർന്ന് പ്രസ്, നെയ്ത്ത്, കയർ,
കുട തുടങ്ങി വിവിധ മേഖലകളിൽ തൊഴിലാളി സംഘടനകൾ രൂപം
കൊണ്ടു.

രണ്ടാമത്തെ നിയമലംഘനത്തിന്റെ പരാജയത്തെ തുടർന്ന് 1934 വരെ
യുള്ള രണ്ടുവർഷം തൊഴിലാളി-കർഷകസംഘടനകൾ രൂപീകരിക്കുന്ന
തിനായുള്ള പ്രവർത്തനം നടത്തുന്നതോടൊപ്പം തന്നെ കോൺഗ്രസ്
സംഘടന കെട്ടിപ്പടുക്കുന്നതിനും, അതിന് ഒരു പുതിയ ഉള്ളടക്കം നൽകു
ന്നതിനുമുള്ള പ്രവർത്തനങ്ങളിലും കൃഷ്ണപിള്ള മുൻകൈയെടുത്തു.

1934 ൽ ബോംബെയിൽ ചേർന്ന് അഖിലേന്ത്യാ കോൺഗ്രസ്
സമ്മേളനത്തിൽ കൃഷ്ണപിള്ളയും പങ്കെടുത്തു. സമ്മേളനത്തോടനു
ബന്ധിച്ച് സോഷ്യലിസ്റ്റ് ആശയഗതിക്കാരായ കോൺഗ്രസുകാരുടെ അഖി
ലേന്ത്യാ സമ്മേളനവും ഏർപ്പാടു ചെയ്തിരുന്നു. കൃഷ്ണപിള്ള കോൺ
ഗ്രസ് സോഷ്യലിസ്റ്റു പാർട്ടി രൂപംകൊണ്ട ഈ സമ്മേളനത്തിലും പങ്കെ
ടുത്തു.

ദേശീയപ്രസ്ഥാനത്തിലേക്ക് ആകർഷിക്കപ്പെട്ട യുവജനപ്രവർത്ത
കർ സോഷ്യലിസത്തെക്കുറിച്ചു ചിന്തിക്കാനും കോൺഗ്രസിനകത്ത് തങ്ങ
ളുടെ ഒരു വേദി ഉണ്ടാക്കാനുമുള്ള സാഹചര്യം സൃഷ്ടിച്ചു. സോഷ്യലി
സത്തെക്കുറിച്ചുള്ള അന്വേഷണം ത്വരിതപ്പെടുത്തുന്നതിന് കോഴിക്കോട്
ബാരിസ്റ്റർ എ കെ പിള്ള നടത്തിയ സോഷ്യലിസ്റ്റു സ്റ്റഡിക്ലാസുകൾ
സഹായിച്ചിരുന്നു. തിരുവനന്തപുരത്ത് ഇതേ കാലത്ത് എൻ പി കുരി
ക്കൾ, പൊന്നറ ശ്രീധർ, എൻ സി ശേഖർ തുടങ്ങിയവർ ചേർന്ന്
പ്രവർത്തിച്ചിരുന്ന കമ്യൂണിസ്റ്റുലീഗും സജീവമായിരുന്നു. 1934 ആദ്യം
പി കൃഷ്ണപിള്ള തിരുവനന്തപുരത്ത് കമ്യൂണിസ്റ്റുലീഗിന്റെ പ്രവർത്ത
കരെ കണ്ടു സംസാരിക്കുകയുണ്ടായി.

മലബാറിലെ കോൺഗ്രസ് പ്രസ്ഥാനം സ്ഥിരമായി നാടൊട്ടുക്കു
വ്യാപിക്കുവാൻ മുഴുവൻസമയപ്രവർത്തകരെ സംഘടിപ്പിക്കുന്നതിന്
കൃഷ്ണപിള്ള ശ്രമിച്ചു. തൊഴിലാളിസംഘടനകളും കൃഷിക്കാരുടെ
സംഘടനകളും രൂപീകരിക്കുവാൻ ഇക്കാലത്ത് കൃഷ്ണപിള്ള ശ്രമം
ആരംഭിച്ചു. 1934ൽ പറശ്ശിനിക്കടവിൽ എ കെ പിള്ളയുടെ അധ്യക്ഷത
യിൽ ചേർന്ന ചരിത്രപ്രസിദ്ധമായ സമ്മേളനത്തിന്റെ മുഖ്യസംഘാടകൻ
കൃഷ്ണപിള്ളയായിരുന്നു. ഈ സമ്മേളനത്തെത്തുടർന്ന്; വാശി, നുരി,
മുക്കാൽ, ശീലക്കാൽ, വെച്ചുകാണൽ, കങ്കാണി തുടങ്ങിയ ജന്മിമാരുടെ
അക്രമപ്പിരിവുകൾക്കെതിരായി വടക്കേ മലബാറിലും കാസർഗോഡ്
താലുക്കിലും ശക്തമായ കർഷകസമരങ്ങൾ ആരംഭിച്ചു. അങ്ങിങ്ങായി
കർഷകസംഘങ്ങളും രൂപീകരിക്കപ്പെട്ടു. സംഘങ്ങളെ ശരിയായി നയി
ക്കാൻ അവയുടെ നേതാക്കൾക്ക് കൃഷ്ണപിള്ളയുടെ സഹായം
എപ്പോഴും ഉണ്ടായിരുന്നു.

കർഷകപ്രസ്ഥാനത്തിന്റെ ഈ മുന്നേറ്റത്തോടൊപ്പം തൊഴിലാളി സമരങ്ങളും സംഘടനകളും വ്യാപകമായതോതിൽ വളർന്നുവന്നു. 1934 മുതൽ 39 വരെയുള്ള അഞ്ചുവർഷക്കാലത്തെ പരിശ്രമംകൊണ്ട് ഏക ദേശം എൺപതോളം പ്രാദേശിക ട്രേഡ് യൂണിയനുകളും കോഴിക്കോട് കണ്ണൂർ എന്നിവിടങ്ങളിൽ സെൻട്രൽ ട്രേഡ്‌യൂണിയൻ സംഘടനകളും കേരളത്തിനാകെ ഒരു അഖിലകേരള കമ്മിറ്റിയും ഉണ്ടായി.

1936 ലെ ആദ്യത്തെ ആലപ്പുഴ പണിമുടക്കും ലാത്തിച്ചാർജും തൊഴി ലാളിയുടെ മരണവും തുടർന്നു സംജാതമായ സംഘർഷഭരിതമായ സാഹചര്യത്തിൽ കൃഷ്ണപിള്ള ആലപ്പുഴയിലെത്തി. അവിടത്തെ തൊഴി ലാളി സംഘടനയെയും തൊഴിലാളികളുടെ പൊതുവായ സ്ഥിതിയെയും സംബന്ധിച്ചു തൊഴിലാളി പ്രവർത്തകരുമായി ചർച്ച നടത്തി. അതോടെ ആലപ്പുഴയിലെ തൊഴിലാളികളും അവരുടെ പ്രസ്ഥാനവുമായി കൃഷ്ണ പിള്ള സുദൃഢബന്ധത്തിലായി.

1934 ൽ കേരളത്തിലെ ആദ്യത്തെ കോൺഗ്രസ് സോഷ്യലിസ്റ്റുപാർട്ടി സമ്മേളനം കോഴിക്കോട്ടു ടൗൺഹാളിൽ ചേർന്നു. കേളപ്പന്റെ അധ്യ ക്ഷതയിൽചേർന്ന ഈ യോഗം കൃഷ്ണപിള്ളയെ സെക്രട്ടറിയായി തിര ഞ്ഞെടുത്തു. തുടർന്ന് കൃഷ്ണപിള്ളയും ഇ എം എസും ചേർന്ന് കോൺഗ്രസ് സോഷ്യലിസ്റ്റുപാർട്ടിയുടെ ഘടകങ്ങൾ സ്ഥാപിക്കുവാൻ കേരളത്തിലുടനീളം സഞ്ചരിച്ചു.

1938 ആഗസ്റ്റിൽ തിരുവിതാംകൂറിൽ ഉത്തരവാദഭരണ പ്രക്ഷോഭം ആരംഭിച്ചപ്പോൾ പി കൃഷ്ണപിള്ളയുടെ നേതൃത്വത്തിൽ കേരളത്തിലെ കോൺഗ്രസ് സോഷ്യലിസ്റ്റുപാർട്ടി അതിന്റെ സകലശക്തിയും ഈ ഐതിഹാസിക സമരത്തിനുവേണ്ടി തിരിച്ചുവിട്ടു. എ കെ ജിയുടെ നേതൃ ത്വത്തിൽ തിരുവിതാംകൂറിലേക്കു മാർച്ചു ചെയ്ത ജാഥയ്ക്കു പണം പിരി ക്കുക, വളണ്ടിയർമാരെ ചേർക്കുക, സ്വീകരണം സംഘടിപ്പിക്കുക എന്നി വയെല്ലാം കോൺഗ്രസ് സോഷ്യലിസ്റ്റുകാരുടെ പ്രവർത്തനങ്ങളായിരുന്നു. ഇന്ത്യൻ നാഷണൽ കോൺഗ്രസ് നാട്ടുരാജ്യങ്ങളിലെ പ്രക്ഷോഭസമര ങ്ങളോടു നിഷ്ക്രിയ നിലപാടെടുത്തിരുന്ന കാലമായിരുന്നു അത്. കോൺഗ്രസ് സോഷ്യലിസ്റ്റു പാർട്ടിയുടെ ലക്ഷ്യങ്ങളാൽ പ്രചോദിതരായി യൂത്ത്‌ലീഗ് പ്രവർത്തകരായിരുന്നു തിരുവനന്തപുരത്തു പ്രക്ഷോഭത്തിനു തിരികൊളുത്തിയത്. നിയമസഭാഹാൾപരിസരത്ത് പൊലീസ് അവരെ തല്ലിച്ചതച്ചു.

1938 ആഗസ്റ്റ് 26ന് തിരുവിതാംകൂർ സ്റ്റേറ്റ്‌കോൺഗ്രസ് നിയമലം ഘനം ആരംഭിച്ചു. അവരാകട്ടെ പി കൃഷ്ണപിള്ളയുടെയും ഇ എം എസി ന്റെയും നേതൃത്വത്തിലുള്ള കെ പി സി സി യുമായി സഹകരിക്കുവാൻ കൂട്ടാക്കിയില്ല. എങ്കിലും തിരുവിതാംകൂറിലെ പ്രക്ഷോഭണത്തിൽ കോൺഗ്രസ് സോഷ്യലിസ്റ്റുപാർട്ടി സജീവമായി ഇടപെടുകയും എറണാ കുളം ആസ്ഥാനമാക്കി തിരുവിതാംകൂർ സമര സഹായകമ്മിറ്റി രൂപീക രിക്കുകയും ചെയ്തു. പി കൃഷ്ണപിള്ള, ഇ എം എസ്, പി നാരായ

ണൻനായർ, കെ എ ദാമോദരമേനോൻ എന്നവരായിരുന്നു കമ്മിറ്റി അംഗ
ങ്ങൾ.

തിരുവിതാംകൂർ സ്റ്റേറ്റ് കോൺഗ്രസ് സർ സി പി രാമസ്വാമി അയ്യർ
ക്കെതിരെ മഹാരാജാവിനു സമർപ്പിച്ച ഒരു മെമ്മോറാണ്ടം ഗാന്ധിജിയുടെ
ഉപദേശപ്രകാരം പിൻവലിച്ചതിനെത്തുടർന്ന് സ്റ്റേറ്റ് കോൺഗ്രസിനു
ള്ളിലും, സ്റ്റേറ്റ്കോൺഗ്രസും യൂത്ത്‌ലീഗും തമ്മിലും ഉണ്ടായ ഭിന്നിപ്പ്
പരിഹരിക്കുന്നതിന് കോൺഗ്രസ് സോഷ്യലിസ്റ്റുപാർട്ടി നേതാക്കളായ
പി കൃഷ്ണപിള്ളയും ഇ എം എസും സമർഥമായി ഇടപെടുകയുണ്ടാ
യി. സമരം വീണ്ടും തുടരാനുള്ള ഒരു ഒത്തുതീർപ്പാണ് യാഥാസ്ഥിതിക
വിഭാഗവും തീവ്രവാദിവിഭാഗവും തമ്മിൽ ഉണ്ടാക്കിയത്. അതനുസരിച്ച്
1939 മാർച്ച് 6, 7 തീയതികളിൽ നടന്ന സ്റ്റേറ്റ് കോൺഗ്രസ് വർക്കിങ്
കമ്മിറ്റി, മാർച്ച് 25 മുതൽ സമരം വീണ്ടും തുടങ്ങാൻ തീരുമാനിച്ചു.
എന്നാൽ തലേദിവസംവന്ന ഗാന്ധിജിയുടെ കമ്പിസന്ദേശം അനുസരിച്ച്
സമരം വീണ്ടും നിറുത്തി വയ്ക്കപ്പെട്ടു.

സമരം ആരംഭിച്ചുവെങ്കിലും, അത് ഇടയ്ക്കു നിറുത്തിവച്ചത് സ്റ്റേറ്റ്
കോൺഗ്രസ് അണികളിൽ സ്വാഭാവികമായും സാർവത്രികമായ നിരാ
ശയും അമർഷവും ഉളവാക്കി. ഈ ഘട്ടത്തിൽ യൂത്തുലീഗുകാരും തൊഴി
ലാളി സംഘടനക്കാരുമായ ഇടതുപക്ഷക്കാർ ഒരു 'റാഡിക്കൽ കോൺഫ
റൻസ്' എന്ന ആശയം മുന്നോട്ടുവച്ചു. വിപ്ലവകരമായ അഭിപ്രായഗതി
യുള്ളവരുടെ ഒരു സമ്മേളനം അടിയന്തരമായും ആവശ്യമാണെങ്കിലും
അത് കാര്യാലോചനാ സമ്മേളനം മാത്രമായിരിക്കണം എന്നായിരുന്നു
കൃഷ്ണപിള്ളയുടെ നിർദേശം. അതായത്, സമരം ശക്തമായും ഫലപ്ര
ദമായും സംഘടിപ്പിക്കുന്നതിനാവശ്യമായ രാഷ്ട്രീയ, സംഘടനാ
പ്രവർത്തനങ്ങൾ നടത്തുകയും പ്രായോഗികമാർഗങ്ങൾ നിർദേശിക്കു
കയുമായിരിക്കണം സമ്മേളനത്തിന്റെ ലക്ഷ്യം. സമ്മർദംചെലുത്തുക,
സംഘടന പിളർക്കരുത് എന്നായിരുന്നു ഇതിന്റെയർഥം. സ്റ്റേറ്റ്
കോൺഗ്രസ് പ്രസ്ഥാനത്തിന്റെ പ്രതിസന്ധിയിൽ കൃഷ്ണപിള്ള റാഡി
ക്കൽ വിഭാഗത്തിനു നൽകിയ ഈ നേതൃത്വം കൂടുതൽ കരുത്തു നേടു
ന്നതിനും പിൽക്കാലത്ത് സംഭവഗതികളിൽ ശക്തമായി ഇടപെടുന്നതിനും
അവരെ പ്രാപ്തരാക്കി.

സ്റ്റേറ്റ് കോൺഗ്രസ് ആരംഭിച്ച സമരത്തെ സഹായിക്കുന്നതിനോ
ടൊപ്പം തൊഴിലാളികൾ ഒരു വർഗമെന്നനിലയിൽ സ്വന്തം നേതൃത്വമുറ
പ്പിച്ചുകൊണ്ട് സ്വാതന്ത്ര്യസമരത്തിൽ പങ്കെടുക്കണമെന്ന അഭിപ്രായം
അക്കാലത്തു ശക്തമായി പൊന്തിവന്നു. ഈ അവസരത്തിൽ കൃഷ്ണ
പിള്ള വീണ്ടും ആലപ്പുഴയിലെത്തി. പണിമുടക്കു സംബന്ധിച്ച കാര്യ
ങ്ങളെപ്പറ്റി അദ്ദേഹം പ്രവർത്തകരുമായി ദീർഘമായി സംസാരിച്ചു. ഇതേ
തുടർന്ന് ചിങ്ങമാസത്തിലെ ഓണംനാൾ ആലപ്പുഴയിലെ തൊഴിലാളി
സംഘടനാ നേതാക്കളിൽ ചിലരും പി കൃഷ്ണപിള്ളയും തമ്മിൽ കൊച്ചി

യിൽ വിശദമായ ചർച്ച നടത്തുകയും പൊതുപണിമുടക്കിനുള്ള രൂപ രേഖ തയാറാക്കുകയും ചെയ്തു.

1115 തുലാംമാസം മൂന്നാം തീയതി സൈമൺ ആശാന്റെ അധ്യക്ഷ തയിൽക്കൂടിയ പൊതുയോഗം 26 ആവശ്യങ്ങൾ മുന്നിൽവച്ച് പൊതുപ ണിമുടക്കു പ്രഖ്യാപിച്ചു. ആലപ്പുഴ തൊഴിലാളിവർഗം അടിയന്തരസാ മ്പത്തികാവശ്യങ്ങൾക്കുവേണ്ടി വീറോടെ പൊരുതുമെന്ന് നേരത്തെ തന്നെ വ്യക്തമാക്കിയിരുന്നു. എന്നാൽ പണിമുടക്കിന്റെ രാഷ്ട്രീയലക്ഷ്യം പരസ്യമായി പ്രഖ്യാപിച്ചുതന്നെ സമരം ആരംഭിക്കണമെന്ന് ശക്തമായ വാദം ഉയർന്നുവന്നു. ഈ സാഹചര്യം പി കൃഷ്ണപിള്ള സുദൃഢമായി വിശദീകരിച്ചു. അങ്ങനെ, ദിവാൻഭരണം അവസാനിപ്പിക്കുക, ഉത്തരവാ ദഭരണം അംഗീകരിക്കുക എന്നീ മുദ്രാവാക്യങ്ങൾക്ക് പ്രാധാന്യം നൽകി ക്കൊണ്ട് പണിമുടക്കിന്റെ ആവശ്യങ്ങളും ആവിഷ്കരിക്കപ്പെട്ടു. പണി മുടക്കിന്റെ ഓരോ ഘട്ടവും അതിന്റെ വിശദാംശങ്ങളും തയാറാക്കിയത് കൃഷ്ണപിള്ളയാണ്. നഗരമധ്യത്തിലെ ഒരു വായനശാലയ്ക്കു തൊട്ട ടുത്ത മുറിയിലിരുന്നുകൊണ്ട് കൃഷ്ണപിള്ള സമരം നയിച്ചു.

സമരത്തിന്റെ നേർക്ക് ഭീകരമായ മർദനം അഴിച്ചുവിട്ടു. പൊലീസ് വെടിവെയ്പ്പും ഗുണ്ടാ ആക്രമണങ്ങളും നടന്നു. ഇതിനിടെ ആലപ്പുഴ യിലെ തൊഴിലാളിവർഗവും സ്റ്റേറ്റ് കോൺഗ്രസും മഹാരാജാവിന്റെ ജന്മ ദിനമായ തുലാംമാസം 7-ാം തീയതി തിരുവനന്തപുരത്തു നടത്തിയ അതി ഗംഭീരമായ ജാഥയെത്തുടർന്ന് ഉത്തരവാദപ്രക്ഷോഭത്തിന്റെ പേരിൽ നേരത്തേതന്നെ ജയിലിലടച്ചിരുന്ന സ്റ്റേറ്റ് കോൺഗ്രസ് നേതാക്കളെയും യൂത്ത്‌ലീഗ്, തൊഴിലാളി നേതാക്കളെയും മോചിപ്പിച്ചു.

പണിമുടക്ക് അവസാനിപ്പിക്കുന്നതിനുള്ള പ്രേരണ സ്റ്റേറ്റ് കോൺ ഗ്രസ് നേതാക്കളുടെ ഭാഗത്തുനിന്നും ശക്തമായി ഉണ്ടായി. സമരം ഒത്തു തീർപ്പിലെത്തിക്കുന്നതിന് ഗവൺമെന്റും മുതലാളിമാരും കൂടിയാലോചന ആരംഭിച്ചു. പണിമുടക്ക് നാലാമത്തെ ആഴ്ചയെത്തിയതോടെ സമരം അവസാനിപ്പിക്കുന്നതിനുള്ള സമ്മർദവും ശക്തമായി. പണിമുടക്ക് ആവ ശ്യങ്ങളിൽ സാമ്പത്തികമായകാര്യങ്ങളിൽ ചിലത് അനുവദിച്ചുകൊണ്ട് മുതലാളിമാർ മുന്നോട്ടുവച്ച ചില വ്യവസ്ഥകൾ അംഗീകരിച്ചുകൊണ്ട് കയർ ഫാക്ടറി വർക്കേഴ്സ് യൂണിയൻ പ്രസിഡന്റ് പി കെ കുഞ്ഞും ജനറൽ സെക്രട്ടറി ആർ സുഗതനും പണിമുടക്ക് അവസാനിപ്പിക്കുന്നു വെന്ന് അറിയിച്ചും എല്ലാ തൊഴിലാളികളും ജോലിക്ക് തിരിച്ചുപോകണ മെന്ന് നിർദേശിച്ചുംകൊണ്ട് അഭ്യർഥന പുറത്തിറക്കി. അതേസമയം അഭ്യർഥന നിരാകരിക്കാനും പണിമുടക്ക് മുന്നോട്ടു കൊണ്ടുപോകാനും തീരുമാനിച്ചുകൊണ്ട് പണിമുടക്കിനുള്ള വാർഡു കമ്മിറ്റികൾ പൊതു യോഗങ്ങൾ സംഘടിപ്പിച്ചു മുന്നേറി.

കൃഷ്ണപിള്ളയുടെ നേതൃത്വപാടവവും ദീർഘദൃഷ്ടിയും ഈ ഘട്ട ത്തിൽ പ്രകടമായി. ആലപ്പുഴ യൂത്ത് ലീഗ് ഓഫീസിൽ ചേർന്ന പണിമു ടക്കു കമ്മിറ്റിയിൽ, ഈ സാഹചര്യത്തിൽ പണിമുടക്കു പിൻവലിക്കുന്ന

താണ് പ്രായോഗികവും പ്രയോജനപ്രദവും എന്നു വാദിച്ച് പി കൃഷ്ണ പിള്ള അംഗങ്ങളെക്കൊണ്ട് അംഗീകരിപ്പിച്ചു. തൊഴിലാളികളുടെ ഇടയിൽ സ്വാധീനവും തൊഴിലാളികളുടെ വിശ്വാസവും ആർജിച്ചിട്ടുള്ള യൂണി യൻ നേതാക്കൾ പണിമുടക്ക് അവസാനിപ്പിക്കുവാൻ പരസ്യമായി അഭ്യർ ഥിച്ചിരിക്കുന്ന സാഹചര്യത്തിൽ സമരവുമായി മുന്നോട്ടുപോകുന്നത്, സംഘർഷം തൊഴിലാളികൾ തമ്മിലാണെന്നു വരുത്താനും, പ്രഖ്യാപിത വ്യവസ്ഥകളിൽനിന്നും ഗവൺമെന്റും മുതലാളിമാരും പിന്നോട്ടു പോകാനും ഇടയാക്കുമെന്നാണ് പണിമുടക്കു പിൻവലിക്കുന്നതിന് കൃഷ് ണപിള്ള ഉന്നയിച്ച വാദം.

ഇത്രയും വലിയ ഒരു സമരം ആരംഭിക്കുക, സമരമധ്യേ നിന്നു കൊണ്ട് ഇത്ര സമർഥമാംവിധം അതിന്റെ വിവിധ അടവുകൾ ആവി ഷ്കരിക്കുക, അവ നടപ്പിൽ വരുത്തുന്നതിന് സഹപ്രവർത്തകരെ സമാ ഹരിക്കുക, ഏറ്റവും യുക്തമായ സമയത്ത് സമരം അവസാനിപ്പിക്കുക, അങ്ങനെ കേരളത്തിലെ എക്കാലത്തെയും വിപ്ലവകാരിയും സമരതന്ത്ര ജ്ഞനും, സംഘാടകനുമായി കൃഷ്ണപിള്ള വളർന്നുവന്നു.

കോൺഗ്രസ് സോഷ്യലിസ്റ്റു പാർട്ടിയിലും ആശയപരമായ ഏറ്റുമു ട്ടൽ വളർന്നുവന്നു. മാർക്സിസത്തിൽ വിശ്വസിക്കുന്നവരും മാർക്സി സത്തിനെതിരായ വലതുപക്ഷ സോഷ്യലിസ്റ്റുകാരും തമ്മിലായിരുന്നു ഏറ്റുമുട്ടൽ. മാർക്സിസത്തിൽ വിശ്വസിക്കുന്ന വിഭാഗത്തിന്റെ മുൻപന്തി യിലായിരുന്നു കൃഷ്ണപിള്ള. 1939 സെപ്തംബറിൽ രണ്ടാം ലോകയുദ്ധം ആരംഭിച്ചതോടെ ഈ ആശയസംഘട്ടനം അതിന്റെ മൂർധന്യത്തിലെത്തി. ഒക്ടോബറിൽ തലശ്ശേരിക്കടുത്ത പിണറായിപ്രദേശത്ത് പാറപ്പുറം എന്ന സ്ഥലത്ത് കൃഷ്ണപിള്ളയും ഇ എം എസ്സും അടക്കം കേരളത്തിലെ തൊണ്ണൂറോളം കോൺഗ്രസ് സോഷ്യലിസ്റ്റ്പാർട്ടി പ്രവർത്തകർ രഹസ്യ മായി സമ്മേളിച്ചു. ഈ സമ്മേളനം കേരളത്തിലെ കോൺഗ്രസ് സോഷ്യ ലിസ്റ്റുപാർട്ടി ഉടനടി കമ്യൂണിസ്റ്റുപാർട്ടിയായി രൂപാന്തരപ്പെടണമെന്നു തീരുമാനിച്ചു.

1940 ജനുവരിയിൽ കൃഷ്ണപിള്ള ഒളിവിൽ പോയി. ഡിസംബറിൽ അദ്ദേഹത്തെ വൈക്കത്തുവച്ച് അറസ്റ്റു ചെയ്യപ്പെട്ടു. തിരുവനന്തപുരത്തെ ജയിലിലായിരുന്നു പാർപ്പിച്ചത്. ജയിൽ വാർഡൻമാർ സാധാരണതടവു കാരെ പീഡിപ്പിക്കുന്നതിനെ കൃഷ്ണപിള്ള ചോദ്യം ചെയ്തു. ജയിലധി കൃതരുമായി ഉരസലിലായ കൃഷ്ണപിള്ളയെ ഇന്നത്തെ കന്യാകുമാരി ജില്ലയിലെ ശുചീന്ദ്രത്തിനടുത്തുള്ള എടലാക്കുടി സബ്ജയിലിലേക്കു മാറ്റി.

1942 മാർച്ചിൽ ജയിൽ മോചിതനായശേഷം കൃഷ്ണപിള്ള വിവാ ഹിതനായി. ശുചീന്ദ്രം സ്വദേശിയായ തങ്കമ്മയായിരുന്നു വധു.

1943 മാർച്ചിൽ കോഴിക്കോട്ടുവെച്ച് കേരളത്തിലെ കമ്യൂണിസ്റ്റു പാർട്ടിയുടെ ആദ്യത്തെ സമ്മേളനം നടന്നു. കൃഷ്ണപിള്ള സെക്രട്ടറി യായി തിരഞ്ഞെടുക്കപ്പെട്ടു. തൊഴിലാളികളെയും കർഷകരെയും സംഘ

ടിപ്പിക്കുന്നതിൽ കമ്മ്യൂണിസ്റ്റുപാർട്ടി ശ്രദ്ധ കേന്ദ്രീകരിച്ചു. രണ്ടാം ലോക യുദ്ധം അവസാനിക്കുന്നതിനു തൊട്ടുമുമ്പ് ഫറൂക്ക്, ചെറുവണ്ണൂർ പ്രദേ ശങ്ങളിൽ നടന്ന ഓട്ടുതൊഴിലാളികളുടെ പണിമുടക്കുസമരങ്ങളിലും യുദ്ധാനന്തരം പാപ്പിനിശ്ശേരിയിലെ ആറോൺ സ്പിന്നിങ് മില്ലിൽ നടന്ന 110 ദിവസം നീണ്ടുനിന്ന പണിമുടക്കിലും പി കൃഷ്ണപിള്ള നേതൃത്വം വഹിച്ചു. പണിമുടക്കിനെ പൊലീസ്, ഗുണ്ടാ ഭീകരത കൊണ്ടടിച്ചമർത്താ നുള്ള ശ്രമത്തെ കൃഷ്ണപിള്ള ധീരമായി നേരിട്ടു.

1936 മുതൽ 1947 വരെയുള്ള ഒരു ദശാബ്ദക്കാലം ഇന്ത്യയിലെ കമ്യൂ ണിസ്റ്റുപാർട്ടിയുടെ ചരിത്രത്തിലെ ഏറ്റവും സമ്പുഷ്ടമായ കാലഘട്ടമാണ്. ആ ഘട്ടത്തിലെ സർവപ്രധാനമായ നാഴികക്കല്ലുകളാണ് തെലങ്കാനയും പുന്നപ്രവയലാറും. 1946 ഒക്ടോബറിൽ നടന്ന പുന്നപ്ര-വയലാർ സമര ത്തിന്റെ പ്രചോദകശക്തി കൃഷ്ണപിള്ളയായിരുന്നു.

കൽക്കത്താ തീസിസിനെത്തുടർന്ന് കോൺഗ്രസ് ഗവൺമെന്റ് കമ്യൂണിസ്റ്റുപാർട്ടിയെ നിയമവിരുദ്ധമായി പ്രഖ്യാപിച്ചു. കൃഷ്ണപിള്ള, ഇ എം എസ്, കെ സി ജോർജ്, എൻ സി ശേഖർ തുടങ്ങിയവർ ഒളിവിൽ ഇരുന്നുകൊണ്ട് പാർട്ടി കേന്ദ്രത്തിന്റെ ചുമതല നിർവഹിച്ചു. ആലുവയ് ക്കടുത്ത ചൊവ്വരപ്രദേശത്തായിരുന്നു പാർട്ടിയുടെ രഹസ്യകേന്ദ്രം.

1948 ആഗസ്റ്റ് രണ്ടാം വാരത്തിന്റെ തുടക്കത്തിൽ കൃഷ്ണപിള്ള മുഹ മ്മയിൽ എത്തി. പാർട്ടിയുടെ അണ്ടർഗ്രൗണ്ട് നേതൃത്വത്തിന്റെ ഒരു യോഗം ആലുവയിൽ ചേരാനിരിക്കെ പാർട്ടിയുടെ തിരുകൊച്ചി കമ്മിറ്റി പല്ലനയിൽ വച്ചു ചേർന്നു. യോഗം കെ സി ജോർജ് ഉള്ള സ്ഥലത്തു വച്ചു ചേരാമെന്നുറപ്പിച്ചാണ് എൻ സി ശേഖരോടൊപ്പം കൃഷ്ണപിള്ള ചേർത്തലയിൽ എത്തിയത്. ചേർത്തലയിൽ കണ്ണർകാട്ടെ നാണപ്പന്റെ വീട്ടിലാണ് കൃഷ്ണപിള്ള ഒളിവിൽ കഴിച്ചു കൂട്ടിയത്. ആഗസ്റ്റ് 19-ാം തീയതി കാലത്ത് കണ്ണാർകാട്ടെ വീട്ടിൽവച്ച് കൃഷ്ണപിള്ളക്ക് സർപ്പദം ശമേറ്റു. വിഷവൈദ്യന്റെ ചികിത്സ ഫലിച്ചില്ല. വിവരമറിഞ്ഞെത്തിയ പ്രവർത്തകരിലൊരാളായ സി കെ മാധവനോട് കൃഷ്ണപിള്ള പറഞ്ഞു: "സംഭവിക്കേണ്ടതു സംഭവിച്ചു. സാരമില്ല. എല്ലാ സ്ഥലങ്ങളിലും വിവരം അറിയിച്ചേക്കുക." എന്നിട്ട് എഴുതിപൂർത്തിയാക്കാതെ വച്ചിരുന്ന റിപ്പോർട്ട് കൈയിലെടുത്തു എഴുതിച്ചേർത്തു:

"എന്റെ കണ്ണിൽ ഇരുൾ വ്യാപിച്ചു വരുന്നു; എന്റെ ശരീരമാകെ തളരുകയാണ്. എന്തു സംഭവിക്കുമെന്ന് എനിക്കറിയാം. സഖാക്കളെ മുന്നോട്ട് – ലാൽസലാം"

ഇ എം എസ്

മലപ്പുറം ജില്ലയിലെ ഏലംകുളം മന യിൽ 1909 ജൂൺ 12ന് ഇ എം എസ് നമ്പൂ തിരിപ്പാട് ജനിച്ചു. പിതാവ് പരമേശ്വരൻ നമ്പൂതിരിപ്പാട്; മാതാവ് വിഷ്ണുദത്ത. കുഞ്ചുവെന്നായിരുന്നു ശങ്കരന്റെ ഓമന പ്പേര്. ഏലംകുളം മന അന്ന് സമ്പത്തിന്റെ യും പ്രതാപത്തിന്റെയും ഉച്ചകോടിയിലാ യിരുന്നു. ഈ യാഥാസ്ഥിതിക കുടുംബം സമ്പത്തിൽ മാത്രമല്ല ജാതിമേന്മയിലും കുലമഹിമയിലും മുൻപന്തിയിൽ തന്നെ യായിരുന്നു. നമ്പൂതിരിമാരിൽ ആഢ്യന്മാ രായിരുന്നു നമ്പൂതിരിപ്പാടുകൾ. പരമേശ്വ രൻ നമ്പൂതിരിപ്പാടിന്റെയും വിഷ്ണുദത്ത അന്തർജനത്തിന്റെയും നാലാമത്തെ പുത്രനായയാണ് ശങ്കരൻ ജനിച്ചത്. ആദ്യ രണ്ടു സന്താനങ്ങൾ ജനിച്ച് അധികനാൾ കഴിയുന്നതിനു മുൻപ് മരണപ്പെട്ടു. പിന്നീടു ജനിച്ച പരമേശ്വരൻ മാന സിക വളർച്ചയില്ലാത്തവനായിരുന്നു. ജനനം മുതൽക്കുതന്നെ ശങ്കരൻ അനാരോഗ്യത്തിന്റെ പിടിയിലായിരുന്നു. നാലു വയസ്സുകഴിഞ്ഞപ്പോൾ മുതൽ വിക്കിന്റെ ലക്ഷണങ്ങൾ കണ്ടുതുടങ്ങി.

ബാല്യകാലം രൂപപ്പെടുന്നതിൽ ശങ്കരന് അമ്മയുടെ നിറഞ്ഞ വാത്സല്യവും പരിഗണനയും കൂടുതലായി ലഭിച്ചു. അനൗപചാരികമായ വിദ്യാഭ്യാസമുണ്ടായിരുന്ന അമ്മ തന്റെ വിജ്ഞാനപരിധിക്കുള്ളിലുണ്ടാ

യിരുന്ന കാര്യങ്ങൾ മുഴുവനും ശങ്കരനു പകർന്നുനൽകി. പുരാണേതി ഹാസങ്ങളിൽ നിന്നുള്ള കഥകൾ പറഞ്ഞു കേൾപ്പിക്കുന്നതിനോടൊപ്പം ബാലനായ ശങ്കരനു മുന്നിൽ വിശാലമായ ലോകത്തേക്കുള്ള വാതിൽ തുറന്നിടുന്നതിൽ വിഷ്ണുദത്ത അതീവശ്രദ്ധാലുവായിരുന്നു.

എഴുത്തിനിരുന്നതിനുശേഷം ശങ്കരൻ സംസ്കൃതപഠനത്തിലേക്കു നീങ്ങി. കുടുംബപൂജാരിയും സംസ്കൃതപണ്ഡിതനുമായ പള്ളിശ്ശേരി അഗ്നിത്രാദൻ നമ്പൂതിരിയാണ് ശങ്കരനെ സംസ്കൃതം പഠിപ്പിച്ചത്. അച്ഛൻ പരമേശ്വരൻ നമ്പൂതിരിപ്പാടും നല്ല സംസ്കൃതപണ്ഡിതനായിരുന്നു. പുറമേ ഇംഗ്ലീഷ് ഭാഷാഗ്രാഹ്യവും ഉണ്ടായിരുന്നു. സംസ്കൃതപണ്ഡി തന്മാർക്കിടയിൽ ശങ്കരൻ വിസ്മയമായിരുന്നു. *ശ്രീരാമോദന്തവും അമര കോശവുമായിരുന്നു* ശങ്കരൻ ആദ്യമായി വായിച്ചത്. മലയാളവും ഗ്രന്ഥാ ക്ഷരവും ദേവനാഗരിയും നന്നായിവായിക്കാനുള്ള കഴിവു വളർത്തി. ഈ ഘട്ടത്തിലാണ് ഉപനയനം നടന്നത്. ഉപനയനത്തിനുശേഷം ഏതാനും വർഷം കർക്കശമായ ചട്ടവട്ടങ്ങൾക്കു വിധേയനായിക്കൊണ്ടുള്ള ബ്രഹ്മ ചര്യജീവിതമാണ്. ഉപനയനംകഴിഞ്ഞ് ഏതാനും ആഴ്ചകൾക്കുശേഷം ഋഗ്വേദപഠനം (ഓത്ത്) ആരംഭിച്ചു.

എട്ടാം വയസു മുതൽ ആറുകൊല്ലത്തെ ഋഗ്വേദപഠനത്തിന്റെ പശ്ചാ ത്തലവും ജ്യേഷ്ഠന്റെ വിദ്യാഭ്യാസ നിലവാരം ഉയർത്തുന്നതിനുള്ള ട്യൂഷൻക്ലാസും ഇ എം ശങ്കരനു മേൽ വമ്പിച്ച സ്വാധീനം ചെലുത്തി. മലയാളം പത്രമാസികകളുടെ വായനയും, ഇംഗ്ലീഷ്, കണക്ക് മുതലായ വിഷയങ്ങളുടെ പഠനവും ആരംഭിച്ചു. 1925 ജൂണിൽ ഇ എം എസ് പെരി ന്തൽമണ്ണ ഹൈസ്കൂളിൽ ചേർന്നു. വള്ളുവനാട് യോഗക്ഷേമസഭയുടെ ഉപസഭാ സെക്രട്ടറിയായിരുന്ന കാലത്താണ് ഇ എം എസ് ആദ്യമായി വാദപ്രതിവാദങ്ങളിലും പ്രസംഗങ്ങളിലും പങ്കുകൊള്ളുന്നത്. സ്കൂൾ പഠ നകാലത്ത് സാഹിത്യ സംബന്ധിയായ ചർച്ചാസമ്മേളനങ്ങളിൽ സജീ വമായി. നമ്പൂതിരിമാരുടെ ഇടയിൽ മാത്രം ചർച്ചാവിഷയമായ പ്രശ്ന ങ്ങളെക്കുറിച്ചുള്ള പ്രസംഗങ്ങളിലും ലേഖനമെഴുത്തുകളിലും നിന്ന് ഇ എം എസിന്റെ ശ്രദ്ധ മറ്റുവിഷയങ്ങളിലേക്കും പ്രശ്നങ്ങളിലേക്കും തിരിഞ്ഞു. വായനയും എഴുത്തും മലയാളത്തിൽ മാത്രമായിരുന്നത്, മല യാളത്തിലും ഇംഗ്ലീഷിലുമായി. സ്കൂൾ പഠനകാലം പൊതുപ്രവർത്ത നത്തിന്റെ പുതിയ അനുഭവപഥങ്ങൾ തുറന്നുനൽകി. പാഠ്യേതരപരിപാ ടികളിൽ പ്രധാനപ്പെട്ടത് കയ്യെഴുത്തു മാസികയായിരുന്നു.

ദേശീയവികാരത്താൽ പ്രചോദിതമായിക്കൊണ്ടിരുന്ന സാമൂഹ്യ അന്തരീക്ഷം സ്കൂൾ ആസ്പദമാക്കിയ ഒരു സാമൂഹികജീവിതവും സാമൂഹികബോധവും വളർത്തുന്ന തരത്തിലുള്ളതായിരുന്നു. ഈ ബോധം ഇ എം എസിനെയും സ്വാധീനിച്ചു. ദേശീയബോധം ജ്വലിച്ചു നിന്നിരുന്ന എം പി ഗോവിന്ദമേനോനെയും കുഞ്ഞിക്കണ്ണൻ നമ്പ്യാരെയും പോലുള്ള അധ്യാപകർ ഇ എം എസിനു വഴികാട്ടികളായി.

സ്കൂൾവിദ്യാഭ്യാസത്തിന്റെ അവസാനകാലത്ത് ഇ എം എസ് കുടും

ബകാര്യങ്ങളിലും ശ്രദ്ധപതിപ്പിച്ചു. 1929 ജൂൺ 2ന് ഇ എം എസ് തൃശൂർ സെന്റ് തോമസ് കോളേജിൽ ഇന്റർമീഡിയറ്റിനു ചേർന്നു. പഠിപ്പിനു തടസമില്ലാതെ പൊതുപ്രവർത്തനം നടത്തുക എന്നതായിരുന്നു അന്ന് ഇ എം എസിന്റെ രീതി. കോളേജ് ജീവിതത്തിന്റെ കാലത്ത് സജീവ രാഷ്ട്രീയ പ്രവർത്തനത്തിന്റെ വാതായനം ഇ എം എസിന്റെ മുന്നിൽ തുറന്നു. വിപുലമായ വായനയിലൂടെ ഇ എം എസ് വിജ്ഞാനത്തിന്റെ ലോകത്തേക്ക് കടന്നുവന്നതും ഇക്കാലത്താണ്. *ഉണ്ണിനമ്പൂതിരിമാസികവാരികയായ* പ്പോൾ പത്രാധിപരുടെ അസിസ്റ്റന്റായിരുന്ന വി ടി ഭട്ടതിരിപ്പാടിന്റെ സഹായിയായി അദ്ദേഹം പത്രലോകത്തേക്കും എഴുത്തിന്റെ ലോകത്തേക്കും പ്രവേശിച്ചു. വി ടി തൃശൂർ വിട്ടപ്പോൾ അദ്ദേഹത്തിന്റെ ചുമതലകൾ ഇ എം എസ് ഏറ്റെടുത്തു. നമ്പൂതിരി സമുദായത്തിലെ കുടുംബഘടന, സ്വത്തവകാശം, വിവാഹം, സ്ത്രീകളുടെ പദവി തുടങ്ങിയ സാമൂഹിക കാര്യങ്ങളിൽ നിലനിൽക്കുന്ന അനാചാരങ്ങളെ അടുത്തറിഞ്ഞ് പ്രതി ഷേധിക്കുന്നതിന് അദ്ദേഹത്തിനു കഴിഞ്ഞു. യോഗക്ഷേമ സഭയുടെ വാർഷികത്തോടനുബന്ധമായി അവതരിപ്പിക്കപ്പെട്ട വി ടി ഭട്ടതിരിപ്പാടിന്റെ *അടുക്കളയിൽ നിന്നും അരങ്ങത്തേക്ക്* എന്ന നാടകത്തിന്റെ നടത്തിപ്പിലും ഇ എം എസ് പങ്കെടുത്തു. നമ്പൂതിരി ഇല്ലങ്ങളിലും അനുബന്ധസമ്മേള നങ്ങളിലും നാടകത്തിനു ലഭിച്ച പ്രചാരം സമൂഹത്തിൽ നിലനിൽക്കുന്ന വിവാഹരീതികളിൽ ഇടപെടാൻ ഇ എം എസിനു പ്രചോദനമായി. നമ്പൂ തിരി യുവജനസംഘം 'വിവാഹ സബ്കമ്മിറ്റി' രൂപീകരിച്ചു സ്വജാതി വിവാഹത്തിനും, ഏക ഭാര്യാത്വത്തിനും പ്രോത്സാഹനം നൽകി. സമു ദായത്തെ നവീകരിക്കുക എന്ന ലക്ഷ്യത്തിനായി അനേകം കർമപരിപാ ടികളിൽ ഇ എം എസ് പങ്കാളിയായി.

ഹൈസ്കൂൾ ക്ലാസുകളിലെന്ന പോലെ കോളേജിലും ഇ എം എസ് ഏറ്റവും കൂടുതൽ മാർക്കു കിട്ടുന്ന വിദ്യാർഥികളിലൊരാളായിത്തീർന്നു. 1932 ജനുവരി അവസാനം ഒന്നാം വർഷ ബി എക്ക് പഠിക്കുമ്പോൾ ഇ എം എസ് കോളേജ് വിട്ട് നിയമലംഘനത്തിൽ പങ്കെടുക്കാൻ പോയി. തുടർന്ന് അറസ്റ്റു ചെയ്യപ്പെട്ടു ജയിലിലായി. ജയിലിൽനിന്നും തിരിച്ചെ ത്തിയ ഇ എം എസ് സമുദായാചാരപ്രകാരം പ്രായശ്ചിത്തം ചെയ്യാൻ കൂട്ടാക്കിയില്ല. അതിനാൽ സമുദായം അദ്ദേഹത്തിനു ഭ്രഷ്ടു കൽപ്പിച്ചു.

ജയിൽ മോചനത്തിനുശേഷം ഇ എം എസ് ഗാന്ധിജിയുടെ ആഹ്വാ നമനുസരിച്ച് ഹരിജനോത്ഥാരണ പ്രവർത്തനങ്ങളിൽ പങ്കാളിയായി. നികുതി ദായകരെ അമിതച്ചൂഷണത്തിനു വിധേയരാക്കുന്ന തരത്തിലുള്ള ഭൂനികുതി വർധനയ്ക്കെതിരെ വള്ളുവനാടിൽ നികുതിദായക സമ്മേള നങ്ങൾ നടന്നു. നികുതിദായക സംഘടനയുടെ സെക്രട്ടറിമാരിൽ ഒരാ ളായി ഇ എം എസ് തിരഞ്ഞെടുക്കപ്പെട്ടു. വിഭാഗീയത ശക്തമായിക്കൊ ണ്ടിരുന്ന കെ പി സി സിയുടെ പുനഃസംഘടനാ പ്രവർത്തനങ്ങൾ നട ക്കുകയായിരുന്നു അപ്പോൾ. പുനഃസംഘടിപ്പിക്കപ്പെട്ട കെ പി സി സിയിൽ സെക്രട്ടറിയായി ഇ എം എസ് തിരഞ്ഞെടുക്കപ്പെട്ടു.

ഇന്ത്യൻ നാഷണൽ കോൺഗ്രസിന്റെ അഖിലേന്ത്യാ സമ്മേളനം 1934 മേയിൽ ബോംബെയിൽ നടത്തപ്പെട്ടു. ഇ എം എസ് ഈ സമ്മേളനത്തിൽ പങ്കെടുത്തു. ഈ സമയത്തു തന്നെയായിരുന്നു കോൺഗ്രസ് സോഷ്യലിസ്റ്റുപാർട്ടിയുടെ സമ്മേളനം പട്നായിൽ കൂടിയത്. കോൺഗ്രസ് സമ്മേളനക്യാമ്പിൽനിന്നും ഇ എം എസ് കോൺഗ്രസ് സോഷ്യലിസ്റ്റുപാർട്ടിയുടെ സമ്മേളനസ്ഥലത്തേക്കു പോയി. ഈ സമ്മേളനം ജയപ്രകാശ് നാരായണൻ ജനറൽ സെക്രട്ടറിയായി ഒരു എക്സിക്യൂട്ടീവ് കമ്മിറ്റിയെ തിരഞ്ഞെടുത്തു. ജോയിന്റ് സെക്രട്ടറിമാരിൽ ഒരാൾ ഇ എം എസ് ആയിരുന്നു.

ജയിൽ ജീവിതകാലത്ത് ഇ എം എസിന് ഇന്ത്യയിലെ കമ്യൂണിസ്റ്റു നേതാക്കന്മാരുമായി ബന്ധം പുലർത്തുവാൻ കഴിഞ്ഞിരുന്നു. പി സുന്ദരയ്യയെ പോലുള്ളവരുമായുള്ള സൗഹൃദമാണ് ഇ എം എസിനെ കമ്യൂണിസത്തിലേക്കാകർഷിച്ചത്. 1937 ൽ കോഴിക്കോട് രഹസ്യയോഗം ചേർന്ന് കമ്യൂണിസ്റ്റുപാർട്ടിയുടെ കേരളഘടകം രൂപീകരിക്കപ്പെട്ടു. ഇ എം എസ്, പി കൃഷ്ണപിള്ള, കെ ദാമോദരൻ, എൻ സി ശേഖർ തുടങ്ങിയവരാണ് ആദ്യഘടകത്തിൽ ഉണ്ടായിരുന്നത്. എന്നാൽ അന്നത്തെ സാഹചര്യത്തിൽ പാർട്ടി രൂപീകരണവും പ്രവർത്തനവും രഹസ്യമാക്കി വച്ചു. 1935 ൽ കോൺഗ്രസ് സോഷ്യലിസ്റ്റുപാർട്ടിയുടെ പത്രമെന്നനിലയിൽ ഇ എം എസിന്റെ ഉടമസ്ഥതയിൽ *പ്രഭാതം* പ്രസിദ്ധീകരണം പുനരാരംഭിച്ചിരുന്നു.

1939 ഡിസംബറിൽ ഇ എം എസും സഹപ്രവർത്തകരും കണ്ണൂർ ജില്ലയിലെ പിണറായിയിൽ ഒത്തുചേർന്ന് കമ്യൂണിസ്റ്റുപാർട്ടി രൂപീകരിക്കപ്പെട്ടതായി ഔദ്യോഗികമായി പ്രഖ്യാപിച്ചു. ഇന്ത്യക്കാരോടാലോചിക്കാതെ ഇന്ത്യ യുദ്ധത്തിൽ പങ്കാളിയാണെന്ന് ഗവൺമെന്റു പ്രഖ്യാപിച്ചതിൽ പ്രതിഷേധിച്ച് ഇടതുപക്ഷ മുൻതൂക്കമുള്ള കെ പി സി സി 1940 സെപ്തംബർ 15ന് പ്രതിഷേധദിനം ആചരിച്ചു. ദേശീയനേതൃത്വത്തോടാലോചിക്കാതെ എടുത്ത തീരുമാനമെന്നനിലയിൽ വലതു പക്ഷത്തിന്റെ താൽപ്പര്യപ്രകാരം കേന്ദ്രകോൺഗ്രസ് നേതൃത്വം കെ പി സി സി പിരിച്ചുവിട്ടു. ഇ എം എസും പി കൃഷ്ണപിള്ളയും ഉൾപ്പെടുന്ന കെ പി സി സി നേതൃത്വം തങ്ങൾ കമ്യൂണിസ്റ്റുപാർട്ടിയായി മാറിയെന്ന് ഇതോടെ പരസ്യമായി പ്രഖ്യാപിച്ചു.

1937 ൽ ഇ എം എസ് വിവാഹിതനായി. കോട്ടയം ജില്ലയിലെ കുടമാളൂരിലെ തെക്കേടത്തു മനയിലെ ആര്യാ അന്തർജനമായിരുന്നു വധു. വിവാഹം കഴിഞ്ഞ് അധികകാലം ഒന്നിച്ചുകഴിയുന്നതിനു മുൻപു തന്നെ ഇ എം എസ് ഒളിവിൽ പോയി. അന്ന് 1940 ഏപ്രിൽ 28. ഒളിവുജീവിതം കഴിഞ്ഞ് മടങ്ങിയെത്തി അധികംകഴിയുന്നതിനു മുൻപ് കമ്യൂണിസ്റ്റു പാർട്ടിക്കുമേലുള്ള നിരോധനം നീങ്ങി. പാർട്ടി കേന്ദ്ര ആസ്ഥാനം ബോംബെയിൽ സ്ഥാപിതമായതോടെ ഇ എം എസും കുടുംബവും ബോംബെയിൽ താമസമാക്കി. 1942 അവസാനത്തോടെ ബോംബെവിട്ട് കോഴിക്കോട് എത്തി.

1956 ൽ കേരളസംസ്ഥാനം രൂപീകരിക്കപ്പെടുമ്പോൾ ഇ എം എസ് പാർട്ടിയുടെ ദേശീയ നേതാവായി കഴിഞ്ഞിരുന്നു. 1957 ഫെബ്രുവരിയിൽ നടന്ന കേരളത്തിലെ പ്രഥമ നിയമസഭാതിരഞ്ഞെടുപ്പിൽ കമ്യൂണിസ്റ്റു പാർട്ടി 126 ൽ 60 സീറ്റിൽ വിജയിച്ചു. പ്രൊഫ. ജോസഫ് മുണ്ടശേരിയും ജസ്റ്റിസ് വി ആർ കൃഷ്ണയ്യരും ഉൾപ്പെടെ 5 കമ്യൂണിസ്റ്റുസ്വതന്ത്രരും ചേർന്ന് പാർട്ടി നിയമസഭയിലെ ഭൂരിപക്ഷകക്ഷിയായി. ഇ എം എസ് മുഖ്യമന്ത്രിയായി കേരളത്തിൽ കമ്യൂണിസ്റ്റുപാർട്ടി അധികാരത്തിൽ വന്നു.

കേരളത്തിന്റെ വികസനത്തിന് അടിത്തറപാകിയ കാർഷികബന്ധ ബില്ല്, വിദ്യാഭ്യാസ ബില്ല് എന്നിവ പാസാക്കി സമസ്തമേഖലകളിലും കമ്യൂണിസ്റ്റു ഗവൺമെന്റ് പരിവർത്തനങ്ങൾക്കു തുടക്കംകുറിച്ചു. സാ മ്രാജ്യത്വശക്തികളുടെ പിന്തുണയോടെ ജാതി, മത, വർഗീയശക്തിക ളെ കൂട്ടുപിടിച്ച് കോൺഗ്രസ് നടത്തിയ കുപ്രസിദ്ധമായ 'വിമോചനസമ ര'ത്തിന്റെ മറപിടിച്ച് 1959 ജൂലായ് 31ന് കേന്ദ്രഗവൺമെന്റ് കേരളാ ഗവൺമെന്റിനെ പിരിച്ചുവിട്ടു. 1967 ലെ പൊതു തിരഞ്ഞെടുപ്പിൽ കമ്യൂ ണിസ്റ്റു പാർടി (മാർക്സിസ്റ്റ്) യുടെ നേതൃത്വത്തിലുള്ള ഗവൺമെന്റ് അധി കാരത്തിൽ വന്നു. ഇ എം എസ് വീണ്ടും മുഖ്യമന്ത്രിയായി. 1960 ലും 65 ലും, 1970 ലും 77 ലും നടന്ന തിരഞ്ഞെടുപ്പുകളിലും ഇ എം എസ് വിജ യിക്കുകയും പ്രതിപക്ഷനേതാവായിരിക്കുകയും ചെയ്തു.

രാഷ്ട്രീയത്തിലെ തിരക്കുകളോടൊപ്പം തന്നെ വരുംതലമുറക്ക് വിദ്യാ ഭ്യാസം നൽകുന്നതിലും അദ്ദേഹം ശ്രദ്ധ ചെലുത്തിയിരുന്നു. ദീർഘനാൾ ഇ എം എസ് *ദേശാഭിമാനി*യുടെ മുഖ്യപത്രാധിപരായി പ്രവർത്തിച്ചു. ദേശാഭിമാനിയിലും പിൽക്കാലത്ത് പിന്നനിലും അദ്ദേഹം കൈകാര്യം ചെയ്തിരുന്ന 'ചോദ്യോത്തര പംക്തി'യിലൂടെ പാർട്ടിപ്രവർത്തകരുടെയും അനുഭാവികളുടെയും സംശയങ്ങൾക്കു സൈദ്ധാന്തിക വിശദീകരണം നൽകാൻ നിരന്തരം ശ്രമിച്ചിരുന്നു. ലോകമാസകലം അറിയപ്പെടുന്ന 'കേരളാമോഡൽ' വികസനത്തിന് അടിത്തറ പാകിയത് ഇ എം എസ് ആണ്. പിൽക്കാലത്ത് 'കേരളാമോഡൽ' വികസനത്തിന്റെ പരിമിതി കൾക്കു പരിഹാരം കാണാനുള്ള ശ്രമങ്ങൾക്കു തുടക്കംകുറിച്ചതും അദ്ദേഹം തന്നെ. എ കെ ജി പഠനഗവേഷണ കേന്ദ്രത്തിന്റെ ആഭിമുഖ്യ ത്തിൽ അദ്ദേഹം കേരള പഠനകോൺഗ്രസിനു നേതൃത്വം നൽകി. 1996 മുതൽ കേരളത്തിൽ നടപ്പാക്കിയ ജനകീയാസൂത്രണം പഠനകോൺഗ്ര സിന്റെ ഉൽപ്പന്നമായി രൂപംകൊണ്ട ഭരണ നടപടി ആയിരുന്നു.

വാർധക്യത്തിലും ഇ എം എസ് സജീവ രാഷ്ട്രീയ പ്രവർത്തകനാ യിരുന്നു. ഒപ്പംതന്നെ സാഹിത്യ-സാംസ്കാരിക സംവാദങ്ങളിലും അദ്ദേഹം ബോധപൂർവമായ ഇടപെടലുകൾ നടത്തി. രോഗം കലശലായ 1998 മാർച്ച് 18-ാം തീയതി വ്യാഴാഴ്ചയും *ദേശാഭിമാനിക്കുവേണ്ടി* അദ്ദേഹം ഒരു ലേഖനം തയാറാക്കി. അന്ന് ഉച്ചക്കുശേഷം 3.40ന് അദ്ദേഹം ലോകത്തോടു വിടപറഞ്ഞു.

ഇന്ത്യൻ കമ്യൂണിസ്റ്റു പ്രസ്ഥാനത്തിന്റെ സൈദ്ധാന്തിക വളർച്ച യിലും പ്രായോഗികമുന്നേറ്റങ്ങളിലും ഇ എം എസിന്റെ സ്വാധീനം വള രെവലുതാണ്. പാർലമെന്ററി രാഷ്ട്രീയം പിന്തുടരുന്ന അവികസിതമായ ഒരു രാജ്യത്തെ കമ്യൂണിസ്റ്റുപാർട്ടിയുടെ മുന്നേറ്റത്തിൽ ഇ എം എസിന്റെ സംഭാവന ലോക ശ്രദ്ധയാകർഷിക്കുന്നതാണ്. ഐക്യമുന്നണിസിദ്ധാ ന്തത്തിന്റെ തന്ത്രങ്ങളും അടവുകളും ഇത്രയും സൂക്ഷ്മതയോടെ പ്രയോ ഗിച്ചതിന് ലോകചരിത്രത്തിൽ മറ്റു മാതൃകകളോ അനുഭവങ്ങളോ ഇല്ല. ബൂർഷ്വാ പാർലമെന്ററി സംവിധാനം നിലനിൽക്കുന്ന രാജ്യത്ത് ഫലപ്ര ദമായ ചില മാർക്സിസ്റ്റു മാതൃകകൾ ഉയർത്തിക്കാട്ടിയതാണ് ലോക കമ്യൂണിസ്റ്റുപ്രസ്ഥാനത്തിന് ഇ എം എസ് നൽകിയ ഏറ്റവും വലിയ സംഭാവന.

മദ്രാസ് ഗവൺമെന്റു നിയമിച്ച കുട്ടികൃഷ്ണമേനോൻ കമ്മിറ്റിയുടെ റിപ്പോർട്ടിന് ഇ എം എസ് എഴുതിയ ഭിന്നാഭിപ്രായക്കുറിപ്പ് കേരളത്തിലെ സാമ്പത്തിക സംവിധാനത്തെ സംബന്ധിച്ച വിമർശനവും ഒരു പുതിയ വീക്ഷണത്തിന്റെ തുടക്കവും ആയിരുന്നു. അതിലെ നിരീക്ഷണങ്ങളും നിഗമനങ്ങളും പൊതുദിശയും പുതിയ ശാസ്ത്രീയകാഴ്ചപ്പാടിന്റെ തുട ക്കമായിരുന്നു. 1943 ൽ പ്രസിദ്ധീകരിച്ച *മലബാറിലെ കർഷകപ്രസ്ഥാന ത്തിന്റെ ചരിത്രം* എന്ന ലഘുഗ്രന്ഥം മലബാർ കലാപത്തെ ശാസ്ത്രീയ മായി വിലയിരുത്താനുള്ള പ്രഥമ പരിശ്രമമായിരുന്നു. 1946 ആഗസ്റ്റിൽ ആഹ്വാനവും താക്കീതും എന്ന പേരിൽ കേരളത്തിലെ കമ്യൂണിസ്റ്റു പാർട്ടി പുറത്തിറക്കിയ ഇ എം എസിന്റെ പ്രസ്താവന, ഖിലാഫത്തു പ്രസ്ഥാനം മലബാർ പ്രദേശത്ത് മാപ്പിള ലഹളയായി മാറിയതിനു തുല്യ മായ സ്ഥിതിഗതികൾ രാജ്യത്താകെ വളർന്നുകൊണ്ടിരിക്കുകയാണെന്ന സൂചന നൽകുന്നതായിരുന്നു.

1948 ൽ പ്രസിദ്ധീകൃതമായ ഇ എം എസിന്റെ *കേരളം മലയാളിക ളുടെ മാതൃഭൂമി* കേരളചരിത്രത്തെ മാർക്സിസ്റ്റു വീക്ഷണത്തിൽ വില യിരുത്തുന്നതിൽ ഏറക്കുറെ ആദ്യത്തെ പരിശ്രമമാണ്. ഐക്യകേരള ത്തെക്കുറിച്ചുള്ള കമ്യൂണിസ്റ്റുപാർട്ടിയുടെ സമീപനം വിശദമാക്കിക്കൊണ്ട് ഇതിനു മുമ്പെഴുതിയ *ഒന്നേകാൽ കോടി മലയാളികൾ*, 1953 ൽ പുറ ത്തുവന്ന *കേരളത്തിന്റെ ദേശീയപ്രശ്നം* (National questions in Kerala)എന്ന ഇംഗ്ലീഷ് ഗ്രന്ഥം, 1967 ൽ പുറത്തുവന്ന *കേരളം ഇന്നലെ ഇന്ന് നാളെ* (Kerala Yesterday, today and tomarrow) എന്ന ഇംഗ്ലീഷ് ഗ്രന്ഥം ഇവയെല്ലാം മാർക്സിസത്തിന്റെ ചരിത്രവീക്ഷണം ഉൾക്കൊണ്ട് എഴുതിയ കേരളചരിത്രരചനകളാണ്.

ഇ എം എസ് രചിച്ച ഇന്ത്യൻ സ്വാതന്ത്ര്യസമരചരിത്രം എന്ന ബൃഹ ദ്ഗ്രന്ഥം ആധുനിക ഇന്ത്യാചരിത്രപഠനങ്ങളിലെ ഏറ്റവും ശ്രദ്ധേയമായ ഒന്നാണ്. ഇത് ചരിത്രത്തെയും ചരിത്രവീക്ഷണത്തെയുംകുറിച്ചുള്ള മിഥ്യാധാരണകളെ തുറന്നുകാട്ടുകയും സാമ്രാജ്യത്വവിരുദ്ധ പോരാട്ട ത്തിലെ ബദൽ പരിപ്രേക്ഷ്യം ഉയർത്തിപ്പിടിക്കുകയും ചെയ്യുന്നു.

എ കെ ജി

വടക്കേ മലബാറിൽ, ചിറ
യ്ക്കൽ താലൂക്കിൽ, മന്ത്രേകരി വില്ലേ
ജിൽ 1902 ജൂലായ് മാസത്തിൽ
ജനിച്ചു. അച്ഛൻ വെള്ളുവക്കോണത്തു
രൈരു നായർ, അമ്മ ആയില്യത്ത്
കുറ്റിയേരി മാധവിയമ്മ. ആയില്യത്ത്
ഒരു വലിയ പ്രഭുകുടുംബമായിരുന്നു.
അതിന്റെ ശാഖകളിലൊന്നാണ്
കുറ്റ്യേരി. ആയില്യത്തുകുറ്റ്യേരി ഒരു
കൂട്ടുകുടുംബമായിരുന്നു. കുടുംബ
ത്തിലെ ഏറ്റവും പ്രായംകൂടിയ ആൾ
കുടുംബനാഥൻ. എന്നാൽ അച്ഛൻ
രൈരുനായരും കുടുംബവും വേറിട്ടു
താമസിച്ചിരുന്നു. അക്കാലത്തെ
സാമൂഹിക പരിഷ്കർത്താക്കളിൽ ഒരാളായിരുന്നു അച്ഛൻ. കാട്ടാച്ചിറ
എന്ന സ്ഥലത്ത് അദ്ദേഹത്തിന് ഒരു ഇംഗ്ലീഷ് മീഡിയം സ്കൂൾ ഉണ്ടാ
യിരുന്നു. വടക്കേ മലബാറിൽ നായർ സർവീസ് സൊസൈറ്റിയുടെ
ആരംഭം മുതൽ അദ്ദേഹം അതിന്റെ സെക്രട്ടറിയായിരുന്നു. അച്ഛന്റെ
പ്രസാധകത്വത്തിൽ വ്യവസായമിത്രം എന്നൊരു മാസികയും പ്രസിദ്ധീ
കരിച്ചിരുന്നു. ചിറയ്ക്കൽ താലൂക്കു ബോർഡിൽ അദ്ദേഹം തിരഞ്ഞെടു
ക്കപ്പെട്ട അംഗമായിരുന്നു. അച്ഛന്റെ സാംസ്കാരിക സാമൂഹികപ്രവർത്ത
നങ്ങൾ വിദ്യാർഥിയായ ഗോപാലനെ സ്വാധീനിച്ചു.

വിദ്യാർഥി എന്ന നിലയിൽ ഗോപാലൻ കൂടുതൽ ശുഷ്കാന്തിയുള്ള ആളായിരുന്നില്ല. എന്നാൽ അദ്ദേഹം തലശ്ശേരിക്കടുത്ത പല ഉൾനാടൻ ഗ്രാമങ്ങളിലും വിദ്യാർഥികളും യുവാക്കളുമടങ്ങുന്ന സാഹിത്യസമാജ ങ്ങൾ സംഘടിപ്പിക്കുകയും പ്രാമാണികരായ പ്രസംഗകരെ കൊണ്ടുവ ന്നുപ്രസംഗിപ്പിക്കുകയും പതിവായിരുന്നു. വിദ്യാർഥികളുടെ ഇടയിൽ കയ്യെഴുത്തുമാസികകൾ ആരംഭിക്കുവാനും അദ്ദേഹത്തിനു കഴിഞ്ഞു. അച്ഛന്റെ ആഗ്രഹങ്ങൾക്കെതിരായി ഗോപാലൻ പഠിപ്പു നിറുത്തി. എന്നാൽ അദ്ദേഹത്തിന്റെ സമ്മർദത്തിനുവഴങ്ങി അധ്യാപകജോലി ഏറ്റെ ടുത്തു. അധ്യാപകജോലി സന്തോഷപ്രദമായിരുന്നു.

രണ്ടുവർഷം അധ്യാപകനായി ജോലി ചെയ്ത പെരളശേരി ബോർഡ് സ്കൂളിലെ ഹെഡ്മാസ്റ്റർ എ കെ ശങ്കരൻനമ്പ്യാർ സ്വന്തം ജ്യേഷ്ഠനായി രുന്നു. ജ്യേഷ്ഠൻ സ്വന്തം ശമ്പളം മുഴുവനും സാമൂഹികപ്രവർത്തന ത്തിനായി നീക്കിവച്ചിരുന്നു. അദ്ദേഹം മുൻപുതന്നെ ഒരു ഖദർധാരിയാ യിരുന്നു. ഹോംറൂൾപ്രസ്ഥാനത്തിലും അദ്ദേഹം പങ്കെടുത്തു. സ്വന്തം രാജ്യത്തെ സ്നേഹിക്കുന്ന ഒരധ്യാപകന് തന്റെ ജനങ്ങളുടെ നേതാവാ കാൻ കഴിയുന്നതെങ്ങനെയെന്ന് ഗോപാലൻ പഠിച്ചു. പൊതുപ്രവർത്ത നത്തിനുള്ള മനോഭാവവും പ്രേരണയും ഗോപാലനു ലഭിച്ചത് സ്വന്തം ജ്യേഷ്ഠനിൽ നിന്നാണ്.

ഒരധ്യാപകന്റെ ജീവിതം ഗോപാലന് ഇഷ്ടമായി. ജനങ്ങളുടെ സുഹൃ ത്തായി, പണിയെടുക്കുന്ന അധ്യാപകനായി അദ്ദേഹം മാറി. വിദ്യാർഥി കളുടെ വീടുകൾ സന്ദർശിക്കുകയും, രക്ഷാകർത്താക്കളോട് സംസാരി ക്കുകയും ചെയ്യുന്നത് പതിവായി. കൃത്യമായി സ്കൂളിൽ ഹാജരായി പഠിപ്പിച്ചു. ഉച്ചഭക്ഷണത്തിനുശേഷം അദ്ദേഹം പഠിത്തത്തിൽ പിന്നോ ക്കമായ കുട്ടികൾക്കായി പ്രത്യേക ക്ലാസുകൾ നടത്തി. സായാഹ്നങ്ങ ളിൽ കുട്ടികളുടെകൂടെ കളിക്കാനും അവധിദിവസങ്ങൾ പൊതുപ്രവർത്ത നത്തിനായും മാറ്റിവച്ചു. വളരെ വേഗം അദ്ദേഹം ഒരു നല്ല അധ്യാപകൻ എന്ന പേരുസമ്പാദിച്ചു. കളികളിലും അദ്ദേഹം വിദഗ്ധനായിരുന്നു; ബാറ്റ്മിന്റൺ, ഫുട്ബോൾ എന്നിവയിലായിരുന്നു ഏറെ താൽപ്പര്യം.

1924 ലെ വൈക്കംസത്യഗ്രഹം അദ്ദേഹത്തെ ആകർഷിച്ചു. എന്നാൽ അതിൽ പങ്കെടുക്കാൻ കഴിഞ്ഞില്ല. 1928 മുതൽ അദ്ദേഹം ഖാദി പ്രചാര ണത്തിലും വിദേശ വസ്ത്രബഹിഷ്കരണത്തിലും താൽപ്പര്യംകാണിച്ചു. അവധി ദിവസങ്ങളിൽ ഖാദിയും സ്വദേശിസാധനങ്ങളും പ്രചരിപ്പിക്കാ നായി ഗ്രാമപ്രദേശങ്ങൾ സന്ദർശിച്ചു. ഒന്നരനൂറ്റാണ്ടുകാലത്തെ ബ്രിട്ടീഷ് ഭരണംകൊണ്ട് ഭാരതം എത്രമാത്രം അധഃപതിച്ചുവെന്ന് അദ്ദേഹം മന സിലാക്കി. സ്വാതന്ത്ര്യം കൊണ്ടേ ഈ അധഃപതനത്തിൽനിന്നും കയ റാൻ കഴിയുകയുള്ളൂ എന്നും ഉറപ്പായി. എന്നാൽ ശക്തമായ സമരം കൂടാതെ സ്വാതന്ത്ര്യം നേടാൻ കഴിയുകയില്ലെന്ന് അദ്ദേഹത്തിന് ബോധ്യ മുണ്ടായിരുന്നു. സമരം എന്നുണ്ടായാലും താൻ അതിൽ പങ്കെടുക്കാൻ തയാറായിരിക്കണമെന്നും അദ്ദേഹം തീരുമാനിച്ചുറച്ചു. ഭാരതത്തിൽ

ആഞ്ഞടിച്ചിരുന്ന വിപ്ലവക്കൊടുങ്കാറ്റ് അദ്ദേഹത്തെ ആകർഷിച്ചു. യുവ ജനസംഘടനകൾ, തൊഴിലാളി സംഘടനകൾ, വിപ്ലവസംഘടനകൾ, ഭഗത്‌സിങ്ങിനെപ്പോലെയുള്ള വിപ്ലവകാരികളുടെ പ്രവർത്തനങ്ങൾ എന്നി വയെല്ലാം അദ്ദേഹത്തിന്റെ മനസ്സിൽ സ്വാധീനം ചെലുത്തി. ഒരു മുഴുവൻ സമയരാഷ്ട്രീയപ്രവർത്തകനാകുവാൻ അദ്ദേഹം തയ്യാറെടുത്തു.

1930 മാർച്ച് 12ന് മഹാത്മാഗാന്ധി അനുയായികളോടൊപ്പം ദണ്ഡി യാത്ര ആരംഭിച്ചു. തുടർന്ന് കെ കേളപ്പന്റെ നേതൃത്വത്തിൽ കോഴിക്കോ ട്ടുനിന്നും പയ്യന്നൂർക്ക് ഒരു ജാഥ പുറപ്പെട്ടു. ചൊവ്വ എന്ന സ്ഥലത്തുവച്ച് എ കെ ഗോപാലന്റെ നേതൃത്വത്തിൽ ജാഥക്ക് ഒരു പൗരസ്വീകരണം നൽകി. ജോലി രാജിവച്ച് നിയമലംഘനപ്രസ്ഥാനത്തിൽ പങ്കെടുക്കുവാൻ എ കെ ജി തീരുമാനിച്ചു.

ജോലി രാജിവച്ചതിനടുത്ത ദിവസം തന്നെ അദ്ദേഹം രഹസ്യമായി കണ്ണൂരിൽനിന്നും കോഴിക്കോട്ടു പോയി സത്യഗ്രഹം നടത്തി. അദ്ദേഹം അറസ്റ്റു ചെയ്യപ്പെട്ട് ജയിലിലായി. ആദ്യം കണ്ണൂർ ജയിലിലും പിന്നീട് വെല്ലൂർ ജയിലിലുമായിരുന്നു അദ്ദേഹത്തെ തടവിലിട്ടത്. ജയിലിൽ വച്ച് എ കെ ഗോപാലന് കേരളത്തിലെയും ആന്ധ്രയിലെയും തമിഴ്‌നാട്ടി ലെയും നേതാക്കന്മാരെ പരിചയപ്പെടാൻ അവസരം ലഭിച്ചു.

ജയിൽ വിമോചനത്തിനുശേഷം എ കെ ജി മുഴുവൻസമയ രാഷ്ട്രീയ പ്രവർത്തനത്തിൽ മുഴുകി. പൊതുയോഗങ്ങളിൽ പ്രസംഗിക്കുക, കള്ളു ഷാപ്പുകളും വിദേശ വസ്ത്രഷോപ്പുകളും പിക്കറ്റു ചെയ്യുക, എതിർപ്പുള്ള പ്രദേശങ്ങളിൽ കേന്ദ്രീകരിച്ചു പ്രവർത്തിക്കുക എന്നിവയായിരുന്നു ഇക്കാ ലത്തെ പരിപാടി. ചിറയ്ക്കൽ താലൂക്കിൽനിന്നും അദ്ദേഹത്തിന്റെ പ്രവർത്തനമേഖല വടക്കേ മലബാർ മുഴുവനും വ്യാപിച്ചു. ഈ കാല ഘട്ടത്തിൽ എ കെ ജി ഒരു പ്രസംഗകനായി തീർന്നു. പ്രാദേശികമായി ആളുകൾക്ക് മനസിലാകുന്ന ചെറിയ ചെറിയ സംഭവങ്ങളും വിവരങ്ങ ളുമടങ്ങുന്ന പ്രസംഗം അനേകരെ ആകർഷിച്ചു.

1931 ലെ ഗാന്ധി– ഇർവിൻ സന്ധി കഴിഞ്ഞ് എ കെ ജി ആറുമാസ ത്തോളം വയനാട്ടിൽ പ്രവർത്തിച്ചു. 1930 വരെ കോൺഗ്രസ് പ്രവർത്തനം എത്തിച്ചേരാത്ത സ്ഥലമായിരുന്നു വയനാട്. കൂടാതെ ഇവിടം മലമ്പനിക്ക് കുപ്രസിദ്ധിയാർജിച്ചിരുന്നു. ഒരു സംഘം ആളുകളെ ഇവിടെ പ്രവർത്ത നത്തിനിറക്കാൻ എ കെ ജി ക്കു കഴിഞ്ഞു. വ്യാപാരികളും മുസ്ലീങ്ങളു മുൾപ്പെടെ വളരെയധികം ആളുകൾ കോൺഗ്രസിൽ ചേർന്നു. മാനന്ത വാടി, കൽപ്പറ്റ, വൈത്തിരി, മേപ്പാടി തുടങ്ങിയ സ്ഥലങ്ങളിൽ കള്ളുഷോ പ്പുകൾ പിക്കറ്റു ചെയ്തു. ഈ സമയം കോൺഗ്രസ് യോഗങ്ങൾ നട ത്തുകയും അംഗങ്ങളെ ചേർക്കുകയും ചെയ്തു. വയനാട്ടിൽ കോൺഗ്രസ് വളർന്നു.

തീണ്ടലിനും മറ്റ് അനാചാരങ്ങൾക്കുമെതിരായി ഒരു സമരം നട ത്താൻ കോൺഗ്രസ് തീരുമാനിച്ചു. ഗുരുവായൂർ നടന്ന കെ പി സി സി യോഗത്തിൽ കെ കേളപ്പൻ ക്ഷേത്രപ്രവേശന സത്യഗ്രഹത്തെപ്പറ്റി ഒരു

പ്രമേയം അവതരിപ്പിച്ചു. യോഗം ഈ പ്രമേയം അംഗീകരിക്കുകയും സത്യഗ്രഹം നടത്തുവാൻ കേളപ്പനെ ചുമതലപ്പെടുത്തുകയും ചെയ്തു. കേളപ്പനോടൊപ്പം എ കെ ജി പ്രചാരണ പ്രവർത്തനങ്ങളിൽ പങ്കെടു ത്തു. കണ്ടോത്ത് ക്ഷേത്രസമീപത്തെ പൊതുനിരത്തിൽ പൊതുജന ങ്ങൾക്കു നടക്കുവാനുള്ള സ്വാതന്ത്ര്യം നിഷേധിക്കപ്പെട്ടിരുന്നു. എ കെ ജിയുടെയും കേരളീയന്റെയും നേതൃത്വത്തിൽ ഹരിജനങ്ങളടങ്ങുന്ന ഒരു സംഘം ആളുകൾ ഈ നിരത്തിലൂടെ ജാഥ നടത്തി. എതിരാളികൾ കുറു വടികളും ഉലക്കകളുമായി ജാഥയെ നേരിട്ടു. എ കെ ജിക്കും കേരളീയ നുമടക്കം അനേകംപേർക്ക് പൊതിരെ തല്ലുകിട്ടി. ഇരുവരും ബോധരഹി തരായി ആശുപത്രിയിൽ പ്രവേശിപ്പിക്കപ്പെട്ടു. ഏതായാലും സംഭവത്തിന് വൻതോതിലുള്ള പ്രചാരം ലഭിച്ചു. ഡിസ്ട്രിക്റ്റ് ബോർഡ് അധികാരി കൾ ഇടപെട്ട് പൊതുജനങ്ങൾക്കു സഞ്ചാരസ്വാതന്ത്ര്യം അനുവദിച്ചു കൊണ്ട് ബോർഡു സ്ഥാപിച്ചു.

1931 നവംബർ 1ന് ഗുരുവായൂർ സത്യഗ്രഹം ആരംഭിച്ചു. സത്യഗ്ര ഹത്തിനു മുന്നോടിയായി എ കെ ജി ക്യാപ്റ്റനായി കണ്ണൂരിൽനിന്നും ഗുരുവായൂരിലേക്കു പുറപ്പെട്ട ജാഥ നാട്ടിൽ വലിയ ഉണർവുണ്ടാക്കി. പല ഉയർന്ന ജാതി ഹിന്ദുനേതാക്കളും ഈ പ്രസ്ഥാനത്തെ സ്വാഗതം ചെയ്തു. മന്നത്തു പത്മനാഭൻ, വി ടി ഭട്ടതിരിപ്പാട്, എൻ പി ദാമോദരൻ, കേളപ്പൻ മുതലായ നേതാക്കൾ സത്യഗ്രഹക്യാമ്പിലെത്തി പ്രസംഗം നടത്തി. പല സ്ഥലങ്ങളിൽനിന്നും ആളുകൾ വന്നെത്തി. സത്യഗ്രഹ ക്യാമ്പിലേക്ക് പണവും സാധനങ്ങളും സംഭാവനയായി എത്തി. രാജ്യത്തെ രാഷ്ട്രീയ കാലാവസ്ഥ മാറിക്കൊണ്ടിരുന്നു. പിക്കറ്റിങ്, വിപു ലമായ തോതിലുള്ള വോളണ്ടിയർ പ്രസ്ഥാനം എന്നിവ ഗവൺമെന്റിനു തലവേദനയുണ്ടാക്കി. ദേശീയ പ്രസ്ഥാനത്തെ അടിച്ചമർത്താൻ ഗവൺമെന്റ് നടപടികളാരംഭിച്ചു. കേരളത്തിൽ പല സ്ഥലത്തും അറസ്റ്റ് ആരംഭിച്ചു. എൻ പി ദാമോദരനും കെ കുഞ്ഞുകൃഷ്ണനുമൊപ്പം എ കെ ജി അറസ്റ്റു ചെയ്പ്പെട്ടു. എ കെ ജിയെ ആറു മാസത്തെ കഠിനതട വിനു ശിക്ഷിച്ച് കണ്ണൂർ ജയിലിലടച്ചു. ജയിലിൽ പലപ്പോഴും ക്രൂരമായ മർദനം നേരിടേണ്ടിവന്നു. ജയിലിൽ വച്ച് എ കെ ജി, പി കൃഷ്ണപിള്ള യുമായി സൗഹൃദത്തിലായി. ചന്ദ്രോത്ത്, കെ പി ആർ ഗോപാലൻ എന്നി വരുമായി അടുത്തതും ജയിലിൽ വച്ചാണ്. എ കെ ജിയെ പിന്നീട് കട ലൂർ ജയിലിലേക്കു മാറ്റി.

വില്ലേജ് രാഷ്ട്രീയ സമ്മേളനങ്ങളായിരുന്നു അന്നത്തെ നിയമലംഘന പ്രസ്ഥാനത്തിന്റെ സംഘടനാരൂപം. എ കെ ജി സമ്മേളനങ്ങളുടെ സംഘടനത്തിൽ മുഴുകി. ഇതിനിടെ ഗുരുവായൂർ സത്യഗ്രഹികൾ ക്യാമ്പിലും ക്ഷേത്രപരിസരത്തും ഭജന ആരംഭിച്ചു. ഭജന അനേകമാളു കളെ പ്രസ്ഥാനത്തിലേക്കാകർഷിച്ചു. ആൾക്കൂട്ടം അമ്പലത്തിൽ പ്രവേശിക്കുമെന്ന് അമ്പലം അധികാരികൾ ഭയന്നു. ഭജന പടിഞ്ഞാറേ ഗോപുരത്തിൽ എത്തിയപ്പോൾ ക്ഷേത്രാധികാരികളുടെ ഗുണ്ടകൾ എ

കെ ജിയെ ആക്രമിച്ചു. ജനക്കൂട്ടം കോപാക്രാന്തരായി. ഒരു ലഹള ഭയന്ന് അക്രമികൾ പിന്മാറി. അൽപ്പംകഴിഞ്ഞ് ജനക്കൂട്ടത്തിൽ ചിലർ പത്മനാ ഭർ നമ്പ്യാരുടെ നേതൃത്വത്തിൽ തിരിച്ചടി ആരംഭിച്ചു. ക്ഷേത്രജോലിക്കാർ ഭയന്ന് ക്ഷേത്രമടച്ച് അകത്തിരുന്നു. തുടർന്ന് ജനുവരി 28 വരെ അമ്പലം അടച്ചിട്ടു. ഇക്കാലത്ത് അമ്പല ഗോപുരവാതിൽക്കൽ നടന്നുവന്ന സത്യ ഗ്രഹം 29ന് അമ്പലംതുറന്നപ്പോൾ പുനരാരംഭിച്ചു.

രാഷ്ട്രീയപ്രവർത്തനം ആരംഭിക്കുന്നതിനുമുൻപു തന്നെ എ കെ ജി വിവാഹിതനായിരുന്നു. എന്നാൽ ജയിൽവാസത്തിന്റെയും ജാഥ പിക്ക റ്റിങ് പരിപാടികളുടെയും ഇടയിൽ വളരെ വിരളമായിട്ടേ അദ്ദേഹത്തിന് വീട്ടിൽ ഭാര്യയോടും മറ്റു കുടുംബാംഗങ്ങളോടുമൊപ്പം താമസിക്കുവാൻ കഴിഞ്ഞുള്ളൂ. ക്ഷേത്രപ്രവേശനസത്യഗ്രഹത്തോടെ അച്ഛന്റെയും കുടും ബാംഗങ്ങളുടെയും എതിർപ്പു വർധിച്ചു. ഭാര്യക്കും വീട്ടിൽ നിന്ദയും പരി ഹാസവും സഹിക്കേണ്ടിവന്നു. അവർ എ കെ ജിയോടൊപ്പം പോന്നു. അദ്ദേഹം അവരെ കേളപ്പന്റെ ഹരിജനാശ്രമമായ പാക്കനാർ പുരത്തു കൊണ്ടുപോയി പാർപ്പിച്ചു. എന്നാൽ എ കെ ജി കോഴിക്കോട്ടു പോയി രുന്ന അവസരത്തിൽ അവരുടെ അച്ഛൻ മരിച്ചുവെന്നു കള്ളം പറഞ്ഞ് അമ്മാവൻ കൂട്ടിക്കൊണ്ടുപോയി. പിന്നീട് അവരെ കാണുന്നതിനോ സംസാരിക്കുന്നതിനോ ഉള്ള ശ്രമം പരാജയപ്പെട്ടു. നാലഞ്ചുവർഷത്തി നുശേഷം അവർ വീണ്ടും വിവാഹിതയായി.

നിയമലംഘനപ്രസ്ഥാനം പരാജയപ്പെടാനാരംഭിച്ചു. കോഴിക്കോട്ടും കണ്ണൂരും അപൂർവമായി ഘോഷയാത്രകളും അറസ്റ്റും നടന്നു. കണ്ണൂ രിലെ പിക്കറ്റിങ് സജീവമാക്കാൻ ശ്രമിക്കുന്നതിനിടെ എ കെ ജി വീണ്ടും അറസ്റ്റു ചെയ്യപ്പെട്ടു. കണ്ണൂർ ജയിലിൽനിന്നും അദ്ദേഹത്തെ ഒരു മാസ ത്തിനുള്ളിൽ ബല്ലാരിയിലേക്കുകൊണ്ടുപോയി. എ കെ ജിയോടുള്ള പെരു മാറ്റം ദുർവഹവും മനുഷ്യത്വരഹിതവുമായിരുന്നു. അവർ അദ്ദേഹത്തെ ചങ്ങലയ്ക്കിട്ടു; അവസാനം ഏകാന്തതടവിലാക്കി. ജയിലിൽ നിരാഹാര മനുഷ്ഠിച്ച എ കെ ജി രോഗബാധിതനായി, ആശുപത്രിയിൽ പ്രവേശി പ്പിക്കപ്പെട്ടു. നിരാഹാരത്തിനുശേഷം അദ്ദേഹത്തെ ബി ക്ലാസ് തടവുകാ രനാക്കി വെല്ലൂർജയിലിലേക്കു മാറ്റി. 1933 അവസാനം എ കെ ജി ജയിൽ മോചിതനായി.

1934 ൽ കോൺഗ്രസ് സോഷ്യലിസ്റ്റുപാർട്ടി രൂപീകരിച്ചതു മുതൽ എ കെ ജി അതിൽ പ്രവർത്തിച്ചു. ഇക്കാലത്താണ് അദ്ദേഹം ഇ എം എസ് നമ്പൂതിരിപ്പാടിനെ പരിചയപ്പെട്ടത്. അധികം വൈകാതെ ഇരുവരും ചിരന്തന സുഹൃത്തുക്കളായി. 1934 അവസാനം കേരളത്തിലെ കോൺ ഗ്രസ് പ്രവർത്തകയോഗം ചേർന്ന് പ്രവർത്തനത്തിനായി ഒരു അഡ് ഹോക്കമ്മിറ്റി രൂപീകരിച്ചു. എ കെ ജിയെ ഈ കമ്മിറ്റിയുടെ സെക്രട്ടറി യായി തിരഞ്ഞെടുത്തു.

1935 ൽ തൊഴിലാളിവർഗപ്രസ്ഥാനം മലബാറിൽ മുഴുവൻ വ്യാപിച്ചു. ഇതേകാലത്തു തന്നെ കേരളത്തിൽ കർഷകപ്രസ്ഥാനത്തിനും അടിത്ത

റയിട്ടു. എ കെ ജി പിന്നീട് കേരളാ പ്രദേശ് കോൺഗ്രസ് കമ്മിറ്റി (കെ പി സി സി) യുടെ പ്രസിഡന്റായി തിരഞ്ഞെടുക്കപ്പെട്ടു. കോൺഗ്രസ് യോഗങ്ങളിലും തൊഴിലാളികളുടെ സമ്മേളനങ്ങളിലും പ്രസംഗിക്കുന്നതിനായി അദ്ദേഹം കേരളത്തിലുടനീളം സഞ്ചരിച്ചു. കടുത്ത പട്ടിണി, ഇരുപത്, മുപ്പത് മൈൽ നടപ്പ്, വിശ്രമമില്ലാത്ത പണി ഇതെല്ലാം എ കെ ജിയുടെ ആരോഗ്യത്തെ ഗുരുതരമായി ബാധിച്ചു.

അന്നത്തെ അടിയന്തരപ്രശ്നങ്ങൾ പട്ടിണിയും തൊഴിലില്ലായ്മയും ആയിരുന്നു. എ കെ ജിയും സുഹൃത്തുക്കളും തലശ്ശേരി കളക്ടറുടെ അടുത്തേക്ക് പട്ടിണിജാഥ നയിച്ചു. സബ്കലക്ടർ ജാഥയെ സ്വീകരിച്ച് അതിന്റെ പ്രതിനിധികളോടു സംസാരിച്ചു. കടപ്പുറത്ത് വൈകുന്നേരത്തെ പൊതുയോഗത്തിനുശേഷം കാൽനടജാഥ മദ്രാസിലേക്ക് യാത്രതിരിക്കാൻ തീരുമാനിച്ചു. മലബാർ മുഴുവനും നടന്നു പ്രചാരണത്തിനുശേഷം കണ്ണൂരിൽനിന്നും മദിരാശിയിലേക്കു ജാഥ പുറപ്പെട്ടു. കേരളത്തിലും പുറത്തും ജാഥക്ക് ഉജ്ജലമായ സ്വീകരണങ്ങൾ ലഭിച്ചു. ജാഥ കാൽനടയായി 750 മൈൽ സഞ്ചരിച്ചു. 500 പൊതുയോഗങ്ങൾ നടത്തി; 25000 ലഘുലേഖകൾ വിറ്റു; 500 രൂപ പിരിച്ചെടുത്തു. നിയമസഭാ മന്ദിരത്തിലേക്ക് മാർച്ചുചെയ്ത ജാഥയെ പൊലീസ് തടഞ്ഞു. കെ പി ഗോപാല നോടും കേരളീയനോടുമൊപ്പം എ കെ ജിയും അറസ്റ്റു ചെയ്യപ്പെട്ടു. ഒൻപതു മാസത്തെ തടവിനു വിധിച്ച് എ കെ ജിയെ തൃശ്ശിനാപ്പള്ളി ജയിലിലടച്ചു. ഇത് അദ്ദേഹത്തിന്റെ നാലാമത്തെ ജയിൽവാസം.

തുടർന്ന് കേരളത്തിലുടനീളം പണിമുടക്കിന്റെ കാലഘട്ടമായിരുന്നു. അന്ന് കേരളത്തിൽ നടന്ന എല്ലാ പണിമുടക്കുകളിലും എ കെ ജി പങ്കെടുത്തു. ഇക്കാലത്തു കേരളത്തിൽ നടന്ന പണിമുടക്കുകളിൽ മഹത്താ യതാണ് തിരുവിതാംകൂറിലെ സമരം. പ്രധാന വിപ്ലവകാരികൾ തൊഴിലാളികളും വിദ്യാർഥികളുമായിരുന്നുവെന്നതാണ് ഈ സമരത്തിന്റെ മഹത്വം. തിരുവിതാംകൂറിൽ അഴിച്ചുവിട്ട പൊലീസ്-ഗുണ്ടാ തേർവാഴ്ച എ കെ ജിയെ പ്രകോപിപ്പിച്ചു. അദ്ദേഹത്തിന്റെ നേതൃത്വത്തിൽ കോഴിക്കോട്ടു നിന്നും 1938 സെപ്തംബർ 9ന് ഒരു കാൽനടജാഥ ആരംഭിച്ചു. ആലുവയിൽ എ കെ ജിയും ജാഥ വോളണ്ടിയർമാരും തിരുവിതാംകൂർ അതിർത്തി ലംഘിച്ചു. അവർ അറസ്റ്റു ചെയ്യപ്പെട്ടു. എ കെ ജിയും കുറെ വോളണ്ടിയർമാരും പെരുമ്പാവൂർ ജയിലിൽ അടയ്ക്കപ്പെട്ടു. എ കെ ജിയെ എട്ടു മാസം തടവിനു ശിക്ഷിച്ചു. ജയിൽവിമോചനത്തിനുശേഷം എ കെ ജി വടക്കൻ തിരുവിതാംകൂറിൽ പ്രവർത്തിച്ചു.

എ ഐ സി സി അംഗമെന്ന നിലയ്ക്ക് എ കെ ജിക്ക് കോൺഗ്ര സിന്റെ കാർഷികസമ്മേളനങ്ങളിൽ പങ്കെടുക്കാൻ കഴിഞ്ഞു. അഖിലേ ന്ത്യാ കോൺഗ്രസ് നേതാക്കളും സോഷ്യലിസ്റ്റ് നേതാക്കളും കമ്യൂണിസ്റ്റ് പാർട്ടി നേതാക്കളുമായി പരിചയപ്പെട്ടു. 1938 ൽ ഏപ്രിലിൽ പുനഃപ്രസി ദ്ധീകരണം ആരംഭിച്ച *പ്രഭാതം* പത്രത്തിന്റെ മാനേജർ എന്ന നിലയിൽ ബോംബെയിലും സിലോണിലും സഞ്ചരിച്ച് രാഷ്ട്രീയ പ്രവർത്തനവും

ഒപ്പം ഫണ്ടു പിരിവും നടത്തി. സിലോണിൽനിന്നും എ കെ ജി സിംഗ പ്പൂരിലെത്തി. ഫണ്ടുപിരിവിനൊപ്പം അനേകം പൊതുയോഗങ്ങളിൽ പ്രസംഗിച്ചു. യുദ്ധം തുടങ്ങിയതോടെ എ കെ ജി പൊതുയോഗങ്ങളിൽ പ്രസംഗിക്കുന്നതു വിലക്കുകയും അദ്ദേഹത്തോട് മലയ വിട്ടുപോകാൻ ആവശ്യപ്പെടുകയും ചെയ്തു. ബർമ (മ്യാൻമാർ) വഴി ഇന്ത്യയിലേക്കുള്ള മടക്കയാത്രയിൽ റംഗൂണിൽ ഒരു മാസം തങ്ങി പൊതുയോഗങ്ങളിൽ പ്രസംഗിച്ചു. ഇന്ത്യയിൽ തിരിച്ചെത്തിയ എ കെ ജി; എ ഐ സി സിയുടെ വാർധാ സമ്മേളനത്തിനുശേഷം കേരളത്തിലേക്കു പുറപ്പെട്ടു.

പ്രസിദ്ധമായ പിണറായി സമ്മേളനത്തിൽ കേരളത്തിലെ കോൺ ഗ്രസ് സോഷ്യലിസ്റ്റുപാർട്ടി കമ്യൂണിസ്റ്റുപാർട്ടി ഘടകമായി പ്രവർത്തി ക്കാൻ തീരുമാനിച്ചതോടെ എ കെ ജി മുഴുവൻസമയ കമ്യൂണിസ്റ്റു പ്രവർത്തകനും നേതാവുമായി. പാർട്ടി തീരുമാനപ്രകാരം അദ്ദേഹം തമിഴ്‍നാട്ടിൽപ്പോയി പകുതി ഒളിവിലും പകുതി നിയമവിധേയമായും പ്രവർത്തിക്കാൻ തുടങ്ങി. 1940 മാർച്ച് 1 ന് എ കെ ജി ഒളിവിൽപ്പോയി.

മാർച്ച് 24ന് അദ്ദേഹം തൃശിനിപ്പള്ളിയിൽ അറസ്റ്റിലായി. അദ്ദേഹത്തെ വെല്ലൂർ ജയിലിലെ ഡെറ്റിന്യൂ ക്യാമ്പിൽ പാർപ്പിച്ചു. സെപ്തംബർ 25ന് അദ്ദേഹം നാലു രാഷ്ട്രീയതടവുകാരോടൊപ്പം ജയിൽചാടി. 1945 അവ സാനം എ കെ ജി ഒളിവിൽനിന്നും പുറത്തു വന്നു. പെരിന്തൽമണ്ണയിലെ ഒരു തിരഞ്ഞെടുപ്പു പ്രചാരണസമ്മേളനത്തിൽ പ്രസംഗിച്ചു കഴിയവെ അദ്ദേഹം വീണ്ടും അറസ്റ്റു ചെയ്യപ്പെട്ടു. എന്നാൽ രണ്ടു ദിവസത്തിനു ശേഷം അദ്ദേഹത്തെ വിട്ടയച്ചു. 1947 മാർച്ചിൽ വയനാട്ടിൽ വച്ച് എ കെ ജി വീണ്ടും അറസ്റ്റിലായി.

1947 ആഗസ്റ്റ് 15ന് ഇന്ത്യ സ്വതന്ത്രമായി സ്വാതന്ത്ര്യദിനത്തോടനു ബന്ധിച്ച് കമ്യൂണിസ്റ്റുകാരുൾപ്പെടെയുള്ള എല്ലാ തടവുകാരും 14ന് തന്നെ മോചിതരായി. എന്നാൽ എ കെ ജിയെ മാത്രം വിട്ടയച്ചില്ല. ഇന്ത്യ സ്വാത ന്ത്ര്യത്തിന്റെ പുലരിയിലേക്കുണരുമ്പോൾ എ കെ ജി കണ്ണൂർ ജയിലിൽ ഏകാന്ത തടവിലായിരുന്നു. സെപ്തംബർ 20ന് എ കെ ജി ജയിലിൽ നിരാഹാരം ആരംഭിച്ചു. കണ്ണൂർജയിലിലെ 808 തടവുകാരെ രാഷ്ട്രീയ തടവുകാരായി അംഗീകരിക്കണമെന്നാവശ്യപ്പെട്ടുകൊണ്ടാണ് എ കെ ജി നിരാഹാരം ആരംഭിച്ചത്. ഒക്ടോബർ 12ന് എ കെ ജി ജയിൽമോചിത നായി. ജയിലിൽനിന്നും പുറത്തുവന്നശേഷം നിരാഹാരം അവസാനി പ്പിച്ചു.

1947 ഡിസംബർ 17ന് എ കെ ജി വീണ്ടും അറസ്റ്റിലായി. വെല്ലൂ രിലും ആന്ധ്രയിലെ രാജമുന്ത്രിയിലും അദ്ദേഹത്തെ മാറ്റിമാറ്റി പാർപ്പിച്ചു. പലപ്പോഴും ജയിൽ സാഹചര്യത്തിലും ഏകാന്തതടവിലും പ്രതിഷേധിച്ച് നിരാഹാരസമരം നടത്തേണ്ടിവന്നു. ജയിലുകളിലെല്ലാം ഭീകരമർദനവും ലാത്തിച്ചാർജും ഇക്കാലത്ത് അഴിച്ചു വിട്ടിരുന്നു. എ കെ ജിയെ പാർപ്പി ച്ചിരുന്ന കടലൂർ ജയിലിൽ രണ്ടുപ്രാവശ്യം തടവുകാർക്കുനേരെ വെടി വെപ്പു നടന്നു. ഒരിക്കൽ മൂന്നു തടവുകാർ കൊല്ലപ്പെട്ടു. ജയിലിൽനിന്നും

എ കെ ജി കരുതൽ തടങ്കലിനെതിരായി സുപ്രീം കോടതിയിൽ ഒരു റിട്ടു ഫയൽ ചെയ്തു. ഭരണഘടനയെ അടിസ്ഥാനമാക്കിയായിരുന്നു റിട്ട്. വിചാരണയ്ക്കായി അദ്ദേഹത്തെ കനത്ത പൊലീസ് അകമ്പടിയോടെ ഡൽഹിയിലേക്കു കൊണ്ടുപോയി.

കരുതൽ തടങ്കൽ നിയമവും അതിന്റെ അടിസ്ഥാനത്തിൽ എ കെ ജിയുടെ അറസ്റ്റും ഭരണഘടനാ വിരുദ്ധമാണെന്നായിരുന്നു എ കെ ജി യുടെ ഭാഗത്തിന്റെ വാദം. കോടതി ഈ വാദം അംഗീകരിച്ചില്ല. എന്നാൽ അറസ്റ്റു ചെയ്യപ്പെട്ടയാൾക്ക് കോടതിയെ സമീപിക്കാനവസരം നിഷേധിക്കുന്ന കരുതൽ തടങ്കൽ നിയമത്തിന്റെ 14-ാം വകുപ്പ് ഭരണഘടനയുടെ 22 ഉം 32 ഉം വകുപ്പുകൾ പ്രകാരമുള്ള മൗലികാവകാശ സംരക്ഷണ ത്തിനെതിരാണെന്നും അതുകൊണ്ട് 14-ാം വകുപ്പു ഭരണഘടനാ വിരു ദ്ധമാണെന്നും സുപ്രീംകോടതി വിധിച്ചു. ഈ വിധി പിൽക്കാലത്ത് കരു തൽ തടങ്കലിലാക്കപ്പെട്ടവരുടെ മൗലികാവകാശ സംരക്ഷണത്തിനു സഹായിച്ചിട്ടുണ്ട്.

എ കെ ജി വീണ്ടും മദ്രാസ് ഹൈക്കോടതിയിൽ റിട്ടു നൽകി. തന്റെ കേസ് എ കെ ജി തന്നെ വാദിച്ചു. വിചാരണയവസാനിച്ച ദിവസം തന്നെ കോടതി അദ്ദേഹത്തെ മോചിപ്പിച്ചു. പക്ഷേ, കോടതിവളപ്പിൽ വച്ചുതന്നെ പൊലീസ് അദ്ദേഹത്തെ വീണ്ടും അറസ്റ്റു ചെയ്തു. എ കെ ജി വീണ്ടും റിട്ടു ഫയൽ ചെയ്തു. രണ്ടു ദിവസത്തിനകം അതു വീണ്ടും വിചാരണ ചെയ്യുകയും അദ്ദേഹത്തെ വീണ്ടും വിട്ടയക്കുകയും ചെയ്തു. എ കെ ജിയെ ഇനിയും അറസ്റ്റു ചെയ്യരുതെന്ന് കോടതി പ്രത്യേകം ഉത്തരവിടു കയും ചെയ്തു.

1957 ൽ എ കെ ജി അഖിലേന്ത്യാ കിസാൻസഭയുടെ പ്രസിഡന്റായി തിരഞ്ഞെടുക്കപ്പെട്ടു. 1951 ലെ തിരുവിതാംകൂർ കൊച്ചി അസംബ്ലി തിര ഞ്ഞെടുപ്പിൽ കമ്യൂണിസ്റ്റുപാർട്ടിയും ആർ എസ് പിയും ചേർന്ന ഐക്യ മുന്നണി സ്ഥാനാർഥികൾ വമ്പിച്ച വിജയം നേടിയിരുന്നു. ഇന്ത്യയിൽ 1952 ൽ നടന്ന പൊതുതിരഞ്ഞെടുപ്പിൽ എ കെ ജി കണ്ണൂർ നിയോജകമ ണ്ഡലത്തിൽനിന്നും എതിർസ്ഥാനാർഥി കോൺഗ്രസ് പ്രസിഡന്റ് സി കെ ഗോവിന്ദൻനായരെ ഇരട്ടിയിലധികം വോട്ടുകൾക്കു പരാജയപ്പെടുത്തി ലോകസഭയിലേക്ക് തിരഞ്ഞെടുക്കപ്പെട്ടു. പാർലമെന്റിൽ 31 അംഗകമ്യൂ ണിസ്റ്റ് ഗ്രൂപ്പിന്റെ നേതാവായ എ കെ ജി പ്രതിപക്ഷനേതാവായി. ഇക്കാ ലത്ത് എ കെ ജി റഷ്യയും ചൈനയും സന്ദർശിച്ചു.

1952 സെപ്തംബർ 10ന് എ കെ ജി മുഹമ്മ, ചീരപ്പൻചിറയിലെ കരുണാകരപ്പണിക്കരുടെ മകൾ സുശീലയെ വിവാഹം കഴിച്ചു. കരു ണാകരപ്പണിക്കരുടേത് ഒരു കമ്യൂണിസ്റ്റുകുടുംബമായിരുന്നു. സുശീല പിൽക്കാലത്ത് പാർലമെന്റംഗവും ജനാധിപത്യമഹിളാ അസോസിയേ ഷന്റെ അഖിലേന്ത്യാ നേതാവും, പിന്നെ കേരളത്തിലെ ഇ കെ നായ നാർ മന്ത്രിസഭയിൽ വ്യവസായ മന്ത്രിയുമായിരുന്നു. എ കെ ജി-സുശീല ദമ്പതിമാർക്ക് ഒരു മകളുണ്ടായി. ലൈല. ലൈല ഇപ്പോൾ കമ്യൂണിസ്റ്റു

(മാർക്സിസ്റ്റ്) പാർട്ടി കേന്ദ്രകമ്മിറ്റി അംഗവും പാർലമെന്റംഗവുമായ പി കരുണാകരന്റെ ഭാര്യയാണ്.

ഒന്നാമതു പാർലമെന്റംഗമായിരുന്ന കാലത്ത് എ കെ ജി ഇന്ത്യ മുഴുവൻ സഞ്ചരിക്കുകയും വിവിധ ഭാഗങ്ങളിലെ സമരങ്ങളിൽ പങ്കെടു ക്കുകയും ചെയ്തു.

1969 ൽ കേരള ഗവൺമെന്റ് ഭൂപരിഷ്കരണനിയമം പാസാക്കുന്ന തിൽ എ കെ ജി എടുത്ത മുൻകൈ ചരിത്രത്തിൽ സമാനതകളില്ലാത്ത ഒരു മുന്നേറ്റമാണ്. ഈ നിയമം 1970 ജനുവരി ഒന്നു മുതൽ നടപ്പിൽ വന്നതായി കണക്കാക്കിക്കൊണ്ട് കുടികിടപ്പുകാരന്റെയും കൃഷിക്കാര ന്റെയും അവകാശങ്ങൾ പിടിച്ചെടുക്കുമെന്ന് 1969 ഡിസംബർ മധ്യത്തിൽ ആലപ്പുഴയിൽ ചേർന്ന കർഷകരുടെയും കർഷകത്തൊഴിലാളികളുടെയും മറ്റു പുരോഗമന പ്രസ്ഥാനങ്ങളിലെ പ്രവർത്തകരുടെയും യോഗം തീരു മാനിച്ചു. 1970 ജനുവരി ഒന്നു മുതൽ കേരളത്തിലുടനീളം കുടികിടപ്പു കാർ മിച്ചഭൂമി സമരത്തിലൂടെ നിയമമനുസരിച്ച് തങ്ങൾക്കവകാശപ്പെട്ട ഭൂമി കൈവശപ്പെടുത്തി. അതിക്രൂരമായ മർദനം ഏറ്റുവാങ്ങിക്കൊണ്ടാണ് പലസ്ഥലത്തും ഇങ്ങനെ ചെയ്തത്. സംഘടിത ശക്തികളുടെ സമ്മർദം കൊണ്ടേ കുടികിടപ്പുകാരന്റെ അവകാശം ഭാഗികമായെങ്കിലും നേടിയെ ടുക്കാനാവുകയുള്ളൂ എന്ന് എ കെ ജിയുടെ നേതൃത്വത്തിലുള്ള ഈ സമരം തെളിയിച്ചു.

ദീർഘനാളത്തെ വിശ്രമമില്ലാത്ത രാഷ്ട്രീയപ്രവർത്തനവും ജയിൽ വാസവും മർദനവും എ കെ ജിയെ ഒരു രോഗിയാക്കിയിരുന്നു. 1977 ആരം ഭത്തോടെ രോഗം മൂർഛിച്ച് എ കെ ജി ഗുരുതരാവസ്ഥയിലായി. 1977 മാർച്ച് 22ന് എ കെ ജി അന്തരിച്ചു

രാജാരവിവർമ്മ

രാജാരവിവർമ്മ 1848 ഏപ്രിൽ 29ന് കിളിമാനൂർ കൊട്ടാരത്തിൽ ജനിച്ചു. പിതാവ് പണ്ഡിതനായ എഴുമാവെൽ നീലകണ്ഠൻ ഭട്ടതിരിപ്പാട്. മാതാവ് ഉമയംബ തമ്പുരാട്ടി. കവിയും എഴുത്തുകാരിയുമായിരുന്നു തമ്പുരാട്ടി. അമ്മയിൽ നിന്നുമായിരുന്നു രവിവർമ്മക്ക് ചിത്രരചനയിൽ ആദ്യപ്രചോദനം. ചിത്രകാരിയായി പ്രസിദ്ധയായ മംഗളാഭായി രവിവർമ്മയുടെ സഹോദരിയായിരുന്നു. കുഞ്ഞുനാളിൽത്തന്നെ അമ്മാവനായ രാജരാജവർമ്മ, രവിവർമ്മയുടെ സിദ്ധി കണ്ടറിയുകയും ചിത്രകലയിൽ പ്രാഥമിക പാഠങ്ങൾ അഭ്യസിപ്പിക്കുകയും ചെയ്തു. നന്നേ ചെറിയ പ്രായത്തിൽത്തന്നെ തിരുവിതാംകൂറിലെ ആയില്യം തിരുനാൾ മഹാരാജാവിന്റെ പ്രോത്സാഹനം ലഭിക്കുകയും ചിത്രകലയിൽ ഔപചാരികമായ പരിശീലനം ലഭിക്കുകയും ചെയ്തു.

തന്റെ 14-ാം വയസിൽ തിരുവിതാംകൂർ കൊട്ടാരത്തിൽ താമസിച്ചു എണ്ണഛായ ചിത്രരചന അഭ്യസിക്കുവാൻ രവിവർമ്മയെ തിരുവനന്തപുരത്തേക്കു കൊണ്ടുപോന്നു. വളർച്ചയുടെ പ്രാരംഭഘട്ടത്തിൽ സ്വയം കണ്ടു

പിടിക്കുന്നതിനും പുതിയ സങ്കേതങ്ങളും മാധ്യമങ്ങളും അഭ്യസിക്കുന്ന തിനും രവിവർമ്മക്ക് അനേകം അവസരങ്ങൾ ലഭിച്ചു.

തിരുവിതാംകൂറിൽ ദിവാനായിരുന്ന സർ ടി മാധവറാവു പിന്നീട് ബറോഡയിലെ സായാജിറാവു മഹാരാജാവിന്റെ ശിഷ്യനായി തീർന്നി രുന്നു. രവിവർമ്മയുടെ ചിത്രങ്ങൾ കണ്ട മാധവറാവു ബറോഡയിലെ കൊട്ടാരത്തിലേക്ക് കുറേ ചിത്രങ്ങൾ ആവശ്യപ്പെട്ടു. സായാജിറാവുവിന് രവിവർമ്മയുടെ ശൈലി ഇഷ്ടമായി. 1881 ൽ സായാജിറാവുവിന്റെ കിരീട ധാരണത്തിന് രവിവർമ്മ ക്ഷണിക്കപ്പെട്ടു. ബറോഡയിൽ നാലുമാസത്തെ താമസത്തിനിടെ രാജകുടുംബാംഗങ്ങളുടെ ചിത്രം വരക്കുന്നതിന് രവി വർമ്മ നിയോഗിക്കപ്പെട്ടു. ഈ ചിത്രങ്ങളോടൊപ്പം തന്നെ പുരാണസ ന്ദർഭങ്ങളും രവിവർമ്മ ഇവിടെ വച്ച് വരച്ചു. എണ്ണച്ചായ ചിത്രരചനയിൽ രവിവർമ്മ കൈവരിച്ച തന്മയത്വം അദ്ദേഹത്തിന്റെ കീർത്തി മറ്റു രാജ്യ ങ്ങളിലേക്കും പകരുന്നതിന് ഇട്ടയാക്കി. പിന്നീടുള്ള വർഷങ്ങൾ രവിവർമ്മ ബറോഡയിലും മൈസൂറിലും ഇന്ത്യയുടെ ഇതരഭാഗങ്ങളിലും ചെലവ ഴിച്ചു. ഈ കാലത്ത് അദ്ദേഹത്തിന് തന്റെ വൈദഗ്ധ്യത്തെ വികസിപ്പി ക്കുവാനും മൂർച്ച വരുത്തുവാനും കഴിഞ്ഞു, ഒരു മുതിർന്ന പൂർണ ചിത്ര കാരൻ ഉദയം ചെയ്തു.

രാജാരവിവർമ്മയുടെ തിളക്കമാർന്ന ചിത്രരചനാചര്യ ഇന്ത്യയിലെ കാൽപ്പനിക കലയുടെ ശ്രദ്ധേയമായ ഒരു പഠനമാണ്. മരണാനന്തരം *മോഡേൺ റിവ്യൂ* അദ്ദേഹത്തെ ആധുനിക ഇന്ത്യയിലെ മഹാനായ കലാ കാരൻ എന്നും; ക്ഷയോന്മുഖമായ ചിത്രകലാസപര്യയെ ഏറ്റെടുക്കാൻ ധൈര്യം കാണിച്ച സിദ്ധിയുള്ള ഉന്നതകുലജാതനായ ധാർമികവീര്യമുള്ള രാഷ്ട്ര നിർധാരാവ് എന്നും വിശേഷിപ്പിക്കുകയുണ്ടായി. ബ്രിട്ടീഷ് സാമ്രാ ജ്യത്വവും ഇന്ത്യൻ നാട്ടുരാജാക്കന്മാരും അദ്ദേഹത്തെ നിരന്തരം ആദരി ക്കുകയുണ്ടായിട്ടുണ്ട്. വലിയവില കൂടാതെ വാങ്ങാനാവുന്ന തന്റെ ഈണശ്വ രചിത്രങ്ങളുടെ പകർപ്പുകൾ അനേകം ഭവനങ്ങളുടെ ഭിത്തികളെ അല ങ്കരിക്കുന്നുണ്ട്.

ആദ്യം പരമ്പരാഗത ചിത്രകലയിൽ തഞ്ചാവൂരിൽ വച്ചും പിന്നീട് യൂറോപ്യൻ ചിത്രകലയിലും ലഭിച്ച ചിട്ടയായ പരിശീലനം രവിവർമ്മ യുടെ വിജയത്തിനു സഹായകമായിട്ടുണ്ട്. അദ്ദേഹത്തിന്റെ ചിത്രങ്ങൾ പൊതുവായി മൂന്നുവിഭാഗങ്ങളിൽപ്പെടുന്നു. ഒന്ന് ഛായാചിത്രം, രണ്ട് ഛായാചിത്രം അടിസ്ഥാനമാക്കിയുള്ള കോമ്പോസിഷനുകൾ, മൂന്ന് ഐതിഹ്യങ്ങളും പുരാണങ്ങളും അടിസ്ഥാനമാക്കിയുള്ള നാടകീയമായ കോമ്പോസിഷനുകൾ.

ചിത്രകാരന്റെ അത്യധികമായ ജനപ്രീതി മൂന്നാമത്തെ വിഭാഗം ചിത്രങ്ങളുടെ പേരിലാണെങ്കിലും സംവേദനക്ഷമതയും സാമർഥ്യവും ഉള്ള കലാകാരനാണെന്ന മേന്മ തെളിയിക്കുന്നത് മറ്റു രണ്ടിനങ്ങളിലും പെടുന്ന ചിത്രങ്ങളിലാണ്. എണ്ണ മാധ്യമമായുള്ള ഛായാചിത്രരചനയിൽ രവിവർമ്മയെ മറികടക്കാൻ ഇന്നോളം ആർക്കും കഴിഞ്ഞിട്ടില്ല. പരമ്പരാ

ഗത ചിത്രരചയിതാക്കളിൽ ആധുനികനും ആധുനികചിത്രകാരന്മാരിൽ സയുക്തികനുമായിരുന്നു രാജാരവിവർമ്മ. അദ്ദേഹം പരമ്പരാഗത ഇന്ത്യൻ ചിത്രകലയും സമകാലിക ഇന്ത്യൻ ചിത്രകലയും തമ്മിലും; തഞ്ചാവൂർ സ്കൂളും പാശ്ചാത്യ അക്കാദമിക് റിയലിസവും തമ്മിലും ചൈതന്യവത്തായി ബന്ധപ്പെടുത്തി. ഇന്ത്യൻ ചിത്രകലയെ വിശാലമായ ലോകത്തിന്റെ ശ്രദ്ധയിൽ കൊണ്ടുവന്നു.

1873 ൽ വിയന്നയിൽ താൻ നടത്തിയ ചിത്രപ്രദർശനത്തിൽ ഒരു അവാർഡ് ലഭിച്ചതോടെ രവിവർമ്മക്ക് വ്യാപകമായ അംഗീകാരം ലഭിച്ചു. വിഷയങ്ങൾ തേടി അദ്ദേഹം ഇന്ത്യയിലുടനീളം സഞ്ചരിച്ചു. ഇന്ത്യൻ ചിത്രകലയെ ലോകശ്രദ്ധയിലേക്കാനയിച്ചത് അദ്ദേഹമാണ്. 1893ൽ അമേ രിക്കയിലെ ചിക്കാഗോയിൽ ഒരു അന്താരാഷ്ട്ര ചിത്രപ്രദർശനം സംഘടി പ്പിച്ചിരുന്നു. രവിവർമ്മയുടെ പത്തുചിത്രങ്ങൾ ഈ പ്രദർശനത്തിനുണ്ടാ യിരുന്നു. ഏറെ പ്രശംസിക്കപ്പെട്ട ഈ രചനകൾ ഭാരതത്തിന്റെ പ്രശ സ്തിയും സംസ്കാരവും ലോകത്തിനു മുൻപിൽ തുറന്നുകാട്ടുന്നവയാ യിരുന്നു.

ചിത്രകലയെ ജനകീയവൽക്കരിച്ച് സാമാന്യജനങ്ങളിലേക്ക് എത്തി ക്കണമെന്ന ആശയം രവിവർമ്മക്ക് ആദ്യമേതന്നെ ഉണ്ടായിരുന്നു. അതി നായി ജർമനിയിൽനിന്ന് ആവശ്യമായ മെഷീനുകളും സാങ്കേതികവിദ ഗ്ധരെയും സംഘടിപ്പിച്ച് 1894 ൽ ബോംബെയിൽ അദ്ദേഹം ഒരു കളർ ഓലിയോ ഗ്രാഫ് പ്രസ് സ്ഥാപിച്ചു. ചിത്രങ്ങളുടെ വർണപ്പതിപ്പുകൾ കുറ ഞ്ഞ വിലയ്ക്കു ലഭ്യമായതോടെ സാധാരണക്കാരുടെ ചുവരുകൾ രവി വർമ്മയുടെ ദൈവ-പുരാണ ചിത്രങ്ങൾകൊണ്ട് നിറഞ്ഞുപോന്നു. 1901 ൽ ഈ പ്രസ് അദ്ദേഹം തന്റെ സഹപ്രവർത്തകർക്കു വിട്ടുകൊടുക്കുകയു ണ്ടായി.

1904 ൽ ബ്രിട്ടീഷ് ചക്രവർത്തിക്കുവേണ്ടി വൈസ്രോയിയായിരുന്ന കഴ്സൺപ്രഭു അദ്ദേഹത്തിന് 'കൈസർ-ഇ ഹിന്ദ്' സ്വർണമെഡൽ സമ്മാ നിക്കുകയുണ്ടായി. ആദ്യമായി അദ്ദേഹത്തിന്റെ പേർ രാജാരവിവർമ്മ എന്നു രേഖപ്പെടുത്തപ്പെട്ടത് അപ്പോഴാണ്. 1993 ൽ ചിത്രകലാനിരൂപക യായ രൂപീകാ ചൗളയും ആർട്ടിസ്റ്റ് എ രാമചന്ദ്രനും ചേർന്ന് ന്യൂഡൽഹി യിലെ നാഷണൽ മ്യൂസിയത്തിൽ രവിവർമ്മരചനകളുടെ ഒരു വിപുല മായ പ്രദർശനം സംഘടിപ്പിച്ചു. ഇന്ത്യൻ ചിത്രകലക്ക് രാജാരവിവർമ്മ അർപ്പിച്ച സംഭാവനകളെ പുരസ്കരിച്ച് കേരള ഗവൺമെന്റ് 'രാജാരവി വർമ്മ പുരസ്കാരം' ഏർപ്പെടുത്തുകയുണ്ടായി. കലയുടെയും സംസ്കാ രത്തിന്റെയും മേഖലയിൽ പ്രാവീണ്യം പ്രകടിപ്പിച്ച വ്യക്തിക്ക് ഓരോ വർഷവും നൽകുന്ന ഒന്നാണ് ഈ പുരസ്കാരം.

രാജാരവിവർമ്മയുടെ സ്മരണാർഥം മാവേലിക്കരയിൽ ഒരു ഫൈൻ ആർട്സ് കോളേജ് സ്ഥാപിച്ചിട്ടുണ്ട്. മുല്ലപ്പൂ ചൂടിയ നായർസ്ത്രീ, തമിഴ് മഹിളയുടെ സംഗീതാലാപനം, ശകുന്തളയുടെ പ്രേമവീക്ഷണം, ശകു ന്തളാ പത്രലേഖനം, ഹംസവും ദമയന്തിയും, ഉർവശിയും പുരൂരവസും,

ജഡായൂവധം, ദാ വരുന്നു അച്ഛൻ, ശ്രീരാമപട്ടാഭിഷേകം, വിശ്വാമിത്രനും മേനകയും, സ്നാനം കഴിഞ്ഞ സ്ത്രീ, നർത്തകി, സരസ്വതി, ലക്ഷ്മി, യശോദയും കൃഷ്ണനും, കാദംബരി തുടങ്ങിയവയാണ് അദ്ദേഹത്തിന്റെ ശ്രദ്ധേയമായ ചിത്രങ്ങൾ. വർണവിന്യാസംകൊണ്ടും സാംസ്കാരിക അട യാളങ്ങൾകൊണ്ടും അദ്ദേഹത്തിന്റെ ചിത്രങ്ങൾ ഏറെ പ്രശംസിക്കപ്പെ ട്ടിട്ടുണ്ട്.

മാവേലിക്കരരാജകുടുംബത്തിലെ 'പൂരുട്ടാതിനാൾ ഭാഗീരഥി അമ്മ തമ്പുരാട്ടി ആയിരുന്നു രാജാരവിവർമ്മയുടെ പത്നി. അവർക്ക് രണ്ട് ആൺമക്കളും രണ്ടു പെൺമക്കളും ജനിച്ചു. മൂത്തപുത്രനായ കേരള വർമ്മ 1912 ൽ കാണാതായി. രണ്ടാമത്തെ പുത്രനായ രാമവർമ്മയും ഒരു ചിത്രകാരനായിരുന്നു. മുംബൈയിലെ ജെ ജെ സ്കൂൾ ഓഫ് ആർട്സിൽ അദ്ദേഹം പഠനം നടത്തി. മൂത്തപുത്രി ആയില്യം മഹാപ്രഭ തമ്പുരാട്ടി രണ്ടാമത്തെമകൾ തിരുവാതിരനാൾ കൊച്ചുകുഞ്ഞിതമ്പുരാട്ടി.

മുംബൈയിൽനിന്നും മടങ്ങിയെത്തിയ രാജാരവിവർമ്മ കിളിമാനൂ രിൽ വിശ്രമജീവിതം നയിച്ചു. എന്നാൽ അപ്പോഴും അദ്ദേഹം ചിത്രരചന യിൽ മുഴുകിയിരുന്നു. അനാരോഗ്യം അദ്ദേഹത്തെ അലോസരപ്പെടുത്തി ത്തുടങ്ങി. 1906 ഒക്ടോബർ 2-ാം തീയതി രാജാരവിവർമ അന്തരിച്ചു.

വി ടി ഭട്ടതിരിപ്പാട്

ആയിരത്തിയെണ്ണൂറ്റി തൊണ്ണൂറ്റിയാറ് മാർച്ച് 26ന് പഴയ പൊന്നാനി താലൂക്കിലെ മേഴത്തൂർ വില്ലേജിൽ വെള്ളിത്തിരുത്തിത്താഴത്തില്ലത്തിൽ വി ടി ഭട്ടതിരിപ്പാട് ജനിച്ചു. അച്ഛൻ തുപ്പൻ ഭട്ടതിരിപ്പാട്; അമ്മ ശ്രീദേവി അന്തർജനം. സാമ്പത്തികമായി തകർന്നുകൊണ്ടിരുന്ന ഒരു കുടുംബമായിരുന്നു, വെള്ളിത്തിരുത്തിത്താഴത്ത് ഇല്ലം. അച്ഛൻ തികഞ്ഞ ഈശ്വരവിശ്വാസിയും സദാചാരനിഷ്ഠനുമായിരുന്നു. *ഗീത, ഉപനിഷത്തുക്കൾ, ശങ്കര കീർത്തനങ്ങൾ, ഭാഗവതം* എന്നിവ അദ്ദേഹത്തിനു ഹൃദിസ്ഥമായിരുന്നു. വടക്കേടത്തു നാരായണൻ ഓതിക്കനായിരുന്നു വി ടിയുടെ ആദ്യഗുരുനാഥൻ. ഒൻപതു വയസായതോടെ കേരളത്തിലെ ഒരു പേരുകേട്ട ഇല്ലമായ പാതയ്ക്കരമനയിൽ മേലേടത്തിന്റെ ശിഷ്യത്വം സ്വീകരിച്ചു. അക്കാലത്ത് ഏലങ്കുളം, പുളമണ്ണാകുന്നം, ചങ്ങലേരി, മൂത്തേടം, കാമ്പ്രം, പാറാപ്പെട്ടി, പൊൻപാക്കര എന്നീ വിടങ്ങളിലെ പുരോഗമനേച്ഛുക്കളായ നമ്പൂതിരിമാർ പാതയ്ക്കരമനയിൽ ഇടയ്ക്കിടെ ഒത്തുകൂടാറുണ്ടായിരുന്നു. ഒരു ഇല്ലത്തിന്റേതായ ശുദ്ധാശുദ്ധം പാലിക്കാത്ത ഇവരുടെ സരസഭാഷണങ്ങളും പൊട്ടിച്ചിരികളും തലമുറ തലമുറയായി ആചരിച്ചു പോന്ന ബ്രാഹ്മണ്യത്തിന്റെ ആചര

ക്കെട്ടുകൾ പൊട്ടിക്കുവാൻ പുതുതലമുറയ്ക്കു പ്രചോദനമായി. ഈ പശ്ചാ
ത്തലത്തിലാണ് വി ടി ഭട്ടതിരിപ്പാട് രണ്ടു സഹപാഠികളോടൊപ്പം മേലേട
ത്തിന്റെ കീഴിൽ അഭ്യസനം ആരംഭിച്ചത്. ഏതാണ്ട് രണ്ടു വർഷത്തോള
മായപ്പോൾ മേലേടം അവധിയെടുത്തു പോവുകയും മുനികുറിശ്ശി
കുഞ്ചുണ്ണി നമ്പൂതിരിപ്പാട് പകരം വരികയും ചെയ്തു. കുഞ്ചുണ്ണി നമ്പൂ
തിരിപ്പാട് വിട്ടുപോയപ്പോൾ വി ടി യും ഒപ്പം മുതുകുറിശ്ശിയിലേക്ക് പോന്നു.
അവിടെ വേദാധ്യായനം തുടർന്നു.

17-ാം വയസിൽ ഷൊർണൂരിനടുത്തുള്ള ചുണ്ടമുകശാസ്താം
കോവിലിൽ ശാന്തിവൃത്തി ആരംഭിച്ചു. അക്കാലത്ത് ഒരു പെൺകുട്ടിയിൽ
നിന്നും അക്ഷരം അഭ്യസിച്ചു. പ്രവർത്തനമാരംഭിച്ച് കഷ്ടിച്ച് അഞ്ചു വർഷം
മാത്രമായിരുന്ന 'യോഗക്ഷേമ'ത്തെ സംബന്ധിച്ച അറിവ് വി ടിയെ ആവേ
ശഭരിതനാക്കി. രാഷ്ട്രീയമായി വന്നുകൊണ്ടിരിക്കുന്ന മാറ്റങ്ങളും
അദ്ദേഹത്തെ ആകർഷിച്ചു. ലോകകാര്യങ്ങളറിയാൻ കേരളപത്രികയും,
സമുദായ കാര്യങ്ങളറിയാൻ യോഗക്ഷേമവും അദ്ദേഹം പതിവായി വായി
ച്ചുതുടങ്ങി. ദേശീയപ്രസ്ഥാനവും സാമുദായിക പ്രസ്ഥാനവും പിന്നീട്
വി ടിയുടെ ചിന്തകൾക്ക് പ്രേരകമായി. യോഗക്ഷേമ പ്രസ്ഥാനം ഇന്ത്യൻ
നാഷണൽ കോൺഗ്രസിന്റെ ഒരു കൊച്ചുപതിപ്പാണെന്ന തോന്നൽ ഉള
വാക്കുകയും ചെയ്തു.

വല്ലപ്പുഴ വടക്കിനിയേടത്തു നടന്ന യോഗക്ഷേമസഭയുടെ ഏഴാം
വാർഷികത്തിൽ എ കെ ടി കെ എം നാരായണൻ നമ്പൂതിരിപ്പാട് വായിച്ച
നമ്പൂതിരിമാരുടെ ദുർനടപടികൾ എന്ന ഉപന്യാസവും സമുദായത്തിൽ
ഇംഗ്ലീഷ് വിദ്യാഭ്യാസം സാർവത്രികമാക്കണമെന്നു സമർഥിച്ചുകൊണ്ട്
കിള്ളിമംഗലത്തു നമ്പൂതിരിപ്പാടു നടത്തിയ പ്രസംഗവും സമുദായത്തിൽ
കോളിളക്കം സൃഷ്ടിച്ചു. ബ്രാഹ്മണ്യത്തിന്റെ ആഭിജാത്യം ഞെട്ടിത്തരി
ച്ചുവെങ്കിലും ഈ നവീനപ്രസ്ഥാനത്തിന്റെ പണിപ്പുരകൾ സമുദായമ
ധ്യത്തിൽ അങ്ങിങ്ങു മുളപൊട്ടാൻ തുടങ്ങി. ഇംഗ്ലീഷ് ഭാഷാപഠനം പുരോ
ഗമനത്തിന്റെ ഒരു അവശ്യഘടകമായിത്തീർന്നു.

ഷൊർണൂർ റെയിൽവെസ്റ്റേഷനു സമീപം അന്നുണ്ടായിരുന്ന
ആംഗ്ലോ ഇന്ത്യൻ ക്ലബിൽവച്ച് ഒഴിവുസമയങ്ങളിൽ ഒരു നാട്ടുകാരനായ
റെയിൽവെ ഉദ്യോഗസ്ഥൻ വി ടി ക്ക് ഇംഗ്ലീഷ് പഠിപ്പിച്ചുകൊടുത്തു. ഒള
പ്പമണ്ണ മനക്കാൽ നടന്ന യോഗക്ഷേമസഭയുടെ ചരിത്രപ്രസിദ്ധമായ
എട്ടാം വാർഷികസമ്മേളനത്തിൽ വി ടി പങ്കെടുത്തു. നമ്പൂതിരിമാരുടെ
നവീനവിദ്യാഭ്യാസം, വിവാഹം മുതലായകാര്യങ്ങളിൽ വി ടിക്കു പുതിയ
വെളിച്ചം ലഭിച്ചു.

വി ടി ഭട്ടതിരിപ്പാട് പെരിന്തൽമണ്ണ ഹൈസ്കൂളിലെ ഫസ്റ്റു ഫോറ
ത്തിൽ ചേർന്നു പഠനമാരംഭിച്ചു. എന്നാൽ അധികം താമസിയാതെ പനി
പിടിപെട്ടു കിടപ്പിലായതിനാൽ പഠിത്തം അവിടെ മുറിഞ്ഞുപോയി. 1919 ൽ
ഇടക്കുനിയിൽ നമ്പൂതിരി വിദ്യാലയം ആരംഭിച്ചപ്പോൾ അവിടെ മൂന്നാം
ഫാറത്തിൽ വിദ്യാർഥിയായി ചേർന്നു. സ്കൂൾ പരിസരത്തു തുടങ്ങിയ

'ആനന്ദമഠ'ത്തിന്റെ കീഴിൽ *വിദ്യാർഥി* എന്ന മാസിക സ്വന്തം പത്രാധി പത്യത്തിൽ കല്ലച്ചിൽ അടിച്ചിറക്കി. 1920 ൽ ഒറ്റപ്പാലത്തുനടന്ന മലബാർ ദേശീയ സമ്മേളനത്തിൽ നമ്പൂതിരിവോളണ്ടിയർമാരുടെ നേതൃത്വം വഹിച്ച് പൊലീസിന്റെ തല്ലുകൊണ്ടു.

ഇന്ത്യൻ നാഷണൽ കോൺഗ്രസിന്റെ അഹമ്മദാബാദ് സമ്മേളന ത്തിൽ വി ടി സുഹൃത്തുക്കളോടൊപ്പം പങ്കെടുത്തു. വി ടി പഠിച്ചിരുന്ന ഇടക്കുനി നമ്പൂതിരി വിദ്യാലയത്തിൽനിന്നും അവധി വാങ്ങാതെയാണ് അവർ സമ്മേളനത്തിൽ പങ്കെടുക്കാൻ പോയത്. 1921 ഫെബ്രുവരിയിൽ മടങ്ങിയെത്തിയ വി ടിക്ക് പ്രായശ്ചിത്തം ചെയ്യായ്കയാൽ പഠിത്തം തുട രാനായില്ല.

മലയാളവർഷം 1098 (1923) തൃശൂർ യോഗക്ഷേമം കമ്പനിയിൽ ക്ലാർക്കായി വി ടി ജോലിക്കു ചേർന്നു. ഏറെതാമസിയാതെ മംഗളോ ദയം പ്രസിലേക്കു മാറ്റമായി. മംഗളോദയം യോഗക്ഷേമം കമ്പനിയിൽ ലയിച്ചതുകാരണമായിരുന്നു ഈ മാറ്റം. പ്രൂഫ് റീഡർ, വിൽപ്പനയുടെ ചുമതലക്കാരൻ എന്നീ നിലകളിൽ ജോലി ചെയ്തു. യോഗക്ഷേമസഭ യുടെ മുഖപ്പത്രമായ *യോഗക്ഷേമം* യുവജനസംഘത്തിന്റെ മുഖപ്പത്ര മായ *ഉണ്ണിനമ്പൂതിരി* എന്നീ പ്രസിദ്ധീകരണങ്ങളിലും വി ടി പങ്കെടു ത്തു. യാഥാസ്ഥിതികരുടെ *സുദർശനം* എന്ന പത്രത്തിനെതിരായി *പാ ശുപതം* എന്ന പത്രം തുടങ്ങി. *പാശുപതത്തിൽ രജനീരംഗം* എന്ന പംക്തി കൈകാര്യം ചെയ്തു. അതിലെ കഥകൾ പിൽക്കാലത്ത് *രജനീരംഗം* എന്ന പേരിൽ പ്രസിദ്ധീകരിച്ചു.

1929 ൽ *ഉണ്ണിനമ്പൂതിരി* വാരികയായി പ്രസിദ്ധീകരിച്ചപ്പോൾ പ്രിന്റർ ആൻഡ് പബ്ലിക്കേഷൻ എന്ന ചുമതല വി ടി ഭട്ടതിരിപ്പാടിനായി. നമ്പൂ തിരിയോഗക്ഷേമസഭയുടെ 22-ാം വാർഷികസമ്മേളനം (നമ്പൂതിരി യുവ ജനസംഘത്തിന്റെ 11-ാം വാർഷികവും) ഇടക്കുന്നിയിൽ വടക്കിനിയേ ടത്ത് ശ്രീധരൻ നമ്പൂതിരിപ്പാടിന്റെ ഇല്ലത്തുവച്ച് സമ്മേളിച്ചു. അവിടെ വച്ച് വി ടി രചിച്ച *അടുക്കളയിൽനിന്നും അരങ്ങത്തേക്ക്* എന്ന നാടകം അരങ്ങേറി. സമ്മേളനത്തിൽ നമ്പൂതിരിയുവജനസംഘത്തിന്റെ ഓർഗ നൈസിങ് സെക്രട്ടറിയായി വി ടി തിരഞ്ഞെടുക്കപ്പെട്ടു.

നാടകപ്രചാരണത്തിനും സാമുദായിക പ്രവർത്തനത്തിനുമായി സെക്രട്ടറിസ്ഥാനം ഏറ്റെടുക്കുവാൻ മംഗളോദയത്തിലെ ജോലി ഉപേ ക്ഷിച്ചു. നമ്പൂതിരി വിദ്യാലയത്തിൽ പഠിക്കാൻ ആഗ്രഹമുള്ള നമ്പൂതിരി യുവാക്കളെ സാമ്പത്തികമായി പ്രോത്സാഹിപ്പിക്കുവാനും വിദ്യാഭ്യാസ ത്തിനു പ്രചാരംനൽകുവാനും തൃശൂർ നിന്നും വടക്ക് ചന്ദ്രഗിരിപ്പുഴവരെ ഒരു 'യാചനായാത്ര' നടത്തുവാൻ പദ്ധതി തയാറാക്കി. വി ടിയുടെയും പാണ്ടം വാസുദേവൻ നമ്പൂതിരിയുടെയും നേതൃത്വത്തിൽ ഇരുപത്തി യാറംഗ സംഘം 1931 മാർച്ച് 13 മുതൽ മെയ് 12 വരെ യാചനായാത്ര നടത്തി. ചാക്കും നിത്യോപയോഗസാധനങ്ങളുമടങ്ങിയ സഞ്ചിയും ആയി ട്ടായിരുന്നു യാത്ര. നെല്ലായി ലഭിക്കുന്ന സംഭാവന ശേഖരിക്കുന്നതിനാ

യിരുന്നു ചാക്ക്. കേരളീയ നമ്പൂതിരി ഗൃഹങ്ങളിൽ ഈ യാചനാ യാത്ര
യുടെ പ്രതിധ്വനി മാറ്റൊലിക്കൊണ്ടു. വിദ്യാഭ്യാസത്തിനുള്ള പണവും
കുട്ടികളെയും സമ്പാദിക്കുകയും ചെയ്തു. 1931 ഒക്ടോബർ 21ന് തൃത്താ
ലയ്ക്കടുത്തുള്ള ആലൂരിലെ 'രസികസദന'ത്തിലേക്ക് വി ടി താമസം
മാറ്റി.

പിന്നീട് വി ടി ഗുരുവായൂർ ക്ഷേത്രപ്രവേശന പ്രചാരണത്തിന്
വടക്കേ മലബാറിലെ വിവിധയോഗങ്ങളിൽ പ്രസംഗിക്കുന്ന ചുമതല ഏറ്റെ
ടുത്തു. പൊന്നാനി താലൂക്കിലെ ക്ഷേത്രപ്രവേശന ഹിതപരിശോധ
നയ്ക്കു നേതൃത്വം നൽകി. അയിത്തോച്ചാടനത്തിന് *ഇനി നമുക്ക് അമ്പ
ലങ്ങൾക്കു തീകൊളുത്തുക* എന്ന ലഘുലേഖ പ്രസിദ്ധപ്പെടുത്തിയതിന്
1933ൽ കൊച്ചി രാജാവ് വി ടിക്കെതിരെ അറസ്റ്റുവാറണ്ട് പുറപ്പെടുവിച്ചു.
1935ൽ പട്ടാമ്പിക്കടുത്ത് കൊടുമുണ്ടയിൽ 25 ഏക്കർ സ്ഥലം വിലയ്ക്കു
വാങ്ങി നമ്പൂതിരികുടുംബങ്ങളും മറ്റു ജാതിമതസ്ഥരും ഒരുമിച്ചു താമ
സിച്ചു തൊഴിൽചെയ്യുന്ന ഒരു കോളനി സ്ഥാപിച്ചു. *ഉൽബുദ്ധകേരളം*
എന്ന പത്രം പ്രസിദ്ധീകരിച്ചു. പിന്നീട് തൃത്താല പി സി സി സൊസൈ
റ്റിയിൽ കളക്ഷൻ ഏജന്റായി ജോലി നോക്കി. 1949 ൽ പൊന്നാനി താലൂ
ക്ക് കേന്ദ്രകലാസമിതിയുടെ അധ്യക്ഷനായി. 1950 ൽ കോൺഗ്ര
സിൽനിന്നും രാജിവച്ചു. പിന്നീട് ലേഖനമെഴുത്തും കലാസാംസ്കാരിക
പ്രവർത്തനങ്ങളുമായി കഴിഞ്ഞുകൂടി. 1960 ൽ വി ടി കേരളാ മിശ്രവിവാ
ഹസംഘത്തിന്റെ ആഭിമുഖ്യത്തിൽ കാഞ്ഞങ്ങാട്ടുനിന്നും ചെമ്പഴന്തിവരെ
സാമൂഹിക പരിഷ്കരണജാഥ നയിച്ചു. 1972 ൽ തന്റെ *കണ്ണീരും കിനാവും*
എന്ന കൃതിക്ക് കേരളസാഹിത്യ അക്കാദമി അവാർഡു ലഭിച്ചു. 1976 ൽ
അദ്ദേഹത്തിന് കേന്ദ്രസാഹിത്യ അക്കാദമി ഫെലോഷിപ്പ് ലഭിച്ചു. 1982
ഫെബ്രുവരി 12 ന് വി ടി ഭട്ടതിരിപ്പാട് നിര്യാതനായി. വി ടിയുടെ ഭാര്യ
ശ്രീദേവി അന്തർജനം. മകൻ വി ടി വാസുദേവൻ.

രജനീരംഗം, പോംവഴി എന്നിവയാണ് വി ടിയുടെ പ്രസിദ്ധമായ കഥാ
സമാഹാരങ്ങൾ. *അടുക്കളയിൽനിന്നും അരങ്ങത്തേക്ക്, കരിഞ്ചന്ത (അ
പ്രകാശിതം)* എന്നിവ അദ്ദേഹത്തിന്റെ നാടകങ്ങൾ. *സത്യമെന്നത് ഇവിടെ
മനുഷ്യനാകുന്നു, വെടിവട്ടം, കാലത്തിന്റെ സാക്ഷി, എന്റെ മണ്ണ്* ഇവ
അദ്ദേഹത്തിന്റെ ലേഖനസമാഹാരങ്ങളാണ്. *കണ്ണീരും കിനാവും, ജീവിത
സ്മരണകൾ* എന്നിവ ആത്മകഥകളാണ്. കൂടാതെ *കർമവിപാകം* എന്ന
ആത്മകഥാസമാഹാരവും വി ടി പ്രസിദ്ധീകരിച്ചിട്ടുണ്ട്.

കുമാരനാശാൻ

കൊല്ലവർഷം 1048 (1873) മേടമാസം ഒന്നാംതീയതി തിരുവ നന്തപുരം ജില്ലയിൽ കായിക്കര എന്ന ഗ്രാമത്തിൽ തൊമ്മൻ വിളാ കത്തുവീട്ടിൽ കുമാരനാശാൻ ജനി ച്ചു. പിതാവ് നാരായണൻ. മാതാവ് കൊച്ചുപെണ്ണ് എന്നു വിളിച്ചുവന്ന കാളിയമ്മ. പിതാവ് ഈഴവസമുദാ യത്തിലെ ഒരു മാന്യനും സാമാന്യം ജീവിതസൗകര്യങ്ങളുള്ള ആളുമാ യിരുന്നു. മലയാളത്തിൽ നല്ല ജ്ഞാനവും തമിഴിൽ സാമാന്യപ രിജ്ഞാനവുമുള്ള നാരായണൻ സോപാന സമ്പ്രദായത്തിലെ നല്ല ഒരു പാട്ടുകാരനും ഭക്തിപ്രധാനങ്ങ

ളായ ഏതാനും ഗാനങ്ങളുടെ രചയിതാവും ആയിരുന്നു. അമ്മയ്ക്ക് ഔപ ചാരികമായ വിദ്യാഭ്യാസമില്ലായിരുന്നുവെങ്കിലും *രാമായണം, ഭാഗവതം, മഹാഭാരതം* മുതലായവ കുട്ടികളെ പറഞ്ഞു പഠിപ്പിക്കുന്നതിനു വേണ്ടുന്ന അറിവു നേടിയിരുന്നു.

ഏഴാമത്തെ വയസിൽ കുമാരൻ (കെ എൻ കുമാരു) സ്ഥലത്തെ ഒരു എഴുത്താശാൻ നടത്തിയിരുന്ന കുടിപ്പള്ളിക്കൂടത്തിൽ ചേർന്നു. എഴു താനും വായിക്കാനും കണക്കുകൂട്ടാനും ആ ബാലൻ അനായാസമായി പഠിച്ചു. അതിനുശേഷം സംസ്കൃതം പഠിക്കാൻ നിയോഗിക്കപ്പെട്ടു. ഉട

യാൻകുഴി കൊച്ചുരാമൻ വൈദ്യൻ എന്ന സംസ്കൃത പണ്ഡിതന്റെ കീഴി ലായിരുന്നു സംസ്കൃതപഠനം. *അമരകോശം, സിദ്ധരൂപം* മുതലായ ആദ്യ പാഠത്തിനുശേഷം *ശ്രീരാമോദന്തം, ബാലപ്രബോധനം, ശ്രീകൃഷ്ണവി ലാസം* മുതലായവ പഠിച്ചുതീർത്തു. തുടർന്നു കുറച്ചുകാലം വിദ്യാഭ്യാസം തുടരാൻ കഴിഞ്ഞില്ല. പിന്നീട് അശാന്തമായ മനസുമായി ക്ഷേത്രദർശനം നടത്തിയും, സ്തോത്രകൃതികൾ വായിച്ചുകൊണ്ടും അലഞ്ഞുനടക്കുക യായിരുന്നു. ഒന്നോരണ്ടോ വർഷങ്ങൾക്കുശേഷം വീടിനടുത്ത് ഒരു സർക്കാർ സ്കൂൾ സ്ഥാപിതമായതോടെ പഠനം തുടർന്നു. നാലുവർഷം അതായത് 14 വയസു തികയുന്നതുവരെ അവിടെ പഠിച്ചു. അതിനുശേഷം അതേ സ്കൂളിൽ തന്നെ അധ്യാപകനായി നിയമിക്കപ്പെട്ടു. എന്നാൽ നില വിലുള്ള നിയമമനുസരിച്ച് അധ്യാപകനായിരിക്കുന്നതിനുള്ള വയസു തിക യാതിരുന്നതിനാൽ സ്കൂളിൽനിന്നും വിരമിക്കേണ്ടിവന്നു.

ഏതെങ്കിലും ഒരു ജോലി ആവശ്യമായിരുന്ന കുമാരു സമീപത്തുള്ള ഒരു കച്ചവടക്കാരന്റെ കണക്കെഴുത്തു ജോലിയിൽ പ്രവേശിച്ചു. കുട്ടി ക്കാലം മുതൽക്കുതന്നെ ആശാന് ഏകാന്തതയോട് ആഭിമുഖ്യമുണ്ടാ യിരുന്നു. അവസരം കിട്ടുമ്പോഴെല്ലാം മറ്റുള്ളവരിൽനിന്നുമകന്ന് ഏകാ ന്തതയിൽ മനോരാജ്യങ്ങളിൽ മുഴുകി ശോകഭാവത്തിൽ കഴിച്ചുകൂട്ടി. ഈ പ്രകൃതത്തിന് മാറ്റമുണ്ടാക്കുവാൻ ആരു ശ്രമിച്ചിട്ടും സാധ്യമായില്ല. വായനാശീലമായിരുന്നൂ കുമാരുവിന്റെ മറ്റൊരു പ്രത്യേകത.

കണക്കെഴുത്തിൽ ഒതുങ്ങിക്കൂടുവാൻ കുമാരു തയാറായിരുന്നില്ല. നെടുങ്ങണ്ടയിൽ വിജ്ഞാനസന്ദായിനി എന്ന പേരിൽ കണമ്പൂർ ഗോവി ന്ദനാശാൻ ആരംഭിച്ച പാഠശാലയിൽ കുമാരു ചേർന്നു. ബുദ്ധിശക്തിയും വിജ്ഞാനാഭ്യഷ്ണയുമുള്ള കുമാരുവിനെ പഠിപ്പിക്കുന്നത് അഭിമാനമായി കരുതിയ ഗോവിന്ദനാശാൻ കുമാരുവിൽനിന്നും ഫീസ് ഒന്നും വാങ്ങി യില്ല. യൗവനത്തിലേക്കു കാലുകുത്തുന്ന ഈ ഘട്ടത്തിൽ കുമാരു പദ്യ രചനയും സമസ്യാപൂരണങ്ങളും ആരംഭിച്ചു. പദ്യരചനയിൽ മാത്രമല്ല നാടകരചനയിലും ഇക്കാലത്ത് കുമാരു ഉത്സാഹം കാണിച്ചിരുന്നു. അദ്ദേ ഹത്തിന്റെ *ഉഷാകല്യാണം* എന്ന നാടകം പലവുരു അരങ്ങിൽ അവത രിപ്പിക്കപ്പെടുകയും ചെയ്തു. ഗോവിന്ദനാശാന്റെ കീഴിലുള്ള പഠനവും ഇടയ്ക്കുവച്ചു നിന്നുപോയി. ഇത്രമാത്രം അറിവും ആലോചനാ ശീല വുമുള്ള ഒരു ശിഷ്യന് ഇനിയും തന്നിൽനിന്നും ഒന്നും പഠിക്കാനില്ലെന്നു പറഞ്ഞ് ഗുരു അനുഗ്രഹിച്ചു പറഞ്ഞയക്കുകയാണുണ്ടായതത്രെ.

സമുദായത്തിൽ ആത്മീയവും സാമൂഹികവുമായ ചലനങ്ങൾ സൃഷ്ടിച്ചുകൊണ്ട് സഞ്ചരിക്കുന്നതിനിടയിൽ ശ്രീനാരായണഗുരു കായി ക്കരയിൽ കുമാരുവിന്റെ വീട്ടിൽനിന്നും ആതിഥ്യം സ്വീകരിച്ചിട്ടുണ്ട്. എന്നാൽ സ്വാമികളെ സമീപിക്കുന്നതിനുള്ള അവസരം കുമാരുവിന് ലഭി ച്ചില്ല. അങ്ങനെയിരിക്കെ ഒരു ക്ഷേത്രപരിസരത്തുവച്ച് ഗുരുവിനെ നേരി ട്ടുകാണുകയും കുമാരുവിന്റെ കവിതകൾ കാണുന്നതിനു ഗുരു താൽപ്പര്യം പ്രകടിപ്പിക്കുകയും ചെയ്തു. കവിതയിൽ സന്തുഷ്ടിപ്രകടി

പ്പിച്ച ഗുരുവിന് കുമാരുവിനോട് വാത്സല്യം തോന്നി. കുറേനാളുകൾ കഴിഞ്ഞ് മാതാപിതാക്കളുടെ അനുമതിയോടെ കുമാരു ശ്രീ നാരായണ ഗുരു സ്വാമികളുടെ അടുത്തേക്കുപോവുകയും അരുവിപ്പുറം ആശ്രമ ത്തിൽ താമസമാക്കുകയും ചെയ്തു. ആശ്രമത്തിന്റെ ചിട്ടയനുസരിച്ച് കുമാരു തന്റെ ജീവിതം ചിട്ടപ്പെടുത്തി. നേരത്തേ പരിചയപ്പെട്ടിരുന്ന തമിഴ്ഭാഷ ഇവിടെ വച്ചാണ് അദ്ദേഹം കൂടുതൽ പഠിച്ചത്. സംസ്കൃത ത്തിലെ കാവ്യങ്ങളും ദാർശനിക ഗ്രന്ഥങ്ങളും അദ്ദേഹം ഇവിടെവെച്ച് ധാരാളം വായിച്ചു. ചട്ടമ്പിസ്വാമിയെ ഇടയ്ക്കിടെ കാണുവാനുള്ള അവ സരം ഇവിടെവെച്ച് അദ്ദേഹത്തിനു ലഭിച്ചു. എത്ര കഠിനമായ ആശയവും ലഘുവായി പറഞ്ഞു മനസിലാക്കിക്കൊടുക്കുവാൻ ചട്ടമ്പിസ്വാമികൾക്ക് അന്യാദൃശമായ കഴിവുണ്ടായിരുന്നു. അങ്ങനെ വേദാന്തവിഷയങ്ങളിൽ നല്ല പാണ്ഡിത്യം നേടുവാൻ കുമാരുവിനു മികച്ച സാഹചര്യം ലഭിച്ചു. കുമാരുവിന്റെ ഹൃദയം ഭക്തിഭാവംകൊണ്ടു നിറഞ്ഞു.

വേദാന്തവും ഭക്തിഭാവവും ഒരുമിച്ചു ചേർന്ന് കുമാരുവിന്റെ മനസിൽ ലൗകിക വിഷയങ്ങളിൽ വിരക്തി ഉളവായി. ഭക്തിഭാവത്തിൽ മനസു റച്ചു. ഭക്തിഭാവഭരിതമായ കൃതികൾ രചിക്കുന്നതിന് അദ്ദേഹം തന്റെ സർഗവാസനയെ വിനിയോഗിച്ചു. കുമാരു ശ്രീനാരായണഗുരുവിന്റെ സ്തോത്രരചനാ ശൈലിയുടെ സ്വാധീനത്തിലാവുകയുംചെയ്തു. 1893 ൽ കുമാരു തന്റെ *ശങ്കരശതകം* രചിച്ചു. പിന്നീട് *ഭക്തവിലാപം* എന്ന നാരാ യണഗുരുഭക്തിപ്രധാനമായ കവിതയും രചിക്കുകയുണ്ടായി.

ശ്രീനാരായണഗുരു കുമാരുവിനെ ഉപരിവിദ്യാഭ്യാസത്തിനായി ബംഗ്ലൂരിൽ ഡോ. പൽപ്പുവിന്റെ അടുത്തേക്കയച്ചു. അവിടത്തെ ശ്രീരാമ രാജേന്ദ്ര സംസ്കൃതകോളേജിൽ അദ്ദേഹം പഠനം തുടർന്നു. ന്യായം, വ്യാകരണം, അലങ്കാരം എന്നിവയായിരുന്നു മുഖ്യവിഷയങ്ങൾ. ഇക്കാ ലത്ത് കുമാരനാശാൻ ശങ്കരാചാര്യരുടെ *സൗന്ദര്യലഹരി* കൃഷ്ണമിത്രന്റെ *പ്രബോധനചന്ദ്രോദയം* എന്നീ സംസ്കൃതകൃതികളുടെ പരിഭാഷ നിർവ ഹിച്ചു. *കളകണ്ഠഗീതം* എന്ന ലഘു കാവ്യം രചിക്കുന്നതും ഇവിടെ വച്ചുതന്നെയാണ്.

ബംഗ്ലൂരിൽ കുമാരനാശാന് പഠനം പൂർത്തിയാക്കാൻ കഴിഞ്ഞില്ല. സനാതനഹിന്ദുക്കൾ മാത്രം പഠിക്കുന്ന ഒരു സ്ഥാപനമായിരുന്നു ശ്രീരാമ രാജേന്ദ്രസംസ്കൃത കോളേജ്. കുമാരനാശാൻ അബ്രാഹ്മണനാണെന്ന വസ്തുത വെളിപ്പെടുത്തിക്കൊണ്ട് മൂന്നാം വർഷ വിദ്യാർഥികൾ ചിലർ ഗവൺമെന്റിൽ പരാതിപ്പെട്ടു. അതിന്റെ അടിസ്ഥാനത്തിൽ കുമാരനെ കോളേജിൽനിന്നും പിരിച്ചുവിട്ടു. ബംഗ്ലൂരിൽനിന്നും ഡോ. പൽപ്പു മദ്രാ സിൽ തന്റെ മിത്രമായ നഞ്ചുണ്ടറാവുവിന്റെ അടുക്കലേക്ക് അയച്ചു. എന്നാൽ അവിടെയും പഠനം തുടരാൻ സാഹചര്യം കുമാരനാശാനെ അനുവദിച്ചില്ല. നഞ്ചുണ്ടറാവു കുമാരനാശാനെ കൽക്കത്തയിലേക്കയ ക്കുകയും അവിടെ സംസ്കൃതകോളേജിൽ ചേർന്നു പഠിക്കുന്നതിന് സൗകര്യം ഒരുക്കുകയും ചെയ്തു.

കൽക്കടയിലും ന്യായശാസ്ത്രമായിരുന്നു കുമാരന്റെ ഐച്ഛിക വിഷയം. വ്യാകരണവും കാവ്യവും അദ്ദേഹം പഠിച്ചിരുന്നു. സംസ്കൃത ത്തിൽ അനായാസമായി സംഭാഷണം നടത്തുവാൻ ഇവിടെവെച്ച് ആശാൻ ശീലിച്ചു. ചില സംസ്കൃത ശ്ലോകങ്ങളും അദ്ദേഹം രചിക്കുകയുണ്ടായി. ഈശ്വരചന്ദ്രവിദ്യാസാഗർ പ്രിൻസിപ്പലായിട്ടുള്ള ഈ സംസ്കൃതകോ ളേജിൽ വിജ്ഞാനത്തിന്റെ അന്തരീക്ഷം തുടിച്ചു നിന്നിരുന്നു. ഈ വിദ്യാ ലയം ആശാന്റെ ലോകവീക്ഷണത്തിൽ അസാമാന്യമായ വികാസം വരുത്തി. ഇക്കാലത്ത് കുമാരനാശാന്റെ ഇംഗ്ലീഷ് പരിജ്ഞാനവും പരി പുഷ്ടമായി.

നവോത്ഥാനത്തിന്റെ ചലനങ്ങൾകൊണ്ട് ബംഗാൾ അന്നു സജീവ മായിരുന്നു. ഈ ചലനങ്ങൾക്കു കുമാരനാശാനും വിധേയനായി. സമു ദായ പരിഷ്കരണത്തിന്റെ ആദർശങ്ങൾ, കാൽപ്പനിക കവിതാശൈലി കൾ, ആദ്ധ്യാത്മിക ചിന്തകൾ എന്നിവയുമായി കുമാരനാശാൻ ഗാഢ പരിചയം നേടി. കൽക്കടയിലെ താമസത്തിനുശേഷം 1900 ൽ ആശാൻ നാരായണഗുരുവിന്റെ അടുക്കലേക്കു മടങ്ങിയെത്തി. 1903 വരെയും അദ്ദേഹം അരുവിപ്പുറത്തു ശാന്തമായി താമസിച്ചു. അക്കാലത്ത് *മൃത്യു ഞ്ജയം, വിചിത്ര വിജയം* എന്നീരണ്ടു നാടകങ്ങൾ അദ്ദേഹം രചിച്ചു.

ശ്രീനാരായണഗുരു സ്ഥിരം അധ്യക്ഷനായി 1903 ൽ എസ് എൻ ഡി പി യോഗം ആരംഭിച്ചപ്പോൾ കുമാരനാശാൻ കാര്യദർശിസ്ഥാന ത്തേക്കു നിയുക്തനായി. ആശാന്റെ പത്രാധിപത്യത്തിൽ 1904 ൽ *വിവേ കോദയം* എന്ന മാസിക പ്രസിദ്ധീകരണം ആരംഭിച്ചു. ഉപരിവിദ്യാഭ്യാ സത്തിനുശേഷം അരുവിപ്പുറത്ത് എത്തിയതോടെ ആശാന്റെ കാവ്യപ്ര മേയം ഭക്തിയായി മാറി. അതിന്റെ ഫലമാണ് ആശാന്റെ സ്തോത്രകൃ തികൾ. 1901 ൽ അദ്ദേഹം *ശിവസ്തോത്രമാല* എന്ന കൃതി പ്രസിദ്ധീക രിച്ചിരുന്നു.

തിരക്കിട്ട പരിപാടികളാണ് ആശാന് ഇക്കാലത്തുണ്ടായിരുന്നത്. എസ് എൻ ഡി പി യോഗം ജനറൽ സെക്രട്ടറി എന്ന നിലയിൽ സംഘടനാ പ്രവർത്തനവും യാത്രയും പ്രസംഗപരിപാടികളും, യോഗത്തിന്റെ വര വുചെലവു കണക്കുകളും റിപ്പോർട്ടുകളും തയാറാക്കുക, വിവേകോദയ ത്തിനാവശ്യമായ ജോലികൾ എന്നിവയെല്ലാം അദ്ദേഹം ചെയ്തുകൊ ണ്ടിരുന്നു. സംഘടനാ പ്രവർത്തനങ്ങളിൽ മുഴുകി നിരന്തരം സഞ്ചരിച്ചു കൊണ്ടിരുന്ന കാലത്താണ് ആശാൻ പാലക്കാട്ടുവച്ച് 1907 ൽ *വീണപൂവ്* എന്ന ഖണ്ഡകാവ്യം രചിച്ചത്. ഇത് മൂർക്കോത്തുകുമാരൻ പത്രാധിപ രായ *മിതവാദിയിൽ* പ്രസിദ്ധീകരിക്കപ്പെട്ടു. പിന്നീട് അതു ഭാഷാപോഷി ണിയിൽ അതിന്റെ പത്രാധിപരുടെ ആവശ്യപ്രകാരം വീണ്ടും പ്രസിദ്ധീക രിച്ചു. അതിനെത്തുടർന്ന് കേരളവർമ്മ വലിയകോയിത്തമ്പുരാൻ അതിനെ താൻ പ്രസിദ്ധപ്പെടുത്തിയ പദ്യപാഠാവലിയിലേക്കു തിരഞ്ഞെടുത്തു.

വിവേകാനന്ദന്റെ *രാജയോഗവും മൈത്രേയി, മനശ്ശക്തി* എന്നീ കൃതി കളും ആശാൻ ഇംഗ്ലീഷിൽനിന്നും പരിഭാഷപ്പെടുത്തി. 1903 ൽത്തന്നെ ആരംഭിച്ച *ശ്രീബുദ്ധചരിതവിവർത്തനം* ഇടയ്ക്കു മുടങ്ങിപ്പോയിരുന്നു.

1913 ൽ അതു പുനരാരംഭിക്കുകയും *വിവേകോദയം* മാസികയിൽ പ്രസി ദ്ധീകരിക്കുകയും ചെയ്തു. ഇതിനിടെ 1911 ൽ *നളിനി* പ്രസിദ്ധീകരിച്ചു. 1916 ൽ *ശ്രീബുദ്ധചരിതത്തിന്റെ* ആദ്യഖാണ്ഡങ്ങൾ പുസ്തകരൂപത്തിൽ പുറത്തുവന്നു. 1919 ൽ *ഗ്രാമവൃക്ഷത്തിലെ കുയിൽ, പ്രരോദനം* എന്നീ കൃതികളും 1920 ൽ *ചിന്താവിഷ്ടയായ സീതയും* 1923ൽ *ദുരവസ്ഥയും ചണ്ഡാലഭിക്ഷുകിയും* 1924 ൽ *കരുണയും* രചിക്കുകയുണ്ടായി. കേരള ത്തിലെ കവികളുടെ ഇടയിൽ കുമാരനാശാൻ അദ്വിതീയനായി. *പുഷ്പ വാടി, മണിമാല, വനമാല* എന്നീ സമാഹാരങ്ങളിലെ ലഘുകവിതകളുടെ രചനയും ഇക്കാലത്തുണ്ടായതാണ്.

1911 ൽ കുമാരനാശാന്റെ മാതാവ് മരണമടഞ്ഞു. *ഒരു അനുതാപം* അമ്മയുടെ വേർപാടിനെത്തുടർന്ന് എഴുതിയതാണ്. 1913 ജൂണിൽ അദ്ദേഹം ശാരദാബുക്ക് ഡിപ്പോ സ്ഥാപിച്ചു. 1913 ആഗസ്റ്റിൽ അദ്ദേഹം ഭാനുമതി അമ്മയെ വിവാഹം കഴിച്ചു. 1920 ൽ കുമാരനാശാൻ എസ് എൻ ഡി പി യോഗം സെക്രട്ടറി സ്ഥാനത്തുനിന്നും വിരമിച്ചു. എന്നാൽ ജീവിതകാലം മുഴുവനും അദ്ദേഹം യോഗം പ്രവർത്തനങ്ങളിൽ പങ്കെടു ത്തുകൊണ്ടിരുന്നു. മലയാളത്തിന്റെ മഹാകവി എന്ന നിലയിൽ മദ്രാസ് സർവകലാശാല ശുപാർശ ചെയ്തതനുസരിച്ച് 1922 ജനുവരി 13-ാം തീയതി ഇംഗ്ലണ്ടിലെ വെയ്ത്സ് രാജകുമാരൻ കുമാരനാശാനു 'പട്ടും വളയും' സമ്മാനിച്ചു.

1913 മുതൽ കുമാരനാശാൻ ശ്രീമൂലം പ്രജാസഭയിൽ അംഗമായി രുന്നു. 1920 ൽ ആദ്യമായി അദ്ദേഹത്തെ ശ്രീചിത്രാ സ്റ്റേറ്റ് അസംബ്ലിയി ലേക്ക് നാമനിർദേശം ചെയ്തു. എസ് എൻ ഡി പി സെക്രട്ടറി സ്ഥാനം ഒഴിഞ്ഞതോടെ അദ്ദേഹം *വിവേകോദയം* മാസികയുടെ പത്രാധിപസ്ഥാ നത്തുനിന്നും വിരമിക്കുകയുണ്ടായി. പിന്നീട് കൊച്ചിയിൽ ചെറായി എന്ന സ്ഥലത്തുനിന്നും ആശാന്റെ പത്രാധിപത്യത്തിൽ *പ്രതിഭ* എന്ന പേരിൽ ഒരു മാസിക പ്രസിദ്ധീകരിക്കപ്പെട്ടു. സാഹിത്യപരമായ ഒട്ടനവധി വിഷ യങ്ങളും ഇതരവിഷയങ്ങളും ഈ മാസികയുടെ മുഖപ്രസംഗപംക്തിയി ലൂടെ ആശാൻ ചർച്ച ചെയ്തിട്ടുണ്ട്.

കേരളത്തിലെ ഒരു പ്രമുഖ സാമുദായിക സംഘടനയുടെ സ്ഥാപക സെക്രട്ടറി എന്ന നിലയിലും സാമൂഹികവളർച്ചയിൽ പിന്നോക്കം തള്ള പ്പെട്ടുപോയ എല്ലാ ജനവിഭാഗങ്ങളുടെയും പ്രതിനിധി എന്ന നിലയിലും ആശാൻ ദീർഘകാലം അനുഷ്ഠിച്ച സേവനം ഈ നാടിന്റെ പുരോഗതി യുടെ ചരിത്രത്തിലെ സുവർണ രേഖകളാണ്. നിയമസഭാതലത്തിലും മറ്റും ആശാൻ ചെയ്തിട്ടുള്ള പ്രസംഗങ്ങൾ അദ്ദേഹത്തിന്റെ ആശയപ്ര കടനശക്തിക്കും വാഗ്മിത്വത്തിനും ദൃഷ്ടാന്തമാവുന്നു.

ഇങ്ങനെ മഹാകവി, ചിന്തകൻ, നിർഭയനായ വിമർശകൻ, പ്രക്ഷോ ഭകാരി, നിസ്വാർഥനായ ജനസേവകൻ, പ്രഗത്ഭനായ പ്രഭാഷകൻ നിയ മസഭാ സാമാജികൻ, ധീരനായ പത്രാധിപർ എന്നീ നിലകളിൽ കേരള ത്തിന്റെ സാംസ്കാരിക അന്തരീക്ഷത്തിൽ തിളങ്ങിനിൽക്കെ 1924 ൽ (1099 മകരം 3-ാം തീയതി) പല്ലനയാറ്റിലെ ബോട്ടപകടത്തിൽപ്പെട്ട് കുമാ രനാശാൻ അന്തരിച്ചു.

ലളിതാംബിക അന്തർജനം

കൊട്ടാരക്കര കോട്ടവട്ടത്ത്
1909 മാർച്ച് 30 ന് ലളിതാംബിക
അന്തർജനം ജനിച്ചു. ഒൻപതു കുട്ടി
കൾക്കിടയിൽ ഒരേ ഒരു പെൺകുട്ടി
യായി ലളിതാംബിക വളർന്നു.

സമൂഹവും രാഷ്ട്രം മുഴുവനും
മാറ്റത്തിന്റെ നെരിപ്പോടിലായിരുന്ന
ഒരു കാലയളവിലായിരുന്നു ലളിതാം
ബിക വളർന്നുവന്നത്. എന്നാൽ ഈ
മാറ്റങ്ങളുടെ ശംഖനാദം കോട്ടവട്ടത്തു
കുടുംബത്തിന്റെ കോട്ട കൊത്തളങ്ങ
ളുടെ ഇരുളിലേക്ക് അരിച്ചെത്തിയിരു
ന്നില്ല. ആ അന്തരീക്ഷത്തെ അനു
സ്മരിപ്പിച്ചുകൊണ്ട് ലളിതാംബിക

എഴുതുന്നത്, പതിനഞ്ചു വയസിനുശേഷം താൻ "വീടെന്ന കോട്ടയ്ക്കു
ള്ളിൽ കൂട്ടിലടയ്ക്കപ്പെട്ട കിളിയുടെ അവസ്ഥ"യിൽ വളർന്നുവന്നുവെ
ന്നാണ്.

ലളിതാംബികയെ രക്ഷിതാക്കൾ മലയാളവും സംസ്കൃതവും അഭ്യ
സിപ്പിച്ചു. പരമ്പരാഗതരീതിയിൽ ഒറ്റമുണ്ടുടുത്ത് മാറുമറയ്ക്കാതെ അന്തഃ
പുരത്തുനടക്കുന്ന പതിവിനു പകരം പാവാടയും മേലാടയും ധരിച്ച്
പുറത്തു നടക്കുന്നതിനുള്ള സ്വാതന്ത്ര്യം കുട്ടിയായ ലളിതാംബികയ്ക്ക്
അനുവദിക്കപ്പെട്ടിരുന്നു. എന്നാലിത് പ്രായപൂർത്തിയെത്തുന്നതുവരെ

മാത്രം. അതിനുശേഷം വിവാഹംവരെ അവരുടെ ജീവിതം അന്തഃപുര ത്തിനുള്ളിൽ ഒതുക്കിനിറുത്തപ്പെട്ടു.

1927 ൽ ലളിതാംബിക അന്തർജനം വിവാഹിതയായി. ഭർത്താവ് നാരായണൻ നമ്പൂതിരി. വിവാഹിതയാകുന്നതിന് ഒരു വർഷം മുൻപു തന്നെ കേരളത്തിൽ നമ്പൂതിരിസമുദായത്തിൽ നിലനിന്നിരുന്ന അനാ ചാരങ്ങൾ അവസാനിപ്പിക്കുന്നതിനും ആചാരങ്ങൾ പരിഷ്കരിക്കുന്ന തിനുംവേണ്ടി രൂപംകൊണ്ടിരുന്ന പരിഷ്കരണ പ്രസ്ഥാനങ്ങൾ കോട്ടവ ട്ടത്തിന്റെ അന്തഃപുരത്തിൽ കടന്നെത്തിയിരുന്നു. ശൈശവവിവാഹവും കൗമാരക്കാരികളെ വൃദ്ധബ്രാഹ്മണർക്കു വിവാഹം കഴിച്ചുകൊടുക്കുന്ന സമ്പ്രദായവും സപത്നി സമ്പ്രദായവും അടക്കം ബ്രാഹ്മണ വ്യക്തി/ കുടുംബജീവിതത്തിലെ മാറ്റങ്ങളായിരുന്നു പരിഷ്കരണപ്രസ്ഥാനങ്ങ ളുടെ മുഖ്യ അജണ്ട. ഏതാണ്ടിക്കാലത്തുള്ള മറ്റൊരു പ്രധാന പ്രസ്ഥാ നമായിരുന്നു, 1921 ലെ മലബാർ കലാപം എന്നു പരാമർശിക്കപ്പെടുന്ന കാർഷികകലാപം. പ്രധാനമായും നമ്പൂതിരി ജന്മിമാർക്കെതിരെയായി രുന്നു കലാപത്തിന്റെ കുന്തമുന.

ഈ സംഭവങ്ങൾ ലളിതാംബികയിലെ എഴുത്തുകാരിയെ തൊട്ടു ണർത്തി. അവരുടെ കൃതികൾക്കുപിന്നിലെ മറ്റൊരു പ്രചോദനം ദേശീയ പ്രസ്ഥാനമായിരുന്നു. കേരളത്തിൽ ഈ പ്രസ്ഥാനം സാമൂഹികനവോ ത്ഥാന പ്രസ്ഥാനവുമായി കൂടിച്ചേർന്നാണ് വളർന്നുവന്നത്. തന്നിലെ എഴു ത്തുകാരിക്ക് ഭയലേശമെന്യേ ഹൃദയം തുറക്കാൻ പ്രോത്സാഹനവും പിന്തുണയും നൽകിയത് തന്റെ ഭർത്താവ് നാരായണൻ നമ്പൂതിരിയാ ണെന്ന് ലളിതാംബിക സ്മരിക്കുന്നു.

വിവാഹശേഷം ലളിതാംബിക ഒരു രാഷ്ട്രീയ പ്രവർത്തകയും സാമൂഹിക പരിഷ്കർത്താവുമായി. ഇന്ത്യൻ നാഷണൽ കോൺഗ്രസിൽ സജീവമായി പ്രവർത്തിച്ചിരുന്ന ലളിതാംബിക പിൽക്കാലത്തു കമ്യൂണി സ്റ്റുപ്രസ്ഥാനത്തോടടുക്കുകയും കേരളത്തിൽ കമ്യൂണിസ്റ്റു (മാർക്സി സ്റ്റു) പാർട്ടിയുടെ പ്രമുഖ പ്രവർത്തകയായി തീരുകയും ചെയ്തു.

കവിതകളുമായാണ് ലളിതാംബിക സാഹിത്യലോകത്തേക്കു കട ന്നുവന്നത്. 1936 ൽ തന്റെ ആദ്യകവിതാ സമാഹാരം പുറത്തുവന്നു. തുടർന്ന് ഏഴുകവിതാസമാഹാരങ്ങൾകൂടെ പ്രസിദ്ധീകരിക്കപ്പെട്ടു. അവ യിൽ ഏറെ പ്രസിദ്ധമായത് 1969 ൽ പുറത്തുവന്ന *ആയിരത്തിരി* ആയി രുന്നു. കലാകാരന്റെ സാമൂഹികപ്രതിബദ്ധതയിൽ ലളിതാംബിക വിശ്വ സിച്ചിരുന്നു.

ലളിതാംബികയുടെ പ്രിയകലാരൂപം ചെറുകഥകളായിരുന്നു. ചിന്തയും വികാരങ്ങളുമായുള്ള സമഗ്രമായ സംലയനത്തിന്റെ ശക്തമായ വ്യാഖ്യാനത്തിന് ഏറ്റവും അനുയുക്തമായത് ചെറുകഥാ രൂപമാണെന്ന തായിരുന്നു അവരുടെ നിലപാട്. ഒൻപതു ചെറുകഥാസമാഹാരങ്ങൾ ലളിതാംബിക അന്തർജനത്തിന്റേതായുണ്ട്. അവരുടെ ചെറുകഥാസമാ ഹാരങ്ങളിൽ ഏറ്റവും പ്രസിദ്ധമായവ, *മൂടുപടത്തിൽ* (1946) *കാലത്തിന്റെ*

ഏടുകൾ (1950), കൊടുങ്കാട്ടിൽ നിന്ന് (1957) ഇരുപതു വർഷത്തിനു ശേഷം (1958) അഗ്നിപുഷ്പങ്ങൾ (1960) ധീരേന്ദുമജ്ജുംദാരുടെ അമ്മ (1973) എന്നിവയാണ്. കവിതാസമാഹാരങ്ങൾക്കും ചെറുകഥാസമാഹാ രങ്ങൾക്കും പുറമേ, കുട്ടികൾക്കായുള്ള കാൽപ്പനിക കഥയും പരമ്പരാ ഗതഗാനങ്ങളുടെ ഒരു സമാഹാരവും (തേൻതുള്ളികൾ) അവരുടെ സംഭാ വനയായയുണ്ട്.

1967 ൽ (തന്റെ 67-ാം വയസിൽ) അവർ തന്റെ ആദ്യനോവലായ അഗ്നിസാക്ഷി പ്രസിദ്ധീകരിച്ചു. അഗ്നിസാക്ഷി 1967 ലേക്കുള്ള കേരള സാഹിത്യ അക്കാദമി അവാർഡിനർഹമായി. തന്റെ സമുദായത്തിലെ യാഥാസ്ഥിതികരും ഉൽപ്പതിഷ്ണുക്കളും തമ്മിലുള്ള സംഘർഷത്തിന്റെ അതിമനോഹരമായ ആവിഷ്കാരമാണ് അഗ്നിസാക്ഷി. കൊടുങ്കാ റ്റിൽപ്പെട്ട ഒരില, മാണിക്യൻ എന്നിവയാണ് ലളിതാംബിക അന്തർജന ത്തിന്റെ മറ്റുകൃതികൾ. ശ്രീമതി ലളിതാംബിക അന്തർജനം 1987ൽ അന്ത രിച്ചു.

ലളിതാംബിക അന്തർജനത്തിന്റെ കൃതികൾ സമൂഹത്തിൽ സ്ത്രീക ളുടെ പദവിയെ സംബന്ധിച്ച സൂക്ഷ്മമായ സംവേദനശക്തിയെ പ്രതി ഫലിപ്പിക്കുന്നവയാണ്. സ്ത്രീ ഒരു വ്യക്തിയെന്ന നിലയിലും, അവൾ കുടുംബബന്ധങ്ങളുടെ കേന്ദ്രമെന്ന നിലയിലുമുള്ള സംഘർഷങ്ങളെയും അവ പ്രതിനിധാനം ചെയ്യുന്നു. അകത്തളത്തിന്റെ ഏകാന്തതയിൽ ഒറ്റ പ്പെട്ടുപോയ ഉപരിവർഗ നമ്പൂതിരിസ്ത്രീകൾ നേരിടുന്ന ധാർമികവും ലൈംഗികവുമായ അവസ്ഥകളെ തന്റെ കൃതികളിലൂടെ അവർ ഉയർത്തി ക്കാണിക്കുന്നു. മുലപ്പാലിന്റെ മണം എന്ന ചെറുകഥയിലൂടെ സമൂഹ ത്തിലെ കേന്ദ്രസംലയന ശക്തിയെ(1) സ്ത്രീയുടെ പദവിയെ വിശദീക രിക്കുന്നു.

എഴുത്തുകാരെന്നനിലയിൽ സ്ത്രീകളുടെ പ്രവേശം ഇത്രന്നേറെ പരി മിതമായിരുന്നതെന്തു കൊണ്ടാണെന്ന ചോദ്യത്തെ നേരിട്ടുകൊണ്ട് 1969 ൽ ലളിതാംബിക അന്തർജനം പ്രതികരിച്ചതിങ്ങനെയാണ്. "സ്ത്രീകൾക്ക് സിദ്ധിയില്ലാത്തതുകൊണ്ടല്ല ഇത്; പിന്നെയോ, സ്ത്രീകൾ തങ്ങളുടെ മനസുതുറക്കുന്നത് ഗുരുതരമായ പാപമാണ് എന്നു കണക്കാക്കപ്പെടു ന്നതുകൊണ്ടാണ്." പുരുഷനെ സംബന്ധിച്ചിടത്തോളം ആത്മാഭിമാനം വ്യക്തിപരമായ അനുഭോഗമാണ്. ഒരു സ്ത്രീയുടെ സൽപ്പേര് കൂട്ടുകു ടുംബത്തിന്റെ മൊത്തം ജീവന്മരണ പ്രശ്നമായിത്തീരുന്നു. ഈ സാഹ ചര്യത്തിൽ ഒരു സ്ത്രീ സാഹിത്യലോകത്തേക്കെത്തിനോക്കുവാൻ പോലും മടി കാണിക്കുന്നു.

സ്ത്രീകളുടെ വിമോചനത്തിന്റെ പ്രശ്നങ്ങൾ മനുഷ്യരാശിയുടെ വിമോചനത്തിന്റെ ഭാഗമാണ് എന്ന് ദർശനമുള്ള എഴുത്തുകാരിലൊരാ ളായിരുന്നു ലളതാംബിക അന്തർജനമെന്ന്, 'ലളിതാംബിക അന്തർജനം ജന്മശതാബ്ദിയാഘോഷ'ത്തിൽ പങ്കെടുത്തുകൊണ്ട് മഹാകവി ഒ എൻ വി കുറുപ്പും പറഞ്ഞു. കേരളസാഹിത്യ അക്കാദമി സംഘടിപ്പിച്ചതായി

രുന്നു ചടങ്ങുകൾ. നമ്പൂതിരി സമൂഹത്തിലെ സ്ത്രീകളുടെ ജീവിതാ വസ്ഥ ഒരു വ്യത്യസ്ത രീതിയിലാണെങ്കിൽപോലും ദളിതസ്ത്രീകളുടേ തിൽനിന്നും വളരെ വ്യത്യസ്ഥമായിരുന്നില്ല.

ബ്രാഹ്മണ സ്ത്രീകളുടെ ജീവിതത്തെയും അവരുടെ അവസ്ഥ യെയും ചിത്രീകരിക്കുന്ന നിരവധി കൃതികൾ പ്രകാശിപ്പിക്കപ്പെട്ടിട്ടുണ്ട്. എന്നാലവയിൽ മിക്കതും മുദ്രാവാക്യം മുഴക്കുന്നതരത്തിലും, ആഹ്വാനം ചെയ്യുന്നരീതിയിലുമുള്ളവയാണ്. എന്നാൽ ലളിതാംബിക അന്തർജന ത്തിനാകട്ടെ, നമ്പൂതിരി സ്ത്രീകളുടെ ദയനീയമായ അവസ്ഥ സാഹി ത്യമൂല്യം ചോരാതെ വരച്ചുകാട്ടുവാൻ കഴിഞ്ഞിട്ടുണ്ട്. ലളിതാംബിക അന്തർജനം സ്ത്രീകളെക്കുറിച്ച് എഴുതി. അവരുടെ കൃതികൾ സ്ത്രീപു രുഷ പാരസ്പര്യം വരച്ചുകാട്ടുന്നവയായിരുന്നു.

ശ്രീമതി ലളിതാംബിക അന്തർജനത്തിന് ഇംഗ്ലീഷ് ഭാഷയിൽ പറയ ത്തക്ക പ്രാവീണ്യമുണ്ടായിരുന്നില്ല. അവരുടെ ബൗദ്ധികവ്യാപാരവും സഹോദരന്മാരുടെയും ഭർത്താവിന്റെയും ഹൃദയംഗമമായ സജീവപിന്തു ണയും അവർക്ക് നിലവിലുള്ള ഇന്ത്യൻ സാഹചര്യത്തെക്കുറിച്ച് അവ ഗാഹജ്ഞാനം നേടിക്കൊടുത്തു. ഇതാണ്, കേരളത്തിലെ ചുറ്റുപാടുക ളെയോ അഥവാ പഞ്ചാബിലെ ഒരു പെൺകുട്ടിയുടെ ദുരവസ്ഥയെയോ എന്തെഴുതിയാലും അവരുടെ കൃതികൾക്ക് സാർവത്രികത്വം ലഭിക്കുന്ന തിനുള്ളകാരണം. എന്തായാലും ഇന്ത്യൻ സാഹിത്യത്തിലെ മഹാത്മാ ക്കളിൽ ലളിതാംബിക അന്തർജനത്തിനു തന്റേതായ ഒരു സ്ഥാനമുണ്ട്.

ചങ്ങമ്പുഴ കൃഷ്ണപിള്ള

കൊച്ചി തെക്കേടത്തു നാരാ യണമേനോന്റെയും ചങ്ങമ്പുഴ പാറു ക്കുട്ടി അമ്മയുടെയും ആറുമക്കളിൽ മൂത്തയാളായി 1911 ൽ ജനിച്ചു. രണ്ടു സഹോദരന്മാരും ഒരു സഹോദരി നും നേരത്തേതന്നെ മരിച്ചുപോയി. അവശേഷിച്ചത് അനുജൻ പ്രഭാക രനും കുഞ്ഞനുജത്തി കനകയും. സമ്പത്തും പ്രതാപവുമുണ്ടായിരുന്ന ചങ്ങമ്പുഴ തറവാടിന്റെ തകർച്ചയു ടെ കാലത്തായിരുന്നു കൃഷ്ണപിള്ള യുടെ ജനനം. 1925 ൽ പിതാവ് മരി ച്ചു. ഒരുവർഷം കഴിയുന്നതിനുമുമ്പ് കുഞ്ഞനുജത്തി കനകവും. ഒരു വശത്ത് ദാരിദ്ര്യവും മറുവശത്ത് അപമാനബോധവും. ഇളംപ്രായ ത്തിൽതന്നെ കൃഷ്ണപിള്ളയിൽ അപകർഷതാബോധത്തിനു ജന്മം നൽകി. അതോടൊപ്പം സുഖാസക്തിയും വികാരപരതയും സഹജഭാവ ങ്ങളായി കൃഷ്ണപിള്ളയുടെ സ്വഭാവത്തിൽ ഉൾക്കൊണ്ടിരുന്നു. ശാഠ്യം ആ പ്രകൃതത്തിന്റെ സജീവഘടകമായിരുന്നു. കൃഷ്ണപിള്ളയുടെ കൗമാരം സാധാരണ നിലയിലുള്ളതായിരുന്നില്ല. സ്വഭാവത്തിലെ അഭി മാനവും ജീവിതത്തിലെ പരാധീനതയും എപ്പോഴും വിഷാദത്തിനു കാര ണമായി.

അഞ്ചുവയസു പ്രായമുള്ളപ്പോൾ കൃഷ്ണപിള്ള തിരുവള്ളക്കാവിൽ എഴുത്തിനിരുന്നു. ഇടപ്പള്ളി എം എം ബോയ്സ് സ്കൂളിലാണ് അദ്ദേഹം പ്രൈമറി വിദ്യാഭ്യാസം നിർവഹിച്ചത്. അക്കാലം മുതൽക്കേ പ്രകൃതി കൃഷ്ണപിള്ളയുടെ മേൽ അത്ഭുതാവഹമായ സ്വാധീനം ചെലുത്തിയി രുന്നു. പക്ഷികളും പുഷ്പങ്ങളും കൃഷ്ണപിള്ളയെ ലഹരി പിടിപ്പിച്ചു. പ്രൈമറി സ്കൂളിൽ പഠിച്ചിരുന്ന കാലത്തുതന്നെ ചങ്ങമ്പുഴ കാവ്യരച നാശ്രമങ്ങൾ ആരംഭിച്ചു. ഒൻപതു പത്തുവയസുള്ളപ്പോഴാണ് ആദ്യമായി കവിതയെഴുതുന്നത്. തുടർന്ന് സംസ്കൃതവൃത്തത്തിലും ദ്രാവിഡവൃത്ത ത്തിലും അനേകം പദ്യങ്ങളെഴുതി. എഴുതിയതെല്ലാം സതീർഥ്യരെ വായിച്ചു കേൾപ്പിച്ചു അഭിനന്ദനങ്ങളും പ്രോത്സാഹനങ്ങളും നേടി.

പ്രൈമറി വിദ്യാഭ്യാസത്തിനുശേഷം 1922 ൽ അദ്ദേഹം ഇടപ്പള്ളി യിലെ കൃഷ്ണവിലാസം ഇംഗ്ലീഷ് മിഡിൽ സ്കൂളിൽ വിദ്യാഭ്യാസം തുടർന്നു. സ്കൂളിൽ വച്ച് ഇടപ്പള്ളി രാഘവൻപിള്ളയുമായി പരിചയപ്പെട്ടു. കൃഷ്ണപിള്ളയെക്കാൾ മുതിർന്ന വിദ്യാർഥി ആയിരുന്നു രാഘവൻപിള്ള. വിശുദ്ധ പ്രകൃതികളായ രണ്ടുപേരും തമ്മിൽ അത്രത്തോളം അടുപ്പമു ണ്ടായില്ല. കവിതയെഴുതുന്നവരെന്ന നിലയിൽ രണ്ടുപേരും സ്കൂളിൽ ശ്രദ്ധിക്കപ്പെട്ടു. ഇക്കാലത്ത് ഇടപ്പള്ളിയിലെ സഹൃദയർ സാഹിത്യസ മാജം സംഘടിപ്പിച്ച് നടത്തിപ്പോന്നിരുന്നു. ഇടപ്പള്ളി രാഘവൻപിള്ളയും ചങ്ങമ്പുഴ കൃഷ്ണപിള്ളയും ഈ സദസുകളിലെ ഇളംതലമുറക്കാരാ യിരുന്നു.

എളുപ്പം പരിഭവിക്കുകയും എളുപ്പം പിണങ്ങുകയും ചെയ്യുന്ന ഒരു ശീലം ചങ്ങമ്പുഴയുടെ പ്രകൃതത്തിലുണ്ടായിരുന്നു. അയുക്തികമായ സ്തോഭങ്ങൾ അപ്രതീക്ഷിതമായ സന്ദർഭങ്ങളിൽ അകാരണമായി ഉള്ള വാകുകയും മറയുകയും ചെയ്യുന്ന പതിവുണ്ടായിരുന്നു. അതിന്റെ കാരണം അന്വേഷിച്ചാൽ കരയുകയോ അരിശംകൊള്ളുകയോ ആയി രുന്നു പതിവ്.

മിഡിൽ സ്കൂളിൽ വിദ്യാഭ്യാസം കഴിഞ്ഞശേഷം ആലുവാ സെന്റ് മേരീസ് ഹൈസ്കൂളിൽ ചേർന്നു. പ്രാരംഭം മുതൽക്കു തന്നെ കൃഷ്ണ പിള്ള അധ്യാപകരുടെ ശ്രദ്ധാവിഷയമായി. ധാരാളമായി വായന നടത്തി യതു മൂലം ഇംഗ്ലീഷിലും മലയാളത്തിലും ഭംഗിയായി എഴുതുവാനുള്ള പാടവം നേടി. ആലുവാ സ്കൂളിൽ പഠിക്കുമ്പോഴാണ് കെ പി കരുണാ കരമേനോൻ കൃഷ്ണപിള്ളയ്ക്ക് കുറ്റിപ്പുഴ കൃഷ്ണപിള്ളയെ പരിചയ പ്പെടുത്തിയത്. രണ്ടുപേരും പരസ്പരം കേട്ടിരുന്നതുകൊണ്ട് പരിചയ പ്പെടാനും സൗഹൃദം സ്ഥാപിക്കുവാനും അവർക്ക് അധികനേരം വേണ്ടി വന്നില്ല. ഒരു ആയുഷ്കാല സൗഹൃദത്തിന്റെ തുടക്കമായിരുന്നു അത്. വിദേശസാഹിത്യവുമായി പരിചയപ്പെടാനുള്ള അവസരം ചങ്ങമ്പുഴയ്ക്ക് ഒരുക്കിക്കൊടുത്തത് കുറ്റിപ്പുഴയാണ്. ഇംഗ്ലീഷിലെയും ഫ്രെഞ്ചിലെയും റഷ്യനിലെയും സാഹിത്യസമ്പത്തുമായി അങ്ങനെ അദ്ദേഹം ബന്ധ പ്പെട്ടു. ചില കൃതികൾ നേരിട്ട് ആസ്വദിക്കുവാനും കുറ്റിപ്പുഴ അവസരമു

ണ്ടാക്കിക്കൊടുത്തു. സനാതന മൂല്യങ്ങളെക്കുറിച്ചും അദ്വൈതതത്ത്വങ്ങ ളെക്കുറിച്ചും കുറ്റിപ്പുഴ സംസാരിച്ചിരുന്നു. ഇതിന്റെ സ്വാധീനം ചങ്ങമ്പുഴ യുടെ പ്രാരംഭകാല കൃതികളിൽ പ്രകടമായിട്ടുണ്ട്.

മലയാളവർഷം 1102 മേടം 11, 12, 13 തീയതികളിൽ ഇടപ്പള്ളിയിൽ വച്ച് സമസ്ത കേരള സാഹിത്യ പരിഷത്തിന്റെ സമ്മേളനം നടന്നു. ചങ്ങ മ്പുഴയും ഇടപ്പള്ളിയും അതിൽ വോളണ്ടിയർമാരായി പ്രവർത്തിച്ചു. തല മുതിർന്ന സാഹിത്യകാരന്മാരുമായി പരിചയപ്പെടാൻ ഇത് അദ്ദേഹത്തിന് അവസരം നൽകി. ഈ ഘട്ടത്തിലാണ് *പൗരസ്ത്യദൂതൻ* എന്ന മാസിക യിൽ ചങ്ങമ്പുഴയുടെ ഒരു കവിത ആദ്യമായി അച്ചടിച്ചുവന്നത്. ഈ കാല ഘട്ടത്തിലാണ് അദ്ദേഹം രാത്രികാലങ്ങളിൽ ഉറക്കമിളച്ചിരുന്ന് പുസ്തകം വായിക്കാനും കവിതകളെഴുതാനും തുടങ്ങിയത്.

തുടർന്നുള്ള രണ്ടുവർഷം പലതരം കുഴപ്പങ്ങൾ നിറഞ്ഞ കാലഘട്ട മായിരുന്നു. ആലുവയിൽ പഠിച്ചിരുന്ന സ്കൂളിലും താമസിച്ചിരുന്ന വീട്ടിലും പ്രശ്നങ്ങളുണ്ടായി. ചങ്ങമ്പുഴയുടെ ശീലങ്ങൾ തന്നെയായി രുന്നു കുഴപ്പങ്ങൾക്കു തിരികൊളുത്തിയത്. തുടർന്ന് അഞ്ചാം ഫോറ ത്തിൽവച്ച് വിദ്യാഭ്യാസം നിറുത്തി നാട്ടിലേക്കു മടങ്ങേണ്ടിവന്നു. കൃഷ്ണ പിള്ളയുടെ മടങ്ങിവരവ് വീട്ടിലും അസ്വസ്ഥതയുളവാക്കിയതോടെ താൻ കൂടുതൽ അപമാനിതനായതായി അദ്ദേഹത്തിനു തോന്നി. തന്നോടു കൂട്ടു കൂടാൻ വീട്ടിലും നാട്ടിലും അധികമാരും ഉണ്ടായില്ല. അങ്ങനെ ആ യുവാവ് ഏകാന്തതയുടെ തടവുകാരനായി മാറി. കവിതാരചനയും വായനയും ഏറെക്കുറെ നിലച്ചു.

ഇക്കാലത്തു കണ്ടുമുട്ടിയ ഒരു പഴയ സുഹൃത്തിനോടൊപ്പം കൃഷ്ണ പിള്ള ആലപ്പുഴയിൽ എത്തിച്ചേർന്നു. അപ്രുധഡന്ന സുഹൃത്ത് ജോലി ചെയ്യുന്ന കയർഫാക്ടറിയിൽ തൊഴിലാളിയായി ചേർന്നു. ആലപ്പുഴ തൊഴി ലാളികളിൽ വർഗബോധം രൂപപ്പെട്ടുവരുന്ന കാലമായിരുന്നു അത്. വിപ്ലവം എന്ന വാക്കുമായി അവർ ഇണങ്ങാനാരംഭിച്ചിരുന്നു. ജാതിമത വിഭാഗീയതയെ അതിലംഘിക്കുന്ന തൊഴിലാളികളുടെ സംഘടിതശക്തി യിലൂടെ ഒരു പുതിയ ലോകം പടുത്തുയർത്തുന്നതിനെക്കുറിച്ച് അവർ വിഭാവനം ചെയ്തു. ഈ കാന്തികശക്തിയുടെ അന്തരീക്ഷം കൃഷ്ണപി ള്ളയുടെ മനസിലും അനുരണനങ്ങളുളവാക്കി. 'വിപ്ലവത്തിന്റെ മണിമു ഴക്ക'ത്തെപ്പറ്റിയും 'ജാതിമതഭേദങ്ങളില്ലാത്ത നാളു'കളെപ്പറ്റിയുമെല്ലാം ചങ്ങമ്പുഴയുടെ കാവ്യഭാവന വീണ്ടും ഉണർന്നു. ദിനരാത്രങ്ങൾ ഉന്മേ ഷപ്രദമായിരുന്നു.

എന്നാൽ ഈ സ്ഥിതി അധികനാൾ നീണ്ടുനിന്നില്ല. നാട്ടിൽ പടർന്നു പിടിക്കാനാരംഭിച്ച വസൂരി കൃഷ്ണപിള്ളയെയും പിടികൂടി. അതോടെ അദ്ദേഹത്തിന്റെ കൂടെ താമസിച്ചിരുന്ന മധ്യവയസ്ക രാത്രിതന്നെ അദ്ദേ ഹത്തെ വീട്ടിൽനിന്നും ഇറക്കിവിട്ടു. സ്വന്തം വീട്ടിൽ മടങ്ങിയെത്തിയ കൃഷ്ണപിള്ളയെ അമ്മയും ഇളയ സഹോദരിയും ചേർന്നു ശുശ്രൂഷിച്ചു. രോഗ ചികിത്സയും ആരംഭിച്ചു. രോഗവിമുക്തനായി വസൂരിക്കലയുള്ള

മുഖവുമായി പുറത്തിറങ്ങിയ കൃഷ്ണപിള്ളയിൽനിന്നും പഴയ സുഹൃ
ത്തുക്കൾ ഒഴിഞ്ഞുമാറി. ഇതിൽ അമർഷവും പകയും തോന്നിയ കൃഷ്ണ
പിള്ള ഇടപ്പള്ളിയിലെ സാമൂഹികവിരുദ്ധരുടെ സംഘത്തിൽ ചെന്നുപെ
ട്ടു. മദ്യപാനവും ആഭാസജീവിതവും ദിനചര്യയായി. അവിഹിതബന്ധ
ങ്ങൾ ആസ്വാദ്യമായ ലഹരിയായിത്തീർന്നു.

അധ്യാപകനായ പി എം അച്യുതവാര്യർ ഈ ജീവിതത്തിൽ ഇട
പെട്ടു. അദ്ദേഹം ചങ്ങമ്പുഴയെ സ്വന്തം ഭവനത്തിലേക്കു കൂട്ടിക്കൊണ്ടു
പോവുകയും തന്റെ കഴിവുകളെക്കുറിച്ച് ഓർമിപ്പിക്കുകയും ചെയ്തു.
വാര്യരുടെ മഠത്തിൽ താമസവും സ്വന്തം വീട്ടിൽ ഭക്ഷണവുമായി
കൃഷ്ണപിള്ള വായനയും എഴുത്തും ആരംഭിച്ചു. വാര്യത്തുമഠത്തിന്റെ
പേര് ഇതിനകം സാഹിതീസദനം എന്നായി മാറ്റിയിരുന്നു. കൃഷ്ണപിള്ള
തന്റെ കവിതകൾ സാഹിതീസദനം സി കൃഷ്ണപിള്ള എന്ന പേരിൽപ്ര
സിദ്ധീകരണത്തിനയക്കുകയും അങ്ങനെതന്നെ പ്രകാശിതമാവുകയും
ചെയ്തു. ഇക്കാലത്ത് ഇംഗ്ലീഷ് സാഹിത്യവുമായി ബന്ധപ്പെടുകയും
ഇംഗ്ലീഷ് കവിതകൾ ഒട്ടേറെ ഹൃദിസ്ഥമാക്കുകയും ചെയ്തു.

1932 ൽ ചങ്ങമ്പുഴ വീണ്ടും സ്കൂളിൽ ചേർന്ന് പഠനം പുനരാരം
ഭിച്ചു. എന്നാൽ ആദ്യത്തെ പ്രാവശ്യം സ്കൂൾ ഫൈനൽ പരീക്ഷയിൽ
പരാജയപ്പെടുകയുണ്ടായി.

ഇതിനകം ചങ്ങമ്പുഴയുടെ പ്രശസ്തി കേരളമെങ്ങും പ്രചരിച്ചുക
ഴിഞ്ഞിരുന്നു. 1934 ൽ ചങ്ങമ്പുഴയുടെ ആദ്യകവിതാസമാഹാരം *ബാഷ്പാ
ഞ്ജലി* ഇ വി കൃഷ്ണപിള്ളയുടെ അവതാരികയോടെ ബി വി ബുക്ക്
ഡിപ്പോ പ്രസിദ്ധീകരിച്ചു. 17 വയസു മുതൽ 21 വയസുവരെയുള്ള
കാലത്തു രചിച്ച കവിതകളാണ് *ബാഷ്പാഞ്ജലിയിൽ* ഉൾപ്പെടുത്തിയി
രുന്നത്. *ബാഷ്പാഞ്ജലിയെ* മലയാളകവിതയിൽ ഒരു പുതിയ വരദാന
മായി അനുവാചകലോകം വരവേറ്റു. ഇതേതുടർന്ന് ചങ്ങമ്പുഴയുടെ രണ്ടു
മൂന്നു കവിതാസമാഹാരങ്ങൾകൂടെ ഒന്നിനു പുറകേ ഒന്നായി പ്രസിദ്ധീ
കരിക്കപ്പെട്ടു. *ബാഷ്പാഞ്ജലി, ആരാധകൻ, ഹേമന്ദചന്ദ്രിക* എന്നിവയുടെ
പ്രകാശനത്തോടെ ചങ്ങമ്പുഴ കാവ്യലോകത്തിൽ സ്വന്തമായ സ്ഥാനമുറ
പ്പിക്കാൻ തുടങ്ങി. *മനോരമ, മലയാളരാജ്യം, മാതൃഭൂമി* വാരികകൾ ചങ്ങ
മ്പുഴയുടെ കവിതകൾക്കായി പരസ്പരം മത്സരിച്ചു. കവിതകൾക്കു പ്രതി
ഫലം ലഭിക്കാനാരംഭിക്കുകയും ചെയ്തു.

1936 ൽ ചങ്ങമ്പുഴ എറണാകുളം മഹാരാജാസ് കോളേജിൽ ഇന്റർമീ
ഡിയറ്റിനു ചേർന്നു. ഇവിടെ വിദ്യാർഥിയായിരുന്ന കാലത്ത് ചങ്ങമ്പുഴ
സാഹിത്യലോകത്തിലെ മിത്രങ്ങളുമായി ബന്ധപ്പെട്ടും ശത്രുക്കളുമായേ
റ്റുമുട്ടിയും ധാരാളം സമയം ചെലവഴിച്ചിരുന്നു. ചങ്ങമ്പുഴ മഹാരാജാസ്
കോളേജിൽ പഠിക്കുന്ന കാലത്താണ് ഇടപ്പള്ളി രാഘവൻപിള്ള ആത്മ
ഹത്യ ചെയ്തത്. ഇണങ്ങിയും പിണങ്ങിയും കഴിയുകയും ഹൃദയത്തിൽ
അനിർവചനീയമായൊരു സ്നേഹബന്ധം നിലനിറുത്തുകയും ചെയ്തി
രുന്ന സുഹൃത്തിന്റെ നടുക്കുന്ന മരണം ചങ്ങമ്പുഴയെ വല്ലാതെ സ്പർ

ശിച്ചു. അനുശോചിച്ചുകൊണ്ട് ചങ്ങമ്പുഴ *മാതൃഭൂമിയിൽ* ഒരു കവിത പ്രകാശിപ്പിച്ചു. ഇങ്ങനെ ഒരു കവിത രചിച്ചുവെങ്കിലും തനിക്ക് ആവി ഷ്‌കരിക്കാനുള്ളതു പിന്നെയും അവശേഷിക്കുന്നതായി അദ്ദേഹത്തിനു തോന്നി. അതിന്റെ ഫലമാണ് കേരളം ഹൃദയം തുറന്നു സ്വീകരിച്ച *രമ ണൻ* എന്ന കാവ്യം. 1936 ൽ ഒന്നാംപതിപ്പായി പ്രസിദ്ധീകരിച്ച രമണൻ 8 വർഷത്തിനുള്ളിൽ 18 പതിപ്പു പുറത്തിറങ്ങി.

ഇന്റർമീഡിയറ്റിനു കഴിഞ്ഞ് ചങ്ങമ്പുഴ തിരുവനന്തപുരം ആർട്ട്സ് കോളേജിൽ മലയാളം ബി എ (ഓണേഴ്സ്)ക്ക് ചേർന്നു. സുഹൃത്തായ ടി എൻ ഗോപിനാഥൻ നായരുടെ ശ്രമഫലമായി വിദ്യാഭ്യാസത്തിനുള്ള സാമ്പത്തികസഹായം തിരുവിതാംകൂർ മഹാരാജാവിന്റെ എ ഡി സി ആയി രുന്ന വി പത്മനാഭൻ തമ്പി ലഭ്യമാക്കി.

ഉപരിപഠനകാലമായിട്ടും ചങ്ങമ്പുഴയുടെ സ്വഭാവത്തിലും ജീവിത ക്രമത്തിലുമുള്ള വൈകല്യം തുടർന്നുപോന്നു. സ്വയം അപകർഷതാബോ ധവും വിഷാദവും സൃഷ്ടിച്ചുകൊണ്ടിരുന്ന ഈ രീതിയെ സംബന്ധിച്ച് ചങ്ങമ്പുഴതന്നെ സ്വയം അതൃപ്തനായിരുന്നു. വിവാഹം ഒരുപക്ഷേ ജീവി തത്തെ സാധാരണനിലയിലാക്കിയേക്കും എന്നദ്ദേഹത്തിനുതോന്നി. ഒരു സാധാരണഭവനത്തിൽ നിന്നും പ്രൈമറിഅധ്യാപകനായ രാമൻ മേനോന്റെ പുത്രിയായ എസ് കെ ശ്രീദേവിയെ അദ്ദേഹം വിവാഹം കഴിച്ചു. 1940 മേയ് മാസത്തിലായിരുന്നു വിവാഹം. ആ വെക്കേഷൻകാലം പഠനം തുടരുന്നതിന് അദ്ദേഹം തിരുവനന്തപുരത്തേക്കു പുറപ്പെട്ടു. ജീവിതം പഴയ താളത്തിലേക്കു തിരിഞ്ഞു. സാഹിത്യരചനയും പ്രസം ഗവും കവിതാപാരായണവുമായി ദിവസങ്ങൾ കടന്നുപോയി. ഇക്കാലത്തു ചങ്ങമ്പുഴ അനേകം കവിതകൾ രചിക്കുകയുണ്ടായി. എന്നൽ അവ സാനവർഷ പരീക്ഷയിൽ അദ്ദേഹത്തിന് തേഡ് ക്ലാസുമാത്രമേ ലഭിക്കു കയുണ്ടായുള്ളൂ.

ചങ്ങമ്പുഴ കൃഷ്ണപിള്ള കായംകുളത്ത് എക്സൽസിയർ ട്യൂട്ടോ റിയലിൽ അധ്യാപകനായി ചേർന്നു. തിരുവിതാംകൂറിൽ പ്രചരിക്കാൻ തുടങ്ങിയിരുന്ന കമ്യൂണിസ്റ്റ് ആദർശം അക്കാലത്ത് ചങ്ങമ്പുഴയെ ആവേശംകൊള്ളിച്ചു. അതേക്കുറിച്ച് കൂടുതൽ ചിന്തിക്കുവാനോ ആ വഴി ക്കുള്ള പ്രവർത്തനങ്ങളിലേർപ്പെടാനോ തയാറായില്ല. എങ്കിലും ഉച്ചനീ ചത്വം, അനീതി എന്നിവയുടെ നേർക്കുള്ള പ്രക്ഷോഭമായി ആ ആദർശം അദ്ദേഹത്തിൽ പ്രവർത്തിച്ചു. അക്കാലത്തെ അദ്ദേഹത്തിന്റെ കൃതിയാണ് *വാഴക്കുല.*

കായംകുളത്ത് ട്യൂട്ടോറിയൽ നിലനിൽപ്പ് ഉറപ്പുള്ളതല്ലെന്ന് തോന്നി യതോടെ മറ്റു ജോലികൾക്കു ശ്രമിച്ച കൃഷ്ണപിള്ളയ്ക്ക് പൂനയിൽ മിലി റ്ററി അക്കൗണ്ടന്റ് ജനറൽ ഓഫീസിൽ ക്ലാർക്കായി ജോലി ലഭിച്ചു. നാളു കൾ കഴിഞ്ഞപ്പോൾ പൂനയിലെ ജീവിതവും താളം തെറ്റിത്തുടങ്ങി. ഏകാ ന്തതയും വിഷാദാത്മകതയും ഇപ്പോഴും ചങ്ങമ്പുഴയെ വിട്ടുമാറിയില്ല. പിന്നീട് ചങ്ങമ്പുഴയ്ക്ക് സ്ഥാനക്കയറ്റത്തോടൊപ്പം കൊച്ചിയിലേക്ക്

സ്ഥലം മാറ്റം ലഭിച്ചു. കൊച്ചിയിൽ ചങ്ങമ്പുഴ കുടുംബസമേതം താമസ മാക്കി. കുടുംബജീവിതം ഇക്കാലത്ത് പൊതുവേ ശാന്തമായിരുന്നു. എന്നാൽ ഇക്കാലത്തു യാദൃച്ഛികമായി പരിചയപ്പെട്ട ഒരു കുടുംബിനി യുമായി അദ്ദേഹം അടുപ്പത്തിലായി. അടുപ്പം അനുദിനം ദൃഢമായിക്കൊ ണ്ടിരുന്നു. അതിനൊപ്പം ചങ്ങമ്പുഴയുടെ കുടുംബജീവിതം താറുമാറാ വുകയുംചെയ്തു. *സ്പന്ദിക്കുന്ന അസ്ഥിമാടം* എന്ന കവിത എഴുതിയത് ഇക്കാലത്താണ്.

1944 ൽ ചങ്ങമ്പുഴ മദ്രാസിൽ പോയി, ലോകോളേജിൽ ചേർന്നു. പക്ഷേ നിയമപഠനത്തിൽ കാര്യമായ താൽപ്പര്യം കാണിക്കുവാൻ കഴി ഞ്ഞില്ല. ക്രമേണ അദ്ദേഹത്തിന് സന്നിപാതജ്വരം പിടിപെട്ട് ആശുപത്രിയി ലായി. ആശുപത്രി വിട്ട ചങ്ങമ്പുഴ നിയമപഠനം പൂർത്തിയാക്കാതെ ഇട പ്പള്ളിയിലേക്ക് മടങ്ങി. പ്രാകൃതനായി മടങ്ങിയെത്തിയ ചങ്ങമ്പുഴയെ കണ്ട് വീട്ടുകാരും നാട്ടുകാരും നടുങ്ങി. അത് അദ്ദേഹത്തിൽ കൂടുതൽ അന്തർമുഖത്വവും ഏകാന്തതയുമാണ് ഉളവാക്കിയത്. ചങ്ങമ്പുഴയുടെ ദയനീയസ്ഥിതി മനസിലാക്കി, പിരിഞ്ഞു താമസിച്ചിരുന്ന പത്നി ശ്രീദേവി മടങ്ങിയെത്തി. പക്ഷേ ചങ്ങമ്പുഴ സാമ്പത്തികമായി തകർന്നിരുന്നു. അപ കടാവസ്ഥ മനസിലാക്കിയ സുഹൃത്തുക്കളുടെ ശ്രമഫലമായി 1945 ൽ ചങ്ങമ്പുഴയ്ക്ക് *മംഗളോദയത്തിന്റെ* പത്രാധിപർ ജോലി ലഭിച്ചു. എ കെ ടി കെ എം നമ്പൂതിരിപ്പാടിന്റെ നിർദേശമനുസരിച്ച് താമസം തൃശൂരി ലേക്കു മാറ്റി. താമസിയാതെ ഒരു വീടും പറമ്പും സ്വന്തമാക്കി. എന്നാൽ ഒരു വർഷത്തിലധികം അദ്ദേഹം അവിടെക്കഴിഞ്ഞില്ല. വീടും പറമ്പും വിറ്റ് നാട്ടിലേക്കു മടങ്ങി.

ഇടപ്പള്ളിയിൽ താമസമായതോടെ തന്റെ കാവ്യരചന കൂടുതൽ സജീവമാകുമെന്ന് ചങ്ങമ്പുഴ കരുതി. എന്നാൽ ആഗ്രഹിച്ച രീതിയിൽ കാവ്യരചന നടന്നില്ല. അത് വല്ലാത്ത അസ്വസ്ഥതയ്ക്കും ദുർവാശിക്കും കാരണമായി. മദ്യപാനാസക്തി വർധിച്ചു. ഇടയ്ക്കിടെ വന്നുകൊണ്ടിരുന്ന വരണ്ട ചുമ വല്ലാതെ ഗുരുതരമായി. കൈയിലുള്ള പണം ചെലവായി ക്കൊണ്ടിരുന്നു.

ബന്ധുക്കളുടെയും സുഹൃത്തുക്കളുടെയും പ്രേരണ നിമിത്തം ചങ്ങ മ്പുഴ ചികിത്സക്കായി കോയമ്പത്തൂർക്കു പോയി. താൻ ക്ഷയരോഗബാ ധിതനാണെന്ന അറിവ് ചങ്ങമ്പുഴയെ വല്ലാതെ ഉലച്ചു. അദ്ദേഹത്തിന്റെ പ്രക്ഷുബ്ധമായ മനസ്സ് മരണത്തെ അഭിമുഖീകരിക്കാൻ തയാറായി. കോയമ്പത്തൂരിലെ ചികിത്സ നാട്ടിൽ ഒരു ഡോക്ടറുടെ സഹായത്തോടെ തുടരാം എന്നു തീരുമാനിച്ച് ചങ്ങമ്പുഴ അധികനാൾ കഴിയുന്നതിനു മുമ്പ് വീട്ടിലേക്കു മടങ്ങി.

സ്നേഹവും വിദ്വേഷവും ഇടകലർന്ന സങ്കീർണ മനോഭാവത്തോടെ രോഗിയായി കഴിയുന്നതിനിടയ്ക്കും കവിതാരചന തുടർന്നുപോന്നു. രോഗം മൂർച്ഛിച്ചുകൊണ്ടിരുന്നു. അങ്ങനെ കേരളത്തിലെ സഹൃദയരെ ആകമാനം ദുഃഖത്തിലാഴ്ത്തിക്കൊണ്ട് 1948 ജൂൺ 17-ാം തീയതി ചങ്ങ മ്പുഴ കൃഷ്ണപിള്ള അകാലചരമമടഞ്ഞു.

വൈക്കം മുഹമ്മദ് ബഷീർ

ഉത്തരതിരുവിതാംകൂറിലെ തല യോലപ്പറമ്പിൽ കായി അബ്ദു റഹ്‌മാന്റെയും കുഞ്ഞാച്ചുമ്മയുടെ യും ആദ്യപുത്രനായി 1908 ജനുവരി 19 ന് ബഷീർ ജനിച്ചു. പിതാവ് തടി ക്കച്ചവടത്തിൽ കരാറുകാരനായിരു ന്നു. എന്നാൽ കച്ചവടം സാധാരണ നിലയിലുള്ളതായിരുന്നതിനാൽ കുടുംബം തീരെ സമ്പന്നമായിരുന്നി ല്ല. അടുത്തുള്ള മലയാളം സ്കൂളിൽ വിദ്യാഭ്യാസം ആരംഭിച്ച ബഷീറിനെ പിന്നീട് അഞ്ചുമൈൽ അകലെ വൈക്കത്തുള്ള ഇംഗ്ലീഷ് മീഡിയം സ്കൂളിൽ ചേർത്തു. സ്കൂളിൽ ബഷീർ മഹാത്മാഗാന്ധിയുടെ പ്രസിദ്ധിയിൽ ആകൃഷ്ടനാവുകയും ദേശീയ പ്രസ്ഥാനത്തിന്റെ സ്വാധീനത്തിൽ ഖദർ ധരിക്കുവാനാരംഭിക്കു കയും ചെയ്തു. 1924 ൽ വൈക്കം സത്യഗ്രഹത്തിൽ പങ്കെടുക്കുവാൻ മഹാത്മാഗാന്ധി വൈക്കത്തെത്തിയപ്പോൾ കാണുന്നതിന് ബഷീറും എത്തി. ഗാന്ധി സഞ്ചരിച്ച കാറിന്റെ മുകളിൽ വലിഞ്ഞുകയറിയതും അദ്ദേ ഹത്തിന്റെ കരം സ്പർശിച്ചതും ബഷീർ ചാരിതാർഥ്യത്തോടെ പിൽക്കാ ലത്തു പലവുരു പരാമർശിച്ചിട്ടുണ്ട്. ദിവസവും ബഷീർ ഗാന്ധിയെ കാണു ന്നതിന് അദ്ദേഹത്തിന്റെ സത്യഗ്രഹ ആശ്രമത്തിൽ എത്തിച്ചേരുമാ

യിരുന്നു. അതുനിമിത്തം സ്കൂളിൽ വൈകിയെത്തുന്നതിന് ശിക്ഷയും ലഭിച്ചിട്ടുണ്ട്.

ഇന്ത്യയുടെ സ്വാതന്ത്ര്യത്തിനുവേണ്ടി പോരാടുവാൻ ബഷീർ ഉറച്ചു. തിരുവിതാംകൂറിലും കൊച്ചിയിലും അന്നു സ്വാതന്ത്ര്യപ്രക്ഷോഭം സജീവമായിട്ടില്ലായിരുന്നു. അഞ്ചാം ക്ലാസിലായിരിക്കുമ്പോൾ ബഷീർ സ്കൂളിൽനിന്നും ഓടിപ്പോവുകയും കോഴിക്കോട്ട് എത്തിച്ചേർന്ന് 1930 ലെ ഉപ്പു സത്യഗ്രഹത്തിൽ പങ്കെടുക്കുവാനൊരുങ്ങുകയും ചെയ്തു. എന്നാൽ ബഷീറടങ്ങുന്ന സംഘം സത്യഗ്രഹ സ്ഥലത്തെത്തുന്നതിനു മുൻപു തന്നെ അറസ്റ്റു ചെയ്യപ്പെട്ടു. പൊലീസ് സ്റ്റേഷനിൽ ഭീകരമർദനത്തിനു വിധേയനായ ബഷീർ റിമാന്റിലായി കോഴിക്കോട്ടു സബ് ജയിലിൽ അടയ്ക്കപ്പെട്ടു. പിന്നീട് മൂന്നുമാസത്തെ തടവിനു ശിക്ഷിക്കപ്പെട്ട് കണ്ണൂർ ജയിലിലായി. താൻ ജയിലിലായിരുന്നപ്പോൾ തൂക്കിലേറ്റപ്പെട്ട ഭഗത്‌സിംഗ്, സുഖ്‌ദേവ്, രാജഗുരു എന്നീ വിപ്ലവകാരികളുടെ ധീരദേശാഭിമാനത്തിൽ ബഷീർ വികാരാധീനനായി. 1931 ലെ ഗാന്ധി-ഇർവിൻ സന്ധിയെത്തുടർന്ന് മറ്റ് 600തടവുകാരോടൊപ്പം ബഷീർ ജയിൽ മോചിതനായി. ജയിലിൽനിന്നും പുറത്തുവന്ന ബഷീർ ഒരു ബ്രിട്ടീഷ്‌വിരുദ്ധ പ്രസ്ഥാനം സംഘടിപ്പിക്കുകയും *ഉജ്ജീവനം* എന്ന പേരിൽ ഒരു വിപ്ലവമാസിക പ്രസിദ്ധീകരിക്കുകയും ചെയ്തു. പൊലീസ് ബഷീറിനെതിരെ അറസ്റ്റുവാറണ്ട് പുറപ്പെടുവിക്കുകയും അദ്ദേഹം കേരളം വിട്ടുപോവുകയും ചെയ്തു.

കേരളം വിട്ട വൈക്കം മുഹമ്മദ് ബഷീർ സുദീർഘമായി സഞ്ചരിച്ചു. ഇന്ത്യയിൽ അങ്ങോളമിങ്ങോളവും, പല ഏഷ്യൻ, ആഫ്രിക്കൻ രാജ്യങ്ങളിലും അദ്ദേഹം യാത്ര ചെയ്തു. ഏകദേശം പത്തുവർഷത്തോളം നീണ്ടുനിന്ന യാത്രയിൽ ജീവൻ നിലനിറുത്തുന്നതിന് എന്തു ജോലിചെയ്യാനും അദ്ദേഹം തയാറായി. ഫിറ്ററായും ഭാവി ഫലം പറയുന്നവനായും പത്രവിതരണക്കാരനായും പഴക്കച്ചവടക്കാരനായും അക്കൗണ്ടന്റായും വാച്ചറായും ഇടയനായും ഹോട്ടൽ മാനേജരായും ജോലി ചെയ്തു. ഹിന്ദു സന്യാസിയായും സൂഫി തപസ്വിയായും ഹിമാലയസാനുക്കളിലും ഗംഗാതടങ്ങളിലും അദ്ദേഹം കഴിഞ്ഞു കൂടിയിട്ടുണ്ട്. കുടിക്കാൻ വെള്ളമോ കഴിക്കാൻ ഭക്ഷണമോ ലഭിക്കാതെ മരണത്തെ മുഖാമുഖം കണ്ട ദിവസങ്ങളും ഇതിനിടെ ഉണ്ടായിരുന്നു.

സുദീർഘമായ യാത്രയ്ക്കുശേഷം 1936-37 ൽ കേരളത്തിൽ മടങ്ങിയെത്തിയ ബഷീർ കണ്ടത് തന്റെ കുടുംബം സാമ്പത്തികമായി തകർന്നിരിക്കുന്നതായിട്ടാണ്. എറണാകുളത്ത് സ്പോർട്സ് ഉപകരണങ്ങളുടെ ഏജന്റായി ജീവിതമാർഗം കണ്ടെത്തുവാൻ അദ്ദേഹം ശ്രമിച്ചു. എന്നാൽ ഒരു സൈക്കിൾ അപകടത്തെ തുടർന്ന് ആ ജോലി നഷ്ടപ്പെട്ടു. മറ്റൊരു ജോലി തേടി അലഞ്ഞ ബഷീർ *ജയകേസരി* പത്രത്തിന്റെ ഓഫീസിൽ കയറിച്ചെന്നു. പത്രാധിപർ ഒറ്റയ്ക്കു ജോലി ചെയ്തിരുന്ന പത്രസ്ഥാപനമായിരുന്നു അത്. ജോലി നൽകാനാകാത്തതിനാൽ പത്രത്തിലേക്ക് കഥയെഴുതിക്കിട്ടിയാൽ പ്രതിഫലം നൽകാമെന്ന് പത്രാധിപർ ബഷീ

റിനു വാക്കുകൊടുത്തു. ഇതനുസരിച്ചാണ് വൈക്കം മുഹമ്മദ് ബഷീർ തന്റെ ആദ്യകഥയായ *എന്റെ തങ്കം* എഴുതിയത്. ഇത് പിൽക്കാലത്ത് തന്റെ *വിശപ്പ്* എന്ന കഥാസമാഹാരത്തിൽ ഉൾപ്പെടുത്തിയിട്ടുണ്ട്. തന്റെ താമസസ്ഥലത്തിനു മുമ്പിലുള്ള പൈപ്പിൽനിന്നും വെള്ളമെടുക്കുവാൻ നിത്യേനയെത്തുന്ന ഒരു സ്ത്രീയായിരുന്നു കഥയിലെ മുഖ്യ കഥാപാത്രം.

തുടർന്ന് ബഷീർ ഒരു മുഴുവൻസമയ എഴുത്തുകാരനായി മാറി. ഇക്കാലത്ത് ഏറിയ പങ്കും ബഷീർ പട്ടിണിയിലായിരുന്നു. മുറിവാടക കൊടുക്കുന്നതിനോ മഷിയും കടലാസും സ്റ്റാമ്പും വാങ്ങുന്നതിനോ പണ മില്ലാതെ അദ്ദേഹം ഞെരുങ്ങി. എങ്കിലും കഥകൾ, കവിതകൾ രാഷ്ട്രീയ ലേഖനങ്ങൾ എന്നിങ്ങനെ ധാരാളം എഴുതി. എഴുതിയതെല്ലാം വിവിധ പത്രങ്ങൾക്കും പ്രസാധകർക്കും അയച്ചുകൊടുത്തു. ഇവയ്ക്ക് അപൂർവ മായേ പ്രതിഫലം ലഭിച്ചിരുന്നുള്ളൂ. തന്റെ പത്രലേഖനങ്ങളിലൂടെ അദ്ദേഹം സ്വാതന്ത്ര്യപ്രസ്ഥാനത്തിനു സംഭാവന നൽകിക്കൊണ്ടേയിരു ന്നു. ഇവയിൽ ഏറിയ പങ്കും തിരുവിതാംകൂർ ദിവാൻ സർ സി പി രാമ സ്വാമി അയ്യരെ ആക്രമിക്കുന്നവയായിരുന്നു.

കൊച്ചിരാജ്യത്തിന്റെ ഭാഗമായ എറണാകുളത്തെ ഒരു ചെറിയ ഹോട്ടൽ മുറിയിലായിരുന്നു ബഷീർ താമസിച്ചിരുന്നത്. അന്ന് തിരുവി താംകൂറിൽ സ്റ്റേറ്റ് കോൺഗ്രസിന്റെ നേതൃത്വത്തിൽ ഉത്തരവാദഭരണ ത്തിന് പ്രക്ഷോഭണം നടത്തുകയായിരുന്നു. തിരുവിതാംകൂർ പൊലീ സിന്റെ പിടിയിൽനിന്നു രക്ഷപ്പെടാൻ അതിന്റെ നേതാക്കളിൽ പലരും എറണാകുളത്തു വന്നുകൊണ്ടിരുന്നു. ബഷീറും സുഹൃത്തുക്കളും രണ്ടു രാജ്യത്തെയും ചാരൻമാരുടെ സ്ഥിരമായ വലയത്തിലായിരുന്നു. ബഷീറിന്റെ ലഘുകൃതിയായ *ഹതഭാഗ്യയായ എന്റെ നാടും, പട്ടണ ത്തിന്റെ പേക്കിനാവ്* എന്ന ഏകാംഗ നാടകവും തിരുവിതാംകൂറിൽ നിരോ ധിക്കപ്പെടുകയും, തിരുവിതാംകൂറിൽ പ്രവേശിച്ചാൽ ബഷീറിനെ അറസ്റ്റു ചെയ്യുന്നതിനുള്ള വാറണ്ട് പുറപ്പെടുവിക്കുകയും ചെയ്തിരുന്നു. തന്റെ അസാന്നിധ്യത്തിൽ തിരുവിതാംകൂർ പൊലീസ് ബഷീറിന്റെ തലയോല പ്പറമ്പിലെ വീട് പരിശോധിക്കുകയും മാതാവിനെയും കുട്ടികളെയും ഭീഷ ണിപ്പെടുത്തുകയും ചെയ്തു. എഴുത്തു തടയാൻ ബഷീറിന്റെ വലതുകൈ തല്ലിയൊടിക്കുമെന്ന് പൊലീസ് ഭീഷണിമുഴക്കുകയുണ്ടായി. ഇക്കാലത്തു നിരവധി പ്രസിദ്ധീകരണങ്ങളിൽ ബഷീറിന്റെ കൃതികൾ പ്രത്യക്ഷപ്പെ ട്ടിട്ടുണ്ട്.

ഇക്കാലത്ത് മുഹമ്മദ് ബഷീർ പ്രൊഫ. എം പി പോളിനെ പരിചയ പ്പെടുകയുണ്ടായി. പോൾ അദ്ദേഹത്തിന് തന്റെ ട്യൂട്ടോറിയൽ കോളേ ജിൽ താമസമൊരുക്കുകയും കോളേജ് ഹോസ്റ്റലിന്റെ ഭക്ഷണശാലയുടെ മേൽനോട്ടച്ചുമതല നൽകുകയും ചെയ്തു. ട്യൂട്ടോറിയൽ കോട്ടയത്തേക്കു മാറ്റപ്പെട്ടതോടെ ബഷീറും കോട്ടയത്തായി. കോട്ടയത്തെ എഴുത്തുകാ രുടെ സമ്മേളനമായ സാഹിതീസഖ്യത്തിന്റെ യോഗത്തിലാണ് ബഷീർ തന്റെ *ബാല്യകാല സഖി*യുടെ കരട് വായിച്ചത്.

1942 ൽ കോട്ടയത്തുവച്ച് ബഷീർ പൊലീസിന്റെ പിടിയിലായി. പൊലീസ് അദ്ദേഹത്തെ ലോക്കപ്പിൽ പാർപ്പിക്കുകയും പിന്നീട് കൊല്ലം കസ്ബാ പൊലീസ് സ്റ്റേഷൻ ലോക്കപ്പിലേക്കു മാറ്റുകയും ചെയ്തു. ലോക്കപ്പിലായിരുന്നപ്പോഴും ബഷീർ കഥകളെഴുതിക്കൊണ്ടിരുന്നു. ദീർഘ നാൾ അദ്ദേഹത്തിന് ലോക്കപ്പിൽ കഴിയേണ്ടിവന്നു. പിന്നീട് രണ്ടരവർഷ ത്തേക്കു ശിക്ഷിക്കപ്പെട്ട് തിരുവനന്തപുരം സെൻട്രൽ ജയിലിലായി. ജയി ലിൽ ആയിരിക്കെ 1934 ൽ ബഷീർ *പ്രേമലേഖനം* രചിച്ചു. ജയിൽ മോച നത്തെത്തുടർന്ന് *പ്രേമലേഖനം* പ്രസിദ്ധീകൃതമായി. *ബാല്യകാലസഖി* യുടെ കൈയെഴുത്തു പ്രതി വീണ്ടും പരിഷ്കരിക്കുകയും പ്രൊഫ. എം പി പോളിന്റെ അവതാരികയോടെ 1944 ൽ പ്രസിദ്ധീകരിക്കുകയും ചെയ്തു.

പിന്നീടുള്ള ബഷീറിന്റെ ജീവിതം പൂർണമായും ഒരെഴുത്തുകാരന്റെ തായിരുന്നു. ആദ്യമൊക്കെ തന്റെ കൃതികൾ സ്വയം പ്രസിദ്ധീകരിക്കു കയും വീടുകൾ കയറിയിറങ്ങി തനിയെ വിൽക്കുകയും ചെയ്തിരുന്നു. പിന്നീട് അദ്ദേഹം എറണാകുളത്ത് സർക്കിൾ ബുക്ക് ഹൗസും ബഷീർ ബുക്ക് സ്റ്റാളും നടത്തുകയുണ്ടായി.

ഇന്ത്യ വൈദേശികാധിപത്യത്തിൽനിന്നും മോചനം നേടിയതോടെ അദ്ദേഹത്തിന് സജീവരാഷ്ട്രീയത്തിൽ താൽപ്പര്യം ഇല്ലാതായി. എന്നാലും തന്റെ എല്ലാ കൃതികളിലും ധാർമികതയും രാഷ്ട്രീയമായ ആർജവവും പുലർത്തിയിരുന്നു. ബഷീർ തന്റെ നാൽപ്പതുകളിലാണ് വിവാഹിതനാ യത്. പത്നി ഫാബി. മക്കൾ അനീസ്, ഷാഹിന. കോഴിക്കോടിന്റെ തെക്കേ അറ്റത്ത് ബേപ്പൂരിൽ സ്ഥിരതാമസമാക്കി. മാനസികരോഗത്തിന ടിമപ്പെട്ട് ബഷീറിന് രണ്ടുപ്രാവശ്യം മാനസികരോഗാശുപത്രിയിൽ കഴി യേണ്ടിവന്നിട്ടുണ്ട്. തന്റെ ഏറ്റവും പ്രസിദ്ധമായ കൃതികളിൽപ്പെടുന്ന *പാത്തുമ്മയുടെ ആട്* തൃശൂർ മാനസികരോഗാശുപത്രിയിൽ കഴിയവേ യാണു രചിച്ചത്.

സുഹൃത്തുക്കളും ആരാധകരും അദ്ദേഹത്തെ സ്നേഹപൂർവം അഭി സംബോധന ചെയ്തിരുന്നത് ബേപ്പൂർസുൽത്താൻ എന്നായിരുന്നു. ബഷീറിന്റെ പല കൃതികളും നിരവധി ഭാഷകളിലേക്ക് പരിഭാഷപ്പെടു ത്തിയിട്ടുണ്ട്. അദ്ദേഹത്തിന്റെ *ബാല്യകാലസഖി, പാത്തുമ്മയുടെ ആട്, ന്റുപ്പാപ്പാക്കൊരാനേണ്ടാർന്നു* എന്നിവ ഡോ. റൊനാൾഡ് ഇംഗ്ലീഷിലേക്കു പരിഭാഷപ്പെടുത്തി എഡിൻ ബറോ യൂണിവേഴ്സിറ്റി പ്രസിദ്ധീകരിച്ചിട്ടുണ്ട്. *മതിലുകൾ, ശബ്ദങ്ങൾ, പ്രേമലേഖനം* എന്നീ കൃതികളും *പൂവൻപഴം* ഉൾപ്പെടെ 16 കഥകളുടെ ഒരു സമാഹാരവും ഓറിയന്റ് ലോംഗ് മാൻ ഇംഗ്ലീഷിലേക്കു പരിഭാഷപ്പെടുത്തി പ്രസിദ്ധീകരിക്കുകയുണ്ടായി. കൂടാ തെ, ഫ്രഞ്ച്, മലയ, ചൈനീസ്, ജാപ്പനീസ് ഭാഷകളിലും ബഷീർ കൃതി കളുടെ പരിഭാഷ വന്നിട്ടുണ്ട്. ഇന്ത്യക്കുള്ളിലാകട്ടെ ബഷീർ കൃതികളിൽ പലതും 18 ഇന്ത്യൻ ഭാഷകളിൽ പ്രസിദ്ധീകൃതമായിട്ടുണ്ട്.

ബഷീർ കൃതികൾ അവയുടെ ആയാസരഹിതമായ ആഖ്യാനശൈ ലിക്കു പ്രസിദ്ധമാണ്. സാധാരണ ജനങ്ങളുടെ സംസാരഭാഷയ്ക്കും സാഹിത്യഭാഷയ്ക്കുമിടയിലൊരു വേർതിരിവ് ബഷീർ കൽപ്പിച്ചിരുന്നില്ല. വ്യാകരണശുദ്ധിക്കും അദ്ദേഹം പ്രാധാന്യം നൽകിയിരുന്നില്ല. തന്റെ സ്വന്തം ഗ്രാമ്യഭാഷ തന്നെയായിരുന്നു ബഷീറിന്റെ ആലേഖനശൈലി. മനുഷ്യഭാവത്തിന്റെ ഒരു സൂക്ഷ്മ ഗ്രാഹിയായ നിരീക്ഷകനായ ബഷീർ തന്റെ കൃതികളിൽ ജീവിതത്തിലെ നർമവും ശോകവും സമർഥമായി സമ്മേളിപ്പിച്ചു. പ്രേമവും വിശപ്പും ദാരിദ്ര്യവും മാനവികതയുമായിരുന്നു തന്റെ കൃതികളിലെ മുഖ്യപ്രമേയം. ആവിഷ്കാരശൈലി, അവതരണം, ദാർശനികമായ ഉള്ളടക്കം, സാമൂഹ്യവിമർശനം, സാമൂഹ്യപ്രതിബദ്ധത ഇവയെല്ലാം ബഷീർകൃതികളെ വ്യത്യസ്തമാക്കിയിരിക്കുന്നു. ദേശീയ സ്വാതന്ത്ര്യസമരവുമായുള്ള ബന്ധം, യാത്രയുടെ അനുഭവങ്ങൾ; കേര ളത്തിലും സ്വന്തം പ്രദേശത്തും സ്വസമുദായത്തിലും നിലവിലിരുന്ന സാഹചര്യങ്ങളുമെല്ലാം ബഷീറിൽ വമ്പിച്ച സ്വാധീനം ചെലുത്തി. മാന വികതയുടെ നേർത്ത നൂലോട്ടം ബഷീറിന്റെ എല്ലാ കൃതികളിലും അനു ഭവിച്ചറിയാവുന്നതാണ്. ബഷീർ കൃതികളിലെ വൈരുധ്യം അവ ആത്മ കഥാപരവും ഭാവനാസൃഷ്ടികളും ആണെന്നതാണ്. ഭാവനാപരമായ കൃതി കൾ ആ നിലയിലും ആത്മകഥാപരമായവ ആ നിലയിലും ആസ്വാദ്യ കരം തന്നെ.

കേന്ദ്രസാഹിത്യ അക്കാദമിയുടെയും കേരളസാഹിത്യ അക്കാദമി യുടെയും ഫെലോഷിപ്പ് ബഷീറിനു ലഭിച്ചിട്ടുണ്ട്. സാഹിത്യത്തിനും രാഷ്ട്രീയത്തിനുമായി നാലു താമ്രപത്രങ്ങൾ; അനേകം മെഡലുകളും പൊന്നാടകളും പ്രശംസാപത്രങ്ങളും ബഷീറിനെ തേടിയെത്തി. സ്വാത ന്ത്ര്യസമരസേനാനിക്കുള്ള കേന്ദ്രസർക്കാരിന്റെയും കേരളസർക്കാ രിന്റെയും രാഷ്ട്രീയപെൻഷൻ ലഭിച്ചിരുന്നു. 1982 ൽ ഇന്ത്യാ ഗവൺമെന്റ് പത്മശ്രീ നൽകി അദ്ദേഹത്തെ ആദരിച്ചു. 1987 ൽ കാലിക്കട്ട് യൂണിവേ ഴ്സിറ്റി അദ്ദേഹത്തിന് ഡിലിറ്റ് ബിരുദം നൽകി. സംസ്കാരദീപം അവാർഡ് (1987), പ്രേംനസീർ അവാർഡ് (1992) മുട്ടത്തുവർക്കി അവാർഡ് (1994) എന്നിവയാണ് അദ്ദേഹത്തിനു ലഭിച്ച മറ്റു ബഹുമതികൾ.

1994 ൽ മലയാളികളുടെ പ്രിയപ്പെട്ട കഥാകാരൻ വൈക്കം മുഹമ്മദ് ബഷീർ നിര്യാതനായി.

ചെമ്പൈ വൈദ്യനാഥ ഭാഗവതർ

കർണാടകസംഗീതത്തിന്റെ ശക്തമായ ശബ്ദമാധുരിയുടെയും പ്രൗ ഢമായ ശൈലിയുടെയും പ്രതീകം. 1894 ൽ പാലക്കാട്ട് ചെമ്പൈ എന്ന ഗ്രാമത്തിൽ ജനിച്ചു. പിതാവ് അനന്ത ഭാഗവതർ; മാതാവ് പാർവതി അമ്മാൾ. അച്ഛൻ പാട്ടുകാരനും വയലിൻ വിദ്വാ നും ആയിരുന്നു.

ചെമ്പൈ തന്റെ എട്ടാംവയസിൽ പിതാവിൽനിന്നും പ്രാചീന ഗുരുശിഷ്യ പാരമ്പര്യത്തിൽ സംഗീതപഠനം ആരം ഭിച്ചു. 1904 ൽ തന്റെ ഒൻപതാം വയ സിൽ ഒറ്റപ്പാലത്ത് ക്ഷേത്രത്തിൽ അര ങ്ങേറ്റം നടത്തി. 1907 ൽ ഗുരുവായൂരിൽ നടത്തിയ സംഗീതപരിപാടികൾ ശ്രദ്ധേയമായിതീർന്നു. 1909 ൽ കാലി യക്കുടി നടേശശാസ്ത്രിയോടൊത്തു നടത്തിയ പരിപാടികളും 1911 ൽ പാലക്കാട് അനന്തരാമഭാഗവതരിൽ നിന്നു ലഭിച്ച അഭിനന്ദനവും ആദ്യ കാലത്തെ പ്രധാന സംഭവങ്ങളാണ്. 1912 ആയതോടെ വയലിനിലും ഫ്ളൂട്ടിലും പ്രാവീണ്യം നേടി. 1913 മുതൽ 1927വരെ അദ്ദേഹം അനേകം സംഗീതോത്സവങ്ങളിലും സഭകളിലും പാടി. മദ്രാസ് മ്യൂസിക് അക്കാദ മിയിൽ പാടിയതും ഇക്കൂട്ടത്തിൽപ്പെടും.

ചെമ്പൈയുടെ അനേകം പാട്ടുകൾ റിക്കാർഡ് ചെയ്യപ്പെട്ടിട്ടുണ്ട്. കച്ചേരികളിൽ മൈക്രോഫോണിന്റെ ഉപയോഗം ആരംഭിക്കുന്നകാല ത്തിനു മുൻപാണ് ചെമ്പൈ സംഗീത കച്ചേരികൾ നടത്തിത്തുടങ്ങിയത്. കച്ചേരിയുടെ വിജയം ഗായകന്റെ ധനിസ്വരൂപത്തെയും ശബ്ദത്തെയും ആശ്രയിച്ചാണിരുന്നത്. ഇക്കാര്യത്തിൽ ചെമ്പൈ അനന്യമാംവണ്ണം അനു ഗൃഹീതനായിരുന്നു. അദ്ദേഹത്തിന്റെ ശബ്ദം സാന്ദ്രവും സവിശേഷമാം വിധം ശുദ്ധവുമായിരുന്നു.

ചെമ്പൈയുടെ ഒരു പൂർവകാല സുഹൃത്തായ തൃപ്പൂണിത്തുറക്കാ രൻ ടി ജി കൃഷ്ണയ്യർ മദ്രാസിൽ (ചെന്നൈ) താമസമുറപ്പിച്ചിരുന്നു. അദ്ദേഹം സാന്തോമിനുസമീപം പാലസ് റോഡിൽ താൻ തന്നെ വിക സിപ്പിച്ച ലളിതാനഗറിൽ ചെമ്പൈക്ക് ഒരു വീടു നൽകി. ലളിത ദാസൻ എന്ന പേരിൽ കൃഷ്ണയ്യർ തെലുങ്കിലും തമിഴിലും സംസ്കൃത ത്തിലുമായി 155 കൃതികൾ രചിച്ചിരുന്നു. അവ സംഗീതവൽക്കരിക്കാനും പ്രചരിപ്പിക്കുവാനും അദ്ദേഹം ചെമ്പൈയോട് അഭ്യർഥിക്കുകയുണ്ടായി. ചെമ്പൈ ആ നിർദേശം അംഗീകരിക്കുകയും ക്ലാസിക്കൽ രീതിയിൽ ചിട്ടപ്പെടുത്തി *ലളിതദാസൻ കൃതികൾ* എന്ന പേരിൽ പ്രസിദ്ധീകരിക്കു കയും ചെയ്തു. തന്റെ മിക്ക കച്ചേരികളിലും അദ്ദേഹം ഈ കൃതികൾ ആലപിക്കുമായിരുന്നു.

പരിപാടികളിൽ അദ്ദേഹത്തിന്റെ മാനസികമായ ജാഗ്രതയും ഉണർവും അപൂർവം തന്നെയായിരുന്നു. തന്റെ സഹപ്രവർത്തകരെയും ശിഷ്യരെയും പ്രോത്സാഹിപ്പിക്കുന്നതിനും സഹായിക്കുന്നതിനും ഏതറ്റം വരെ പോകുവാനും അദ്ദേഹം തയാറായിരുന്നു. ശിഷ്യസമ്പത്തുകൊണ്ട് അനുഗൃഹീതനായിരുന്നു ചെമ്പൈ വൈദ്യനാഥഭാഗവധർ. വളർന്നുവ രുന്ന ഗായകരെ പ്രോത്സാഹിപ്പിക്കുന്നതിൽ ശ്രദ്ധാലുവും പുതിയ പ്രതി ഭകളെ കണ്ടെത്തുന്നതിൽ വിദഗ്ധനും കൂടിയായിരുന്നു അദ്ദേഹം. ടി വി ഗോപാലകൃഷ്ണൻ, പി ലീല, ജയവിജയൻമാർ, കെ ജെ യേശു ദാസ് എന്നിവരാണ് അദ്ദേഹത്തിന്റെ ശിഷ്യരിൽ പ്രഗത്ഭർ.

തന്റെ ജീവിതയാത്രയിലുടനീളം ചെമ്പൈ നിരവധി പദവികളും അവാർഡുകളും നേടിയിട്ടുണ്ട്. അവയിൽ ഏറ്റവും പ്രധാനപ്പെട്ടവ, 'ഗാന ഗന്ധർവ' (1940) സംഗീതകലാനിധി (1957), സംഗീതനാടക അക്കാദമി അവാർഡ് (1958) പദ്മഭൂഷൺ (1973) എന്നിവയാണ്. ചെമ്പൈയുടെ ജന്മ ശതാബ്ദി ദിനത്തിൽ കേന്ദ്രഗവൺമെന്റ് ഒരു സ്റ്റാമ്പ് പുറത്തിറക്കുകയു ണ്ടായി. കൊച്ചി, മൈസൂർ, ബറോഡ, വിജയനഗരം, ബോബിലി, ജയ പ്പൂർ എന്നിവിടങ്ങളിലെ രാജാക്കന്മാരിൽനിന്നും അദ്ദേഹത്തിന് ബഹുമ തികൾ ലഭിച്ചിട്ടുണ്ട്.

1924 മുതൽ ചെമ്പൈ തന്റെ സ്വന്തം ഗ്രാമത്തിൽ സംഗീതോത്സവം നടത്തിയിരുന്നു. അദ്ദേഹത്തിന്റെ ഓർമയ്ക്കായി ഇത് ഇപ്പോൾ അദ്ദേഹ ത്തിന്റെ ശിഷ്യൻമാർ തുടർന്നു നടത്തിക്കൊണ്ടിരിക്കുകയാണ്. ചെമ്പൈ സ്മാരകസംഗീതോത്സവം എന്നാണ് ഇത് അറിയപ്പെടുന്നത്. ഓരോ

വർഷവും ഫെബ്രുവരി മാർച്ചിൽ ഇതു നടന്നുവരുന്നു. ഗുരുവായൂർ ഏകാ ദശി ദിനത്തിൽ (നവംബർ മധ്യത്തിൽ) ഗുരുവായൂരിൽ എല്ലാ വർഷവും സംഗീതോത്സവം നടത്തുന്ന പതിവ് ചെമ്പ പുലർത്തിയിരുന്നു. ഇപ്പോൾ ഇത് അദ്ദേഹത്തെ ആദരിക്കുന്നതിനായി ചെമ്പ സംഗീതോ ത്സവം എന്ന പേരിൽ ഗുരുവായൂർ ദേവസ്വംബോർഡ് നടത്തി വരികയാ ണ്. സുവർണകാലം എന്നു സാധാരണ പരാമർശിക്കപ്പെടുന്ന ഒരു കാലത്തെ കർണാടകസംഗീതോപാസകരിൽ പ്രമുഖ സ്ഥാനത്തുള്ളവ രിൽ ഒരാളാണ് ചെമ്പ വൈദ്യനാഥഭാഗവതർ. അദ്ദേഹവും അരിയാ ക്കുടിരാമാനുജം അയ്യങ്കാരും മഹാരാജപുരം വിശ്വനാഥ അയ്യരും ചേർന്ന് 'കർണാടകസംഗീതത്തിലെ ആധുനിക ത്രിമൂർത്തികൾ' എന്ന് അറിയ പ്പെടുന്നു. 20-ാം നൂറ്റാണ്ടിന്റെ ആരംഭത്തിൽ തന്നെ കടന്നു പോയ അതികായൻമാർ സൃഷ്ടിച്ച ശൂന്യതയിൽ കർണാടകസംഗീതത്തിന്റെ കച്ചേരിപാരമ്പര്യം നിലനിറുത്തിപ്പോന്നത് ഈ ത്രിമൂർത്തികളായിരുന്നു. ശെമ്മാങ്കുടി ശ്രീനിവാസ അയ്യരും ജി എൻ ബാലസുബ്രഹ്മണ്യനും മധു രമണിയും വനിതാത്രിമൂർത്തികളായ എം എസ് സുബ്ബലക്ഷ്മി, ഡി കെ പട്ടമ്മാൾ, എം എൽ വസന്തകുമാരി എന്നിവരും പിൽക്കാലത്ത് രംഗ ത്തുവന്നു. ഒരിക്കലും ശ്രുതിയിൽനിന്നും വിട്ടുമാറാത്ത, മുഴക്കമുള്ള ലോഹധ്വനിയുള്ള ശക്തമായ ശബ്ദമാണ് ചെമ്പ വൈദ്യനാഥഭാഗവ തരെ ഇവരിൽ നിന്നെല്ലാം വ്യത്യസ്തനാക്കിയത്.

ഒരു കലാകാരനെന്നനിലയിൽ ചെമ്പയുടെ സൃഷ്ടിപരമായ കഴിവ് വിസ്മയിപ്പിക്കുന്നതായിരുന്നു. അദ്ദേഹത്തിന്റെ ശുദ്ധനാദത്തിന്റെ ഹർഷോന്മാദവും അത്ഭുതകരമായ ഓജസും മഹത്തായ നർമബോധവും കലാരസികരെയും വിമർശകന്മാരെയും ഒരുപോലെ സംപ്രീതരാക്കി. ഇതോടൊപ്പം സമകാലികസംഗീതലോകത്തെ അടക്കിഭരിച്ചിരുന്ന ജാതി സമുദായ മുൻവിധികളിൽനിന്നും അദ്ദേഹം എന്തുമാത്രം ഉയർന്നുനിന്നി രുന്നുവെന്ന് തന്റെ ശിഷ്യന്മാരുമായുള്ള ബന്ധത്തിൽനിന്നും നമുക്കു കാണുവാൻ കഴിയും. വാസനയുള്ള ഏതൊരാളെയും പഠിപ്പിക്കാൻ അദ്ദേഹം സദാ സന്നദ്ധനായിരുന്നു. നാമിത്തം, ധവളാസാധകം, ജൈവിക സാധകം, ശുഷ്ക പക്ഷസാധകം മുതലായ ആവിഷ്കാരസങ്കേതങ്ങളുടെ കർക്കശമായ പരിശീലനത്തിലൂടെ നേടിയ ശബ്ദനിയന്ത്രണം പ്രത്യേകം പരാമർശമർഹിക്കുന്നതാണ്. സംഗീതജ്ഞന്റെ ഉൾവിളിയും, രാഗങ്ങ ളെയും സ്വരങ്ങളെയും സംബന്ധിച്ച ഉജ്വലമായ അറിവും ശ്രുതിയുടെയും ലയത്തിന്റെയും ഒത്തുള്ള നിയന്ത്രണവും ശബ്ദത്തിനനുയോജ്യമായ ഭാവവും വൈവിധ്യമാർന്ന അനുഭവങ്ങളിലൂടെ അരിച്ചെടുത്ത വാസനയും ആശയങ്ങളുമായിരുന്നു ചെമ്പയുടെ സംഗീതവ്യക്തിത്വത്തിന്റെ വികാ സത്തിനു സംഭാവന നൽകിയ മുഖ്യഘടകങ്ങൾ.

ജീവിതത്തിലുടനീളം പഠിപ്പിക്കുന്നതിനുള്ള ആവേശം അദ്ദേഹം പ്രക ടിപ്പിച്ചിരുന്നു. 16 വയസുള്ളപ്പോൾ തന്നെ ചെമ്പ സംഗീതം പഠിപ്പിച്ചു തുടങ്ങി. അച്ഛൻ അനന്തഭാഗവതരുടെ ശിക്ഷണത്തിൽ സമർഥരായ

സംഗീതജ്ഞരായുള്ള വൈദ്യനാഥന്റെയും അനുജൻ സുബ്രഹ്മണ്യ ത്തിന്റെയും വളർച്ച സ്വന്തം മക്കളെ സംഗീതം പഠിക്കുന്നതിന് അനന്ത ഭാഗവതരുടെ അടുക്കൽ അയക്കാൻ അനേകം രക്ഷാകർത്താക്കളെ പ്രേരിപ്പിച്ചു. ശിഷ്യരുടെ എണ്ണം താങ്ങാവുന്നതിലധികമായപ്പോൾ അന ന്തഭാഗവതർ കുറെ കുട്ടികളെ വൈദ്യനാഥനെ ഏൽപ്പിക്കുകയായിരുന്നു. തന്റെ അറിവ് അർഥിക്കുന്നവന് അതു പകർന്നു നൽകുന്നതിനുള്ള സന്ന ദ്ധത അങ്ങനെ വൈദ്യനാഥന് അച്ഛനിൽ നിന്നു തന്നെ ലഭിച്ചതാണ്. പഠിപ്പിക്കുന്നതിന്റെ ലക്ഷ്യം പണം സമ്പാദിക്കലായിരുന്നുമില്ല.

ആവശ്യമുള്ള ആരെയും ജാതിയോ ലിംഗമോ പ്രായമോ സാമൂഹ്യ പദവിയോ പരിഗണിക്കാതെ പഠിപ്പിക്കുമായിരുന്നുവെന്നുമാത്രമല്ല, ദിവ സത്തിലെ ഏതുസമയത്തും സൗകര്യം ലഭിക്കുന്ന എവിടെവച്ചും പഠിപ്പി ക്കുവാനും അദ്ദേഹം തൽപ്പരനായിരുന്നു. വളരെ പ്രമുഖനായ ഒരു കച്ചേ രികലാകാരനാണെങ്കിൽത്തന്നെയും ഒരു തുടക്കക്കാരനെ ആദ്യപാഠങ്ങൾ പഠിപ്പിക്കുന്നതുപോലും തന്റെ പദവിക്കു താഴെയാണെന്ന് അദ്ദേഹം കരു തിയിരുന്നില്ല. 1923 ൽ തന്നെ താൽപ്പര്യമുള്ള ആൺകുട്ടികളെയും പെൺകുട്ടികളെയും സംഗീതം പഠിപ്പിക്കുന്നതിന് വേണ്ടി ഗുരുകുലചട്ട ക്കൂടിൽ അദ്ദേഹം ഒരു സ്കൂൾ സ്ഥാപിക്കുകയുണ്ടായി. സ്കൂളിനു വേണ്ടി കെട്ടിടം നിർമിക്കുകയും പഠിപ്പിക്കാൻ തന്റെ സഹോദരന്റെയും കൂടെ സഹായം ലഭ്യമാക്കുകയും ചെയ്തു. ഫീസു വാങ്ങാതെയായിരുന്നു പഠി പ്പിക്കൽ. വൈദ്യനാഥഭാഗവതർ ഗ്രാമം വിട്ടുപോയശേഷവും സ്കൂൾ തുടർന്നു പ്രവർത്തിക്കുകയും ഇന്നും നിലനിൽക്കുകയും ചെയ്യുന്നു.

1974 ഒക്ടോബർ 16ന് ചെമ്പൈ നിര്യാതനായി. അതിന് അൽപ്പസ മയം മുൻപ് അദ്ദേഹം ഒറ്റപ്പാലത്ത് താൻ ജീവിധത്തിലെ ആദ്യത്തെ കച്ചേരി നടത്തിയ ക്ഷേത്രത്തിൽ അവസാനത്തെ കച്ചേരിയും അവതരി പ്പിച്ചു. 'കരുണ ചെയ്‌വാനെന്തു താമസം കൃഷ്ണാ' എന്ന തന്റെ പ്രിയ പ്പെട്ട കീർത്തനമായിരുന്നു അന്നു പാടിയത്.

റവ. പൗലോസ് മാർഗ്രിഗോറിയസ്

റവ. ഡോ. പൗലോസ് മാർ ഗ്രിഗോറിയസിന്റെ ബഹുമുഖ ജീവിതവും പ്രവർത്തനങ്ങളും അദ്ദേഹത്തിന്റെ വിഭിന്നമായ അനേകം കഴിവുകളെയും തന്റെ സംഭാവനകളുടെ വിന്യാസത്തെ യും ചൂണ്ടിക്കാണിക്കുന്നു. ഡൽ ഹി മെത്രാസനത്തിലെ ആദ്യ ത്തെ മെത്രാൻ, കോട്ടയം ഓർത്ത ഡോക്സ് സെമിനാരിയുടെ പ്രിൻ സിപ്പൽ, ഡൽഹി ഓർത്തഡോ ക്സ് സെന്ററിന്റെ സ്ഥാപകൻ എന്നീ പദവികൾക്കു പുറമെ അദ്ദേഹം ലോകമാസകലം ഓർ ത്തഡോക്സ് വിശ്വാസത്തിന്റെ പ്രകാശകൻ, *ബൈബിൾ* വിദഗ്ധനും അധ്യാപകനും, ഓർത്തഡോക്സ് സഭകളുടെ ഐക്യത്തിൽ പ്രേരകൻ, വിശ്വാസങ്ങൾ തമ്മിലെ ചർച്ച യ്ക്കും സഹകരണത്തിനും സ്വയം സമർപ്പിച്ച സഭാ ഐക്യപ്രസ്ഥാന ത്തിന്റെ നേതാവ്, വേൾഡ് കൗൺസിൽ ഓഫ് ചർച്ചസിന്റെ പ്രസിഡന്റ് എന്നീ നിലകളിൽ പ്രവർത്തിച്ചിരുന്നു.

അദ്ദേഹം പണ്ഡിതനും തത്വജ്ഞാനിയും ഗ്രന്ഥകാരനും വിദ്യാഭ്യാ സവിദഗ്ധനും വാഗ്മിയും സാമൂഹ്യരാഷ്ട്രീയചിന്തകനും ശിശുക്കളെയും പ്രകൃതിയെയും സ്നേഹിച്ചയാളും, സ്ത്രീസമത്വത്തിന്റെയും പരിസ്ഥി

തിസംരക്ഷണത്തിന്റെയും ഹോളിസ്റ്റിക് ഹെൽത്തിന്റെ വക്താവും ആയി
രുന്നു.

ചൂഷണം, വിവേചനം, നവ-കൊളോണിയലിസം, മത-സാംസ്കാ
രികഗർവം എന്നിവയ്ക്കെതിരെ അദ്ദേഹം സാഹസികമായി സമരം ചെയ്യു
കയും നിരായുധീകരണത്തിനും നീതിക്കും സമാധാനത്തിനും വേണ്ടി
സജീവമായി പ്രവർത്തിക്കുകയും ചെയ്തു. വിജ്ഞാനത്തിന്റെ വെളിച്ച
ത്തിന്റെയും സത്യത്തിന്റെയും നമ്മുടെ നിലനിൽപ്പിന്റെ സർവാതിശാ
യിയായ ഉറവിടത്തിന്റെയും ആജീവനാന്ത അന്വേഷകനും കൂടിയായി
രുന്നു അദ്ദേഹം.

ഗ്രിഗോറിയോസ് 1922 ആഗസ്റ്റ് 9-ാം തീയതി തൃപ്പൂണിത്തുറയിലെ
ഒരു പുരാതന ക്രിസ്തീയ കുടുംബത്തിൽ ജനിച്ചു. പിതാവ് ടി പി പൈലി.
മാതാവ് ഏലി. ചെറുപ്പത്തിൽ ഗ്രിഗോറിയോസ് അതിബുദ്ധിമാനും പഠി
പ്പിൽ സാമർഥ്യമുള്ളവനും ക്ലാസിൽ ഒന്നാമനും അനിതരസാധാരണസി
ദ്ധിയുള്ള പ്രസംഗകനും ഇംഗ്ലീഷിൽ വൈദഗ്ധ്യമുള്ളവനുമായിരുന്നു.
കുടുംബത്തിന്റെ ദാരിദ്ര്യ പൂർണമായ അന്തരീക്ഷം പൗലോസിനെ അതി
മോഹങ്ങളൊന്നുമില്ലാത്തവനാക്കി: എന്നാലത് തന്റെ വ്യക്തിത്വം കടഞ്ഞ്
മിനുസപ്പെടുത്തിയെടുക്കാൻ സഹായിച്ചു.

ഒരു ബഹുഭാഷാ വിദഗ്ധനായ പൗലോസ് കൊച്ചിയിലെയും മല
ബാറിലെയും വിവിധ പത്രങ്ങൾക്ക് റിപ്പോർട്ടുകളും ലേഖനങ്ങളും തയാ
റാക്കി അയക്കുന്ന സ്വതന്ത്രപത്രപ്രവർത്തകനായിട്ടാണ് തന്റെ ജീവിതം
ആരംഭിച്ചത്. പിന്നീട് കുറേനാൾ കൊച്ചിൻ ട്രാൻസ്പോർട്ട് കമ്പനിയിൽ
ജോലി നോക്കി. 1942 ൽ അദ്ദേഹം കമ്പി-തപാൽവകുപ്പിൽ ജോലി സ്വീക
രിച്ചു. ദരിദ്രരും അടിച്ചമർത്തപ്പെട്ടവരും ചൂഷിതരുമായ തൊഴിലാളികളെ
സഹായിക്കുന്നതിനുള്ള തന്റെ ആകാംക്ഷ അദ്ദേഹത്തെ ട്രേഡ്യൂണി
യൻ പ്രവർത്തനങ്ങളുമായി കൈകോർക്കുന്നതിൽ കൊണ്ടുചെന്നെ
ത്തിച്ചു.

സാഹചര്യങ്ങളുടെ ഫലമായി അഞ്ചുവർഷത്തിനുശേഷം അദ്ദേഹ
ത്തിന്റെ ജീവിതത്തിൽ ഒരു വഴിത്തിരിവുണ്ടായി. അദ്ദേഹം എത്യോപ്യ
യിൽ ഒരു അധ്യാപക ജോലി സ്വീകരിച്ചു. എത്യോപ്യയിൽ അധ്യാപക
നെന്ന നിലയിൽ അദ്ദേഹം എത്യോപ്യൻ ജനതയുടെ സമ്പന്നമായ
സംസ്കാരം സ്വാംശീകരിക്കുകയും അവരുടെ പ്രാചീനവും ഔദ്യോഗി
കഭാഷയുമായ അമാരിക് (Amkaric) ൽ അവഗാഹം നേടുകയും
ചെയ്തു. എത്യോപ്യൻ ചക്രവർത്തി ഹെയ്‌ലിസാലാസി പൗലോസിന്റെ
ശേഷിയും ഔൽസുക്യവും കേട്ടറിയുകയും അദ്ദേഹത്തെ തന്റെയൊപ്പം
ചേർക്കുകയും ചെയ്തു.

ചക്രവർത്തിയും പൗലോസും തമ്മിൽ വളർന്നുവന്ന സൗഹൃദം
എത്യോപ്യയിലെ വിവിധസ്ഥാപനങ്ങളുടെ തലപ്പത്തെത്തുവാൻ പൗലോ
സിനെ സഹായിച്ചു. തന്റെ നേർക്കു വച്ചുനീട്ടിയ പല പദവികളും എത്യോ
പ്യൻ പൗരത്വവും അദ്ദേഹം പിന്നീട് നിരാകരിക്കുകയുണ്ടായി. ചക്ര

വർത്തി അദ്ദേഹത്തെ ഉപരിപഠനത്തിനായി അമേരിക്കയിലേക്ക് അയച്ചു. അദ്ദേഹം ഒക്ലഹോമാ സർവകലാശാലയിലെ ഗൊഷൻ കോളേജിലും പ്രിൻസ്ടണിലും യേലിലും വിദ്യാഭ്യാസം നേടി. ദൈവശാസ്ത്രത്തിൽ മാസ്റ്റർ ബിരുദവുമായി അദ്ദേഹം 1954 ൽ ഇന്ത്യയിൽ തിരിച്ചെത്തി. ആലു വയിലെ ഫെലോഷിപ്പ് ഹൗസ് ഡയറക്ടറായും, യൂണിയൻ ക്രിസ്ത്യൻ കോളേജിൽ വിസിറ്റിംഗ് പ്രൊഫസറായും അദ്ദേഹം പ്രവർത്തിച്ചു. 1955 ൽ അദ്ദേഹം കോട്ടയത്തെ 'ഓർത്തഡോക്സ് തിയോളജിക്കൽ സെമിനാ രി'യിൽ അധ്യാപകനായി ജോലിയിൽ പ്രവേശിച്ചു. ഓർത്തഡോക്സ് സ്റ്റുഡൻസ് ക്രിസ്ത്യൻ മൂവ്മെന്റിന്റെ ജനറൽ സെക്രട്ടറിയായും അദ്ദേഹം പ്രവർത്തിച്ചു.

1956 ൽ എത്യോപ്യൻ ചക്രവർത്തി ഇന്ത്യ സന്ദർശിച്ചപ്പോൾ എത്യോ പ്യയിലേക്കു മടങ്ങിച്ചെല്ലുവാൻ അദ്ദേഹം പൗലോസിനെ പ്രേരിപ്പിച്ചു. അവിടെ അദ്ദേഹം ചക്രവർത്തിയുടെ സഹായിയും ഉപദേഷ്ടാവുമായി പ്രവർത്തിച്ചു. 1958 ൽ ഇന്ത്യയിൽ മടങ്ങിയെത്തിയ അദ്ദേഹം 'ഡീഖ' നായി നിയോഗിക്കപ്പെട്ടു. 1961 ൽ സഭയുടെ പരമോന്നത മേധാവിയായ കത്തോലിക്കോസ് അദ്ദേഹത്തിന് ഫാ. പോൾവർഗീസ് എന്ന പേരിൽ വൈദികപ്പട്ടം നൽകി.

ഫാ. പോൾവർഗീസ് തന്റെ ദൈവശാസ്ത്രനാമം തുടർന്നു. ഓക്സ് ഫോർഡിലും ജർമനിയിലും അദ്ദേഹം ഡോക്ടറൽ പഠനം നടത്തി. കൽ ക്കത്തയിലെ സെറാംപൂർ യൂണിവേഴ്സിറ്റിയിൽനിന്നും അദ്ദേഹത്തിന് ഡോക്ടറേറ്റു ലഭിച്ചു.

ഉണർന്നിരിക്കുന്ന ദീപ്തമായ മനസായിരുന്നു പൗലോസ് മാർഗ്രി ഗോറിയസിന്റേത്. ക്രിസ്തുവിൽ ദൈവത്തിന്റെയും മനുഷ്യവംശ ത്തിന്റെയും സംയോജനത്തിന്റെ ക്രിസ്തീയമായ സ്ഥിരീകരണം ആയി രുന്നു അദ്ദേഹത്തന്റെ ദൈവശാസ്ത്രത്തിന്റെ അടിസ്ഥാനം. സംഭ്രാ ന്തിയോ ഭിന്നതയോ കൂടാതെ ദൈവികത്വവും മാനവികതയും തമ്മിലുള്ള പരിപൂർണ യോജിപ്പ്, ഈ വിശ്വദർശനം ലോകചർച്ച് കൗൺസിലിൽ പ്രധാനമായതും ഉത്തരവാദപ്പെട്ടതുമായ വിവിധ പദവികളിൽ എത്തി ച്ചേരാൻ അദ്ദേഹത്തെ സഹായിച്ചു. 1970 മുതൽ 1990 വരെ ക്രിസ്ത്യൻ പീസ് കോൺഫറൻസിന്റെ വൈസ് പ്രസിഡന്റായും 1983 മുതൽ 91 വരെ ലോക ചർച്ച് കൗൺസിലിന്റെ പ്രസിഡന്റും ആയിരുന്നു. 1975 ഫെബ്രു വരിയിൽ അദ്ദേഹം മെത്രാപ്പോലീത്തയായി നിയമിതനായി. അടുത്ത വർഷം ഡൽഹിയിലെ മെത്രോപ്പൊലീത്തയാവുകയും ചെയ്തു. അദ്ദേ ഹമാണ് ഡൽഹി ഓർത്തഡോക്സ് സെന്റർ സ്ഥാപിച്ചത്.

വിജ്ഞാനത്തിനായുള്ള ആജീവനാന്ത സമർപ്പണം; വൈശിഷ്ട്യ ത്തിന്റെ അനുഷ്ഠാനത്തിനായുള്ള ജീവിതം: ഇതായിരുന്നു പൗലോസ് മാർഗ്രിഗേറിയസിന്റെ ജീവിതം.

ദി ജോയ് ഓഫ് ഫ്രീഡം, ദി ഫ്രീഡം ഓഫ് മാൻ, ഫ്രീഡം ആന്റ് അതോറിറ്റി, ട്രൂത്ത് വിത്താട്ട് ട്രഡിഷൻ, സയൻസ് ഫോർ സെയ്ൻ

സൊസൈറ്റീസ്, കോസ്മിക് മാൻ, ദി മീനിംഗ് ആൻഡ് നേച്ചർ ഓഫ് ഡയക്കോണിയ, എൻലൈറ്റ്മെന്റ്, ഈസ്റ്റ് ആൻഡ് വെസ്റ്റ് എന്നിവ അദ്ദേ ഹത്തിന്റെ പ്രധാനകൃതികളിൽ ചിലതാണ്. ഇന്ത്യ, ഇംഗ്ലണ്ട്, അമേരി ക്ക, പോളണ്ട്, ബുഡാപെസ്റ്റ്, പ്രാഗ് ജർമൻ ജനാധിപത്യ റിപ്പബ്ലിക് (കി ഴക്കൻ ജർമനി) ചെക്കോസ്ലവേക്യ, എന്നിവിടങ്ങളിൽ നിന്നുമായി അനേകം പുരസ്കാരങ്ങൾ അദ്ദേഹം നേടിയിട്ടുണ്ട്.

1996 നവംബർ 24ന് റവ. പൗലോസ് മാർ ഗ്രിഗോറിയസ് മെത്രാ പ്പൊലീത്ത ഡൽഹിയിൽ നിര്യാതനായി.

വി കെ കൃഷ്ണമേനോൻ

കൃഷ്ണമേനോൻ 1896 ൽ കോഴിക്കോട് പന്നിയങ്കരയിൽ ദക്ഷിണേന്ത്യയിലെ ഒരു ശക്തമായ തറവാടായിരുന്ന വെങ്കാലിൽ കുടും ബത്തിൽ ജനിച്ചു. 1815 മുതൽ 17 വരെ മഹാറാണി ഗൗരിപാർവതി ഭായിയുടെ കീഴിൽ തിരുവിതാംകൂ റിലെ ദിവാനായിരുന്ന രാമൻ മേനോന്റെ കൊച്ചുമകൾ ലക്ഷ്മി ക്കുട്ടിയമ്മ ആയിരുന്നു കൃഷ്ണമേ നോന്റെ മാതാവ്. പിതാവ് കോമ ത്തുകൃഷ്ണക്കുറുപ്പ് കടത്തനാട് രാജാവിന്റെ മകനും കോഴിക്കോടു ബാറിലെ സമ്പത്തും സ്വാധീനശ ക്തിയുമുള്ള അഭിഭാഷകനും ആയിരുന്നു. അദ്ദേഹത്തിന്റെ സഹോദരി കൊച്ചിയുടെ അവസാനത്തെ രാജാവിന്റെ പത്നിയായിരുന്നു.

കൃഷ്ണമേനോന്റെ ആദ്യകാലവിദ്യാഭ്യാസം തലശേരി മുനിസിപ്പൽ ലോവർ സെക്കന്ററി സ്കൂളിലും ബ്രണ്ണൻ ഹൈസ്കൂളിലും ആയിരു ന്നു. 1910 ൽ കുടുംബം കോഴിക്കോട്ടേക്ക് താമസം മാറ്റിയതോടെ നേറ്റീവ് ഹൈസ്കൂൾ, കോഴിക്കോട് എന്നറിയപ്പെട്ടിരുന്ന ഇന്നത്തെ ഗണപതി ഹൈസ്കൂളിൽ പഠനം തുടർന്നു. 1913 ൽ അവിടെനിന്നും മെട്രിക്കുലേ ഷൻ പരീക്ഷ ജയിച്ചു. പിന്നീട് അദ്ദേഹം കോഴിക്കോട്ടെ സാമൂതിരികോ

ള്ളേജിൽ (ഇന്നത്തെ ഗുരുവായൂരപ്പൻ കോളേജ്) ചരിത്രവും തത്വശാ സ്ത്രവും എടുത്ത് മദ്രാസ് സർവകലാശാലയുടെ ഇന്റർമീഡിയറ്റ് പരീ ക്ഷയ്ക്കു ചേർന്നു ജയിച്ചു. ബിരുദപഠനത്തിന് അദ്ദേഹം മദ്രാസ് പ്രസി ഡൻസി കോളേജിൽ ചേർന്നു.

ഇതിനിടെ അദ്ദേഹം വായനയുടെ ലോകത്തിൽ പ്രവേശിച്ചു. ചരിത്രം കൊണ്ടുമാത്രം തൃപ്തിവരാത്ത കൃഷ്ണമേനോൻ ബ്രിട്ടീഷ് പാർലമെന്ററി സമ്പ്രദായത്തിന്റെ പ്രവർത്തനം പഠിക്കാനും അതിനു ജന്മം കൊടുത്ത സമൂഹത്തിനെ മനസിലാക്കാനും ശ്രമിച്ചു. ഇക്കാലത്ത് അദ്ദേഹത്തെ സ്വാധീനിച്ച ചിന്തകർ ജോൺ ലോക്, ജെ എസ് മിൽ എന്നിവരായിരു ന്നു. മില്ലിന്റെ സ്വാതന്ത്ര്യത്തെക്കുറിച്ചുള്ള സങ്കൽപ്പം മേനോനെ വല്ലാതെ സ്വാധീനിച്ചു. മാർക്സിന്റെയും എംഗൽസിന്റെയും കൃതികളിൽ സാമ്രാ ജ്യത്വത്തിന് ഇരകളായവരുടെ സ്ഥിതിഗതികളിൽ വിലമതിക്കാനാവാത്ത ആശയങ്ങൾ മേനോൻ കണ്ടെത്തി.

പ്രസിഡൻസി കോളേജിലെ പഠനത്തിനിടെ അദ്ദേഹം ഡോ. ആനി ബസന്റിന്റെ ഹോം റൂൾ പ്രസ്ഥാനത്തിലേക്ക് ആകർഷിക്കപ്പെട്ടു. കോളേ ജിലെ കൊടിമരത്തിൽ ഹോം റൂൾ പ്രസ്ഥാനത്തിന്റെ പതാകയുയർത്തി യതിന് പ്രിൻസിപ്പൽ കൃഷ്ണമേനോന് താക്കീതു നൽകുകയുണ്ടായി. മൊത്തത്തിൽ ക്ലാസ്മുറികളെക്കാൾ കൂടുതൽ സമയം മേനോൻ ചെല വഴിച്ചത് സാമൂഹ്യപ്രവർത്തനത്തിലാണ്. ബി എ ബിരുദമെടുത്ത ശേഷം അദ്ദേഹം നിയമപഠനത്തിനായി മദ്രാസ് ലാ കോളേജിൽ ചേർന്നു. എന്നാൽ നിയമപഠനത്തിൽ അദ്ദേഹം വലിയ താൽപ്പര്യം പുലർത്തിയില്ല. പകരം അന്നത്തെ സാമൂഹ്യ സാംസ്കാരിക രാഷ്ട്രീയ പ്രവർത്തനങ്ങ ളിൽ വലിയ താൽപ്പര്യം കാണിച്ചു. മദിരാശിയിലെ കോളേജ് നാളുക ളിൽപോലും ഒരുജ്വല പ്രസംഗകനായിരുന്നു കൃഷ്ണമേനോൻ. മാതൃ ഭാഷയിൽ ധാരാളം കുത്തുവാക്കുകളും പരിഹാസങ്ങളും പ്രയോഗിക്കാൻ കഴിവുണ്ടായിരുന്നു. ഈ സവിശേഷത ഇംഗ്ലീഷിലും പ്രയോഗിച്ചത് അദ്ദേ ഹത്തെ താർക്കികനും കരുത്തുറ്റ പൊതുപ്രസംഗകനും ആക്കിമാറ്റി. പിന്നീടദ്ദേഹം ഈ നൂറ്റാണ്ടിലെ തന്നെ ഏറ്റവും വലിയ പ്രസംഗകരി ലൊരാളായി മാറി. മദ്രാസ് ആസ്ഥാനമാക്കി ഡോ. ആനിബസന്റ് ഇന്ത്യൻ നാഷണൽ ബോയ്സ് സ്കൗട്ട് അസോസിയേഷൻ സ്ഥാപിച്ചിരുന്നു. അവർ കൃഷ്ണമേനോനെ മദിരാശിയിൽ സ്കൗട്ട് പ്രസ്ഥാനം വളർത്തു ന്നതിനുള്ള ചുമതല ഏൽപ്പിച്ചു. മദ്രാസിലും പരിസരങ്ങളിലും സ്കൗട്ട് പ്രസ്ഥാനത്തിന് വലിയ വളർച്ചയുണ്ടായി. 1918 ൽ മേനോനെ മലബാ റിലെ പ്രവർത്തനത്തിനു ചുമതലപ്പെടുത്തി. അവിടെയും ഡോ. ബസന്റിന് തൃപ്തിവരും വണ്ണം അദ്ദേഹം ഈ കർമം നിർവഹിച്ചു.

അർപ്പണബോധമുള്ള ചെറുപ്പക്കാരെ ഇംഗ്ലണ്ടിൽ വിദ്യാഭ്യാസ പരി ചയം നൽകി കൂടുതൽ നല്ല ചുറ്റുപാടിൽ തങ്ങളുടെ പ്രത്യേക താൽപ്പ ര്യങ്ങൾ വികസിപ്പിച്ചെടുക്കാനായി തെരഞ്ഞെടുക്കുവാൻ ഡോ. ബസന്റും ഡോ. ജോർജ് എസ് അരുൺ ഡെയ്‌ലും തീരുമാനിച്ചു. കൃഷ്ണമേ

നോനും അതിനായി തെരഞ്ഞെടുക്കപ്പെട്ടു. ലണ്ടനിലെത്തിയ കൃഷ്ണ മേനോന് ലെച്ച് വർത്തിലെ സെന്റ് ക്രിസ്റ്റഫർ സ്കൂളിൽ അധ്യാപകന്റെ ജോലി ലഭിച്ചു. പിന്നീട് ലണ്ടൻ സ്കൂൾ ഓഫ് എക്കണോമിക്സിൽ ചേർന്ന് 1925 ൽ അദ്ദേഹം സ്പെഷ്യൽ ഇന്റർ പരീക്ഷ എഴുതി. പിന്നീട് രാഷ്ട്രതന്ത്രം പഠിക്കാൻ ലണ്ടൻ സ്കൂളിൽ ചേർന്നു. പ്രസിദ്ധ രാഷ്ട്രത ന്ത്രജ്ഞനും പ്രഗൽഭനായ പ്രൊഫസറുമായ ഹരോൾഡ് ലാസ്കിയുടെ ശിഷ്യനായിരുന്നു കൃഷ്ണമേനോൻ. 1928 ൽ ലണ്ടൻ സ്കൂൾ ഓഫ് എക്കണോമിക്സിൽനിന്നും ഒന്നാംക്ലാസ് ബഹുമതിയോടെ ബാച്ചലർ ഓഫ് സയൻസ് ബിരുദമെടുത്തു. പിന്നീടദ്ദേഹം ലണ്ടനിലെ സർവക ലാശാല കോളേജിൽ മന:ശാശാസ്ത്രത്തിൽ മാസ്റ്റർ ബിരുദത്തിനു ചേർന്നു. എം എസിക്ക് അദ്ദേഹം തയാറാക്കിയ *വ്യാവസായികക്ഷീണം* എന്ന ഉജ്ജലപ്രബന്ധത്തിന് അദ്ദേഹത്തെ അനുമോദിച്ചുകൊണ്ട് ഡോ. ഫ്ലൂഗൻ എഴുതിയിരുന്നു. 1934 ൽ അദ്ദേഹം നിയമപഠനം പൂർത്തിയാ ക്കി. ഇതിനിടെ ധനശാസ്ത്രം, രാഷ്ട്രതന്ത്രം, മനശ്ശാസ്ത്രം എന്നീ വിഷ യങ്ങളിൽ ഉപരിപഠനം നടത്തുകയും, 'പതിനേഴാം നൂറ്റാണ്ടിലെ ഇംഗ്ലീഷ് രാഷ്ട്രീയ ചിന്ത'യെ സംബന്ധിച്ച ഗവേഷണത്തിന് എം എസ് സി ബിരുദം നേടുകയും ചെയ്തു. വിദ്യാഭ്യാസത്തിനു പുറമേ രാഷ്ട്രീയ പ്രവർത്തന ത്തിലെ മേനോന്റെ മികവിനും പ്രൊഫ. ലാസ്കിയിൽനിന്നും മേനോൻ അഭിനന്ദനം നേടുകയുണ്ടായി.

ലണ്ടനിൽ വന്നതുമുതൽക്ക് കൃഷ്ണമേനോൻ ഇംഗ്ലണ്ടിലെ ഇട തുപക്ഷ ബുദ്ധിജീവിഗ്രൂപ്പുകളുമായി നിതാന്തസമ്പർക്കം പുലർത്തിയി രുന്നു. കോമൺവെൽത്ത് ഓഫ് ഇന്ത്യാ ലീഗ് രൂപവൽക്കരിച്ച് ആദ്യത്തെ മൂന്നുവർഷം കൃഷ്ണമേനോൻ അതിന്റെ ജോയിന്റ് സെക്രട്ടറിയായി രുന്നു. ഇംഗ്ലണ്ടിന്റെ വിവിധ ഭാഗങ്ങളിൽ ഇതിന്റെ ശാഖകൾ സംഘടിപ്പി ക്കപ്പെട്ടു. എന്നാൽ ക്രമേണ ലീഗിന്റെ പഴഞ്ചൻ രീതിയിലുള്ള പ്രവർത്ത നങ്ങളിൽ മേനോൻ അക്ഷമനായി. പ്രൊഫ. ലാസ്കിയുടെ നേതൃത്വ ത്തിൽ കൃഷ്ണമേനോന്റെ രാഷ്ട്രീയദർശനങ്ങൾക്കു ശരിയായ ഒരു മാർഗ ദർശനം അപ്പോഴേക്കു കിട്ടിയിരുന്നു. ദേശീയവിമോചനം കൃഷ്ണമേ നോന്റെ പ്രാഥമിക ചിന്താവിഷയമായി മാറി. കോമൺവെൽത്ത് ഓഫ് ഇന്ത്യാലീഗിന് അന്ത്യമായി. 1930 ഒക്ടോബർ 1ന് ഇന്ത്യാലീഗ് രൂപീകരി ക്കപ്പെട്ടു.

ഇന്ത്യയെക്കുറിച്ച് ബ്രിട്ടീഷ് ജനതയെ പഠിപ്പിക്കുക, അവരുടെ മന: സാക്ഷിയോട് അഭ്യർഥന നടത്തുക, പാർലമെന്റംഗങ്ങൾക്കിടയിൽ പ്രചാ രണം സാധ്യമാക്കുക, സന്ദർശനം നടത്തുന്ന എല്ലാ ദേശീയ നേതാ ക്കൾക്കും ഇന്ത്യാലീഗ് വേദി ലഭ്യമാക്കുക, ഇന്ത്യയെക്കുറിച്ചുള്ള ലഘു ലേഖകൾ പ്രസിദ്ധപ്പെടുത്തുക എന്നിവയായിരുന്നു കൃഷ്ണമേനോന്റെ പ്രധാനപ്രവർത്തനങ്ങൾ. ജനീവയിലെ ലോകസമാധാന കോൺഗ്ര സിനും 1935 ൽ ബ്രസൽസിലെ അന്താരാഷ്ട്ര സമാധാന സമ്മേളന ത്തിനും കൃഷ്ണമേനോനെ തങ്ങളുടെ പ്രതിനിധിയായി അയക്കാൻ

ഇന്ത്യൻ നാഷണൽ കോൺഗ്രസ് തീരുമാനിച്ചത് ഇന്ത്യക്കും ഇന്ത്യയുടെ സ്വാതന്ത്ര്യത്തിനും വേണ്ടി അദ്ദേഹം നടത്തിയ പ്രവർത്തനങ്ങൾക്കുള്ള അംഗീകാരമായിരുന്നു.

ഇന്ത്യൻദേശീയനേതാവായിരുന്ന ജവഹർലാൽ നെഹ്റുവുമായി അദ്ദേഹം അടുത്തിടപഴകി. പിന്നീട് കൃഷ്ണമേനോൻ ഗ്ലാസ്ഗോ യൂണിവേഴ്സിറ്റിയിൽനിന്നും പി എച്ച് ഡി നേടി. 1934 ൽ അദ്ദേഹം ബ്രിട്ടീഷ് ബാറിൽ അംഗമായി. ബ്രിട്ടീഷ് ലേബർ പാർട്ടിയിൽ ചേർന്ന കൃഷ്ണമേനോൻ ലണ്ടനിലെ സെന്റ് പാൻക്രാസ് ബറോവിലേക്ക് തെരഞ്ഞെടുക്കപ്പെട്ടു. സെന്റ് പാൻക്രാസ് പിൽക്കാലത്ത് അദ്ദേഹത്തിന് ഫ്രീഡം ഓഫ് ബറോ പദവി നൽകി അദ്ദേഹത്തെ ആദരിച്ചു. ഇങ്ങനെ ആദരിക്കപ്പെട്ട ഒരേയൊരു വ്യക്തി ബർണാർഡ് ഷാ ആയിരുന്നു.

ലേബർ പാർട്ടി എം പിയായ എല്ലൻ വിൽക്കിൽസൺന്റെ നേതൃത്വത്തിൽ ഒരു വസ്തുതാന്വേഷണ പ്രതിനിധിസംഘം ഇന്ത്യ സന്ദർശിക്കുന്നതിന് കൃഷ്ണമേനോൻ പ്രേരണ ചെലുത്തി. മേനോൻ സംഘത്തിന്റെ സെക്രട്ടറിയായിരുന്നു. ഇന്ത്യയിലെ സാഹചര്യങ്ങൾ എന്ന പേരിൽ സംഘത്തിന്റെ റിപ്പോർട്ടു തയാറാക്കിയതും കൃഷ്ണമേനോൻ തന്നെയായിരുന്നു.

അല്ലൻ ലേനുമായി ചേർന്ന് 1930കളിൽ മേനോൻ പെൻഗ്വിൻ ആൻഡ് പെലിക്കൺ പേപ്പർ ബാക് ബുക്സ് എന്ന പ്രസിദ്ധീകരണശാല സ്ഥാപിച്ചു. ബോഡ് ലിഹെഡ്, പെൻഗ്വിൻ ആൻഡ് പെലിക്കൺ ബുക്സ്, ട്വൻടിയത്ത് സെൻച്ചുറി ലൈബ്രറി എന്നിവയുടെ എഡിറ്ററായും കൃഷ്ണമേനോൻ പ്രവർത്തിച്ചു. ജവഹർലാൽ നെഹ്റുവിനോടൊപ്പം കൃഷ്ണമേനോന്നും സ്പെയിൻ സന്ദർശിക്കുകയും സ്പെയിനിലെ സാഹചര്യങ്ങൾ പഠിക്കുകയും ഫ്രാങ്കോയ്ക്കും ഫാസിസത്തിനുമെതിരായ സമരത്തിൽ പങ്കുചേരുകയും ചെയ്തു.

1947 ൽ ഇന്ത്യ സ്വതന്ത്രമായശേഷം കൃഷ്ണമേനോൻ ഇംഗ്ലണ്ടിൽ ഇന്ത്യയുടെ ഹൈക്കമീഷണറായി നിയമിതനായി. 1952 വരെ അദ്ദേഹം ആ സ്ഥാനത്തു തുടർന്നു. പിന്നീട് (1952–62) യു എന്നിൽ ഇന്ത്യയുടെ പ്രതിനിധിസംഘത്തെ നയിച്ചു. യു എന്നിലും അദ്ദേഹം ചേരിചേരാനയം സ്വീകരിക്കുകയും അമേരിക്കയെ ഉറച്ച് എതിർക്കുകയും ചൈനീസ് ജനാധിപത്യ റിപ്പബ്ലിക്കിന് പിന്തുണനൽകുകയും ചെയ്തു. 1957 ജനുവരി 23 ന് കാശ്മീരിനെ സംബന്ധിച്ച ഇന്ത്യൻ നിലപാടിനെ വിശദീകരിച്ചുകൊണ്ട് 8 മണിക്കൂർ നീണ്ടുനിന്ന പ്രസംഗം നടത്തി. യു എൻ രക്ഷാസമിതിയിൽ ഇന്നോളം നടത്തിയിട്ടുള്ള ഏറ്റവും ദൈർഘ്യമേറിയ പ്രസംഗമായിരുന്നു അത്.

1953 ൽ കൃഷ്ണമേനോൻ രാജ്യസഭാംഗമായി. 1956 ഫെബ്രുവരി 3-ന് അദ്ദേഹം കേന്ദ്ര ക്യാബിനറ്റിൽ വകുപ്പു ചുമതലയില്ലാത്ത മന്ത്രിയായി. 1957 ൽ ബോംബെയിൽനിന്നും അദ്ദേഹം ലോകസഭയിലേക്ക് തെരഞ്ഞെടുക്കപ്പെട്ടു. ആ വർഷം ഏപ്രിലിൽ കൃഷ്ണമേനോൻ പ്രധാനമന്ത്രി നെഹ്റുവിന്റെ ക്യാബിനറ്റിൽ പ്രതിരോധമന്ത്രിയായി. 1962ലെ ഇന്ത്യാ

ചൈനാ യുദ്ധത്തിൽ ഇന്ത്യ നേരിട്ട പരാജയത്തിനുശേഷം, രാജ്യത്തിന് ഒരു യുദ്ധ തയാറെടുപ്പ് ഉണ്ടായിരുന്നില്ല എന്ന ആരോപണത്തിന്റെ പേരിൽ അദ്ദേഹം മന്ത്രിസ്ഥാനം രാജിവച്ചു.

ഇന്ത്യയെപ്പോലെ ഒരു 'സുഹൃദ്സോഷ്യലിസ്റ്റ്' രാജ്യത്തെ ആക്ര മിക്കുവാൻ ചൈന ഒരിക്കലും തയാറാവുകയില്ല എന്ന വിശ്വാസത്തിൽ നെഹ്റുവും കൃഷ്ണമേനോനും ഇന്ത്യയുടെ വടക്കു കിഴക്കൻ പ്രദേശ ത്തിന്റെ പ്രതിരോധത്തെ അവഗണിച്ചതാണ് 1962 ലെ ഇന്ത്യയുടെ പരാ ജയത്തിനിടയാക്കിയത് എന്നും ആരോപിക്കപ്പെടുകയുണ്ടായി. അതല്ല, ജനറൽ കൗളിന്റെ ഉപദേശത്തിന്റെ അടിസ്ഥാനത്തിൽ, ചൈനയുടെ മേൽ വിജയം വരിക്കാമെന്ന് നെഹ്റുവിനെ പ്രേരിപ്പിച്ചതാണ് ഗുരുതര മായ ഭവിഷ്യത്തിന് ഇടവരുത്തിയതെന്ന ആരോപണവുമുണ്ടായി. നെഹ്റു വിനുംകൂടെ ഉത്തരവാദിത്വമുള്ള ഒരു കാര്യത്തിൽ മേനോൻ ബലിയാടാ വുകയാണുണ്ടായതത്രെ.

കഠിനമായി ജോലിയെടുക്കുന്നതിനുള്ള കഴിവും അസാധാരണമായ ചായകുടിയും മേനോന്റെ പ്രത്യേകതകളായിരുന്നു. ദിവസവും മുപ്പത്തി യെട്ടോ നാൽപ്പതോ ചായ കുടിച്ചിരുന്നുവെന്നാണ് പറയപ്പെട്ടിരുന്നത്. അന്താരാഷ്ട്ര രംഗത്തെ മേനോന്റെ സമാധാനശ്രമങ്ങളുടെ പേരിൽ അമേ രിക്കൻ പത്രലോകം 'നയതന്ത്രരംഗത്തെ മേനോനിസം' എന്ന വിശേ ഷണം തന്നെ തയാറാക്കിയിരുന്നു. 'കിഴക്കു നിന്നുമുള്ള ഭീഷണി' എന്നും അദ്ദേഹം വിളിക്കപ്പെട്ടിരുന്നു. ഏതായാലും സൂയസ് പ്രതിസന്ധി, കൊറി യൻ പ്രതിസന്ധി, ഫ്രഞ്ച്-അൾജീരിയൻ പ്രതിസന്ധി മുതലായ സാഹ ചര്യങ്ങൾക്ക് പരിഹാരം കാണുന്നതിൽ കൃഷ്ണമേനോന്റെ സംഭാവന കൾ കനത്തതാണ്.

കെന്നഡിയുമായും ക്രൂഷ്ചേവുമായും ആ യുഗത്തിലെ വമ്പൻ നേതാക്കളുമായും കൃഷ്ണമേനോൻ സൗഹൃദം പങ്കിട്ടിരുന്നു. തന്റെ അയ വില്ലാത്തതും ഔദ്ധൃത്യപൂർവവുമായ പെരുമാറ്റംകൊണ്ട് കൃഷ്ണമേ നോൻ സുഹൃത്തുക്കളെക്കാളധികം ശത്രുക്കളെയാണ് നേടിയിട്ടുള്ളത്. പത്രസമ്മേളനങ്ങളിൽ ഉരുളയ്ക്കുപ്പേരി കണക്കുള്ള ഉത്തരങ്ങളെ പത്ര റിപ്പോർട്ടർമാർ എന്നും ഭയന്നിരുന്നു; എന്നാൽ അഭിമുഖത്തിൽ റിപ്പോർട്ടു ചെയ്യാൻ വേണ്ടുവോളം മൂല്യമുള്ള സംഗതികൾ എപ്പോഴും ഉണ്ടാവുമാ യിരുന്നു.

ഇന്ത്യക്ക് സോവിയറ്റ് യൂണിയനുമായി അക്കാലത്തും പിന്നെ ചൈന യുമായും ഉള്ള അടുപ്പത്തിന് ഉത്തരവാദി കൃഷ്ണമേനോനാണെന്ന് അമേ രിക്കാർ കരുതിയിരുന്നു. ഐക്യരാഷ്ട്രസഭയിൽ ഇന്ത്യൻ അമ്പാസഡറാ യിരുന്ന കാലത്ത് ഒരുപക്ഷെ കമ്യൂണിസ്റ്റുരാഷ്ട്രങ്ങളിൽ നിന്നുള്ള പ്രതി നിധികളെക്കാളേറെ അമേരിക്കയെ ശകാരിച്ചിട്ടുള്ളത് വി കെ കൃഷ്ണ മേനോൻ ആയിരുന്നു.

കൃഷ്ണമേനോന്റെ ശൈലി തന്റെ തന്നെ വാക്കുകളിൽ "ബ്രിട്ടീഷ് സാമ്രാജ്യത്തെയാണോ അഥവാ നാസിസത്തെയാണോ നിങ്ങളിഷ്ടപ്പെ

ടുന്നത് എന്നു ചോദിക്കുന്നത് മത്സ്യത്തോട് അത് സസ്യഎണ്ണയിലാണോ അതോ നെയ്യിലാണോ വറുക്കപ്പെടാനിഷ്ടപ്പെടുന്നത് എന്നു ചോദിക്കുന്നതുപോലെ നിരർഥകമാണ്: അവൻ വറുക്കപ്പെടാനേ ഇഷ്ടപ്പെടുന്നില്ല."

1967 ലെ പാർലമെന്റു തെരഞ്ഞെടുപ്പിൽ കൃഷ്ണമേനോൻ പരാജയപ്പെട്ടു. എന്നാൽ, 1969 ൽ മിഡ്‌നാപ്പൂർ മണ്ഡലത്തിൽനിന്നും ലോക്‌സഭയിലേക്ക് വീണ്ടും തെരഞ്ഞെടുക്കപ്പെട്ടു. തിരുവനന്തപുരം ലോക്‌സഭാ നിയോജകമണ്ഡലത്തിൽനിന്നും അദ്ദേഹം തെരഞ്ഞെടുക്കപ്പെട്ടിട്ടുണ്ട്.

ഇന്ത്യയിൽ സൈനികസ്‌കൂൾ എന്ന ആശയത്തിന്റെ ഉപജ്ഞാതാവ് വി കെ കൃഷ്ണമേനോൻ ആയിരുന്നു. ഇപ്പോൾ സൈനികസ്‌കൂൾ സൊസൈറ്റിക്ക് ഇന്ത്യയിലാകെ 24 സൈനികസ്‌കൂളുകളുണ്ട്.

1962 നവംബറിൽ ഗവൺമെന്റിൽനിന്നും രാജിവച്ചശേഷം കൃഷ്ണമേനോൻ ഒരു സംഘം അഭിഭാഷകരുമായി കൂട്ടുചേർന്ന് സുപ്രീം കോടതിയിൽ പ്രാക്ടീസ് നടത്തി. ഇക്കാലത്ത് അദ്ദേഹം അന്താരാഷ്ട്ര നിയമത്തിനും രാജ്യതന്ത്രജ്ഞതയ്ക്കുമുള്ള ഇന്ത്യൻ സൊസൈറ്റി സ്ഥാപിച്ചു. അദ്ദേഹം സമാധാനത്തിനുള്ള ലോക കൗൺസിൽ അധ്യക്ഷൻ ആയും പ്രവർത്തിച്ചു. ആഫ്രോ ഏഷ്യൻ സോളിഡാരിറ്റി കോൺഫറൻസ്, ജനാധിപത്യവാദികളായ അഭിഭാഷകരുടെ അസോസിയേഷൻ എന്നിവയിലും അദ്ദേഹം അംഗമായി. ഡൽഹി സർവകലാശാലയിൽ വിസിറ്റിംഗ് പ്രൊഫസറായി പ്രവർത്തിക്കുകയും *ദി സെഞ്ചറി* എന്ന പ്രസിദ്ധീകരണം ആരംഭിക്കുകയും ചെയ്തു.

1974 മാർച്ചിൽ ലണ്ടനിലായിരിക്കെ കൃഷ്ണമേനോൻ പെട്ടെന്ന് രോഗബാധിതനായി. ലണ്ടനിൽ ഒരു നെഹ്‌റു സ്മാരകത്തിനുവേണ്ടി ഫണ്ടു പിരിക്കാൻ പോയതായിരുന്നു അദ്ദേഹം. പിന്നീട് പലപ്രാവശ്യം ആശുപത്രിക്ക് അകത്തും പുറത്തുമായി അദ്ദേഹം കഴിഞ്ഞു. അവസാനം 1974 ഒക്ടോബർ 6-ാം തീയതി പുലർച്ചയ്ക്ക് കൃഷ്ണമേനോൻ ജീവിതത്തോടു വിടപറഞ്ഞു.

ജോൺ എബ്രഹാം

മലയാളിയായ സിനിമാസംവി ധായകനും തിരക്കഥാകൃത്തും. 1937 ആഗസ്റ്റ് 11ന് തൃശൂരിൽ ജനിച്ചു. പിതാവ് വി ടി എബ്രഹാം. മാതാവ് സാറാമ്മ. മധ്യകേരളത്തിലെ ചങ്ങ നാശേരിയിൽ നിന്നുള്ള എബ്രഹാം അന്നത്തെ തിരുവിതാംകൂറിലെ രാഷ്ട്രീയ പ്രവർത്തനങ്ങളുടെ ഭാഗ മായി തൃശൂരിൽ ഒളിവിൽ കഴിച്ചു കൂട്ടിയിരുന്നതിനാലാണ് ജോ ണിന്റെ ജനനം തൃശൂരിലായത്. ജോണിന് ഒരു സഹോദരനും മൂന്നു സഹോദരിമാരും ഉണ്ടായിരുന്നു.

ജോണിന്റെ പ്രൈമറി വിദ്യാ ഭ്യാസം കുട്ടനാട്ടിൽ ആയിരുന്നു. കോട്ടയം സി എം എസ് സ്കൂൾ, കീഴില്ലം സ്കൂൾ, കോട്ടയത്തെ എം ഡി സെമിനാരി ഹൈസ്കൂൾ എന്നീ വിടങ്ങളിലായിരുന്നു ഹൈസ്കൂൾ വിദ്യാഭ്യാസം. കോളേജ് വിദ്യാഭ്യാസം കോട്ടയം സി എം എസ് കോളേജിലും തിരുവല്ലാ മാർത്തോമാകോളേ ജിലും ആയിരുന്നു. മാർത്തോമാ കോളേജിൽ നിന്നും ധനതത്വശാസ്ത്ര ത്തിൽ ബിരുദം നേടി. കുറെ നാൾ ട്യൂട്ടോറിയൽ കോളേജുകളിൽ പഠിപ്പി ച്ചശേഷം ബിരുദാനന്തരബിരുദപഠനത്തിന് ധാർവാർ സർവകലാശാല യിൽ ചേർന്നു. എന്നാൽ എൽ ഐ സിയിൽ ക്ലാർക്കായി കോയമ്പത്തു

രിൽ നിയമനം ലഭിച്ചതിനാൽ ബിരുദാനന്തരപഠനം പൂർത്തിയാക്കാൻ കഴിഞ്ഞില്ല.

കോയമ്പത്തൂരിൽ ജോലിയിലിരിക്കെ ഫിലിം ആൻഡ് ടെലിവിഷൻ ഇൻസ്റ്റിറ്റ്യൂട്ടിൽ അഡ്മിഷൻ ലഭിച്ചു. അവിടെ അദ്ദേഹം ക്ലാസിക് ചലച്ചി ത്രങ്ങളുമായി പരിചയം നേടി. ഋത്വിക് ഘട്ടക്കുമായി സൗഹൃദത്തിലാ യത് ഇവിടെവച്ചായിരുന്നു. ഈ പരിചയത്തോടെ ജോൺ എബ്രഹാമിന്റെ ചലച്ചിത്രപ്രതിഭ കത്തിജ്വലിച്ചു. 1969ൽ തിരക്കഥക്കും സംവിധാനത്തിനും സ്വർണമെഡലുകൾ നേടി ഫിലിം ആൻഡ് ടെലിവിഷൻ ഇൻസ്റ്റിറ്റ്യൂട്ടിൽ നിന്നും ബിരുദം സമ്പാദിച്ചു.

മണികൗളിനൊപ്പം സഹസംവിധായകനായി *ഉസ്കിറോട്ടി* എന്ന ഹിന്ദിസിനിമയിൽ പ്രവർത്തിച്ചു. ഇതിനിടെ ഇന്ത്യാ ഗവൺമെന്റിന്റെ ഫിലിംസ് ഡിവിഷനു വേണ്ടി ഹിമാലയത്തെക്കുറിച്ച് ഒരു ഡോക്യുമെന്ററി സംവിധാനം ചെയ്തു. ഉസ്കിറോട്ടി ചെയ്തതിനുശേഷം നിർധനനായി ജോൺ മദ്രാസിൽ മടങ്ങിയെത്തി. ആസാദിന്റെ പ്രോത്സാഹനത്തോടെ *വിദ്യാർഥികളെ ഇതിലേ ഇതിലേ* എന്ന മലയാള സിനിമ സംവിധാനം ചെയ്തു. എന്നാൽ ഇത് തന്റെ അഭിരുചിക്കിണങ്ങുന്ന ഒന്നായിരുന്നില്ല. തുടർന്ന് സഖറിയയുമായി ചേർന്ന് *ജോസഫ് എന്ന പുരോഹിതൻ* എന്ന ശീർഷകത്തിൽ ഒരു തിരക്കഥ രചിക്കുകയുണ്ടായി. എന്നാൽ ഇത് നിർമി ക്കപ്പെട്ടില്ല.

1978 ൽ പുറത്തുവന്ന തമിഴിലെ *അഗ്രഹാരത്തിൽ കഴുതൈ* ആയി രുന്നു ജോൺ എബ്രഹാമിന്റെ അടുത്ത സിനിമ. തമിഴ്‌നാടു ഗവൺമെന്റ് ഈ സിനിമയെ നിരോധിക്കുകയുണ്ടായി. എന്നാലിത് ഏറ്റവും നല്ല പ്രാദേ ശിക ഭാഷാചിത്രത്തിനുള്ള ദേശീയ അവാർഡു നേടി. ഈ സിനിമയോടെ അദ്ദേഹം തമിഴ് സിനിമാലോകത്ത് തന്റെ മുദ്രപതിപ്പിച്ചു. കുട്ടനാട്ടിലെ ജീവിതത്തെ ആധാരമാക്കി ജോൺ എബ്രഹാം *ചെറിയാച്ചന്റെ ക്രൂരകൃ ത്യങ്ങൾ* എന്ന സിനിമ സംവിധാനം ചെയ്തു. 1980 ൽ പുറത്തിറങ്ങിയ ഈ സിനിമ ഗണ്യമായ ജനശ്രദ്ധ പിടിച്ചുപറ്റി.

ഇ എം എസിന്റ് ജീവിതത്തെ അടിസ്ഥാനമാക്കി ഒരു ഡോക്യുമെന്റ് റിയുടെ ചിത്രീകരണം അദ്ദേഹം ആരംഭിച്ചു. എന്നാൽ അത് പൂർത്തി യാക്കിയില്ല. ഇതിനുശേഷം കുറേനാൾ ജോൺ എബ്രഹാം കൈയിൽ അപൂർണമായ സ്ക്രിപ്റ്റുകളും മനസിൽ ആശയങ്ങളുമായി കേരള ത്തിലും മറ്റു സംസ്ഥാനങ്ങളിലും അലഞ്ഞു നടന്നു. ചില കഥകൾ എഴുതി പ്രസിദ്ധീകരിച്ചു. അദ്ദേഹത്തിന്റെ കഥകളുടെ ഒരു സമാഹാരം *ജോൺ എബ്രഹാം കഥകൾ* എന്നപേരിൽ 1993 ൽ പ്രസിദ്ധീകൃതമായി ട്ടുണ്ട്. *നേർച്ചക്കോഴി* എന്ന പേരിൽ മറ്റൊരു കഥാസമാഹാരവും പ്രസി ദ്ധീകരിക്കപ്പെട്ടു. *ചെന്നായ്ക്കൾ ചെന്നായ്ക്കൾ, നായക്കളി* എന്നീ തെരുവു നാടകങ്ങൾ ജോൺ എബ്രഹാമിന്റെ സംഭാവനയായിട്ടുണ്ട്. ഈ കാലത്തിനിടെ കയ്യൂർ സമരത്തെ ആസ്പദമാക്കി ഒരു സിനിമ ചെയ്യുന്ന തിന് അദ്ദേഹം ശ്രമിച്ചു. പക്ഷേ ഇതും സഫലമായിട്ടില്ല. എന്നാൽ ഇക്കാ

ലത്ത് അദ്ദേഹം *കളിയാട്ടം* എന്ന ഒരു ഡോക്യുമന്ററി സംവിധാനം ചെയ്തു.

സിനിമയുടെ വാണിജ്യവൽക്കരണത്തിനെതിരെ ജോൺ എബ്ര ഹാമും കുറെ യുവാക്കളും ചേർന്ന് 'ഒഡേസാ മൂവീസ്' സംഘടിപ്പിച്ചു. ജനങ്ങളിൽ നിന്നും സംഭാവനകൾ സ്വീകരിച്ച് ജോൺ എബ്രഹാം തിര ക്കഥയെഴുതി സംവിധാനം ചെയ്ത *അമ്മ അറിയാൻ* എന്ന സിനിമ നിർമി ച്ചു. ഈ സിനിമ പ്രേക്ഷകരുടെ മുന്നിൽ ടിക്കറ്റില്ലാതെ പ്രദർശിപ്പിച്ചു. 1986 ലെ ഡൽഹി അന്താരാഷ്ട്ര ഫിലിം ഫെസ്റ്റിവെലിൽ ഏറ്റവും അധികം ചർച്ചചെയ്യപ്പെട്ട സിനിമകളിൽ ഒന്നായിരുന്നു ഇത്.

ഒഡേസാ നിലവിൽ വന്നത് 1984 ൽ ആണ്. *നായക്കളി* എന്ന തെരുവുനാടകത്തോടെയാണ് ഇത് ഉദ്ഘാടനം ചെയ്യപ്പെട്ടത്. പൊതു ജനങ്ങളുമായി കൂട്ടായുള്ള പരിശ്രമം എന്ന നിലയിൽ സിനിമാ നിർമാ ണത്തിന്റെയും വിതരണത്തിന്റെയും ചരിത്രം തിരുത്തിക്കുവാനുള്ള ഒരു സംഭവമായിരുന്നു ഒഡേസാ.

ജോൺ എബ്രഹാമിന് കേരളത്തിൽ ഒരു ആരാധകനിര ഉണ്ടായി രുന്നു. തന്റെ അരാജകജീവിതശൈലിയെ അവർ സ്നേഹിച്ചു. അദ്ദേഹ ത്തിന്റെ മാനവീയതയും ആരാധ്യമായിരുന്നു.

1987 മെയ് 30ന് ഒരു കെട്ടിടത്തിനു മുകളിൽനിന്ന് വീണ് അപകട ത്തിൽപ്പെട്ട് അന്തരിച്ചു.

ജോൺ എബ്രഹാം രണ്ടുതവണ ദേശീയ പുരസ്കാരവും ഒരിക്കൽ സംസ്ഥാന പുരസ്കാരവും നേടിയിട്ടുണ്ട്. 1977 ൽ *അഗ്രഹാരത്തിലെ കഴുതകൾ* എന്ന സിനിമക്ക് ഏറ്റവും മികച്ച തമിഴ് ഫീച്ചർ ഫിലിമിനുള്ള ദേശീയ അവാർഡ് ലഭിച്ചു. 1987 ൽ *അമ്മ അറിയാൻ* എന്ന മലയാള സിനിമ ദേശീയ സ്പെഷ്യൽ ജൂറി അവാർഡ് നേടി. *ചെറിയാച്ചന്റെ ക്രൂര കൃത്യങ്ങൾ* എന്ന സിനിമയ്ക്ക് 1979 ൽ സ്പെഷ്യൽ ജൂറി പുരസ്കാരം ലഭിച്ചിരുന്നു.

എം എസ് സ്വാമിനാഥൻ

ഇന്ത്യൻ കൃഷിശാസ്ത്ര ജ്ഞൻ. അത്യുൽപ്പാദനശേഷി യുള്ള ഗോതമ്പ് അവതരിപ്പിച്ച തിനും വീണ്ടും വികസിപ്പിച്ച തിനും അദ്ദേഹം ഇന്ത്യൻ ഹരി ത വിപ്ലവത്തിന്റെ പിതാവ് എന്നും വിളിക്കപ്പെടുന്നു. സ്വാമി നാഥൻ 1925 ആഗസ്റ്റ് 7ന് തമിഴ്നാട്ടിലെ കുംഭകോണത്ത് ജനിച്ചു. സ്വദേശം ആലപ്പുഴ ജില്ല യിലെ മങ്കൊമ്പ്. പൂർണമായ പേര് മങ്കൊമ്പ് സാമ്പശിവൻസ്വാ മിനാഥൻ. പിതാവ് ഡോക്ടറായി രുന്നു. സ്വാമിനാഥന്റെ 11-ാം വയ സിൽ പിതാവ് ദിവംഗതനായി.

വീട്ടിനടുത്തുള്ള ഹൈസ്കൂളിലും പിന്നീട് കുംഭകോണത്തെ ലിറ്റിൽ ഫ്ളവർ കാത്തലിക് ഹൈസ്കൂളിലുമായി സ്കൂൾ വിദ്യാഭ്യാസം. എറ ണാകുളത്തെ മഹാരാജാസ് കോളേജിൽ പഠിച്ച് ജന്തുശാസ്ത്രത്തിൽ ഡിഗ്രി കരസ്ഥമാക്കി. രണ്ടാം ലോകയുദ്ധകാല ഭക്ഷ്യദൗർലഭ്യത്തിന്റെ സമയത്ത് അദ്ദേഹം കോയമ്പത്തൂർ കാർഷികകോളേജിൽ ചേർന്ന് പഠിച്ച് കൃഷിശാസ്ത്രത്തിലും ബിരുദം സമ്പാദിച്ചു. ഇന്ത്യ സ്വതന്ത്രമായ 1947 ൽ ഡൽഹിയിലെ ഇന്ത്യൻ അഗ്രിക്കൾച്ചറൽ റിസർച്ച് ഇൻസ്റ്റിറ്റ്യൂട്ടിൽ (ഐ

എ ആർ ഐ) ചേർന്നു. 1949 ൽ സൈറ്റോജനറ്റിക്‌സിൽ ഉയർന്ന മാർക്കോടെ എം എസ് സി ബിരുദം നേടി.

ഉരുളക്കിഴങ്ങിന്റെ ജനിതകശാസ്ത്രത്തിൽ ഐ എ ആർ ഐയിൽ നടത്തിയിരുന്ന ഗവേഷണം നെതർലാന്റ്‌സിലെ വാഗനിഞ്ചൻ കാർഷിക സർവകലാശാലയിൽ തുടരുന്നതിന് അദ്ദേഹത്തിന് ഒരു യുനെസ്‌കോ ഫെലോഷിപ്പ് ലഭിച്ചു. 1950 ൽ സ്വാമിനാഥൻ കേംബ്രിഡ്ജ് സർവകലാ ശാലയിലെ പ്ലാന്റ് ബ്രീഡിംഗ് ഇൻസ്റ്റിറ്റ്യൂട്ടിൽ ഗവേഷണത്തിനു ചേർന്നു. 1952 ൽ പി എച്ച് ഡി ബിരുദം നേടി.

വിൻകോൺസിൽ സർവകലാശാലയിൽ അദ്ദേഹം ഒരു അസോസി യേറ്റ്‌ഷിപ്പ് സ്വീകരിച്ച് ഒരു ഉരുളക്കിഴങ്ങു ഗവേഷണ കേന്ദ്രം സ്ഥാപി ക്കുന്നതിനുള്ള പഠനങ്ങളിൽ മുഴുകി. എന്നാൽ അവിടെ ലഭിക്കുമായി രുന്ന അധ്യാപകവൃത്തി നിരാകരിച്ചുകൊണ്ട് 1954 ൽ ഇന്ത്യയിലേക്കു മടങ്ങി.

സ്വാമിനാഥന്റെ പത്‌നി മിനാ. രണ്ടുപേരും കേംബ്രിഡ്ജിൽ പഠി ക്കുമ്പോൾ 1951 ൽ കണ്ടുമുട്ടിയതാണ്. സ്വാമിനാഥൻ മിനാ ദമ്പതിമാർക്ക് മൂന്ന് പെൺമക്കൾ: സൗമ്യ, മധുര, നിത്യ.

ഡോ. സ്വാമിനാഥൻ സഹപ്രവർത്തകരോടും വിദ്യാർഥികളോടു മൊപ്പം അടിസ്ഥാനപരവും പ്രയുക്തവുമായ സസ്യപ്രജനനം, കാർഷിക ഗവേഷണവും വികസനവും, പ്രകൃതിവിഭവങ്ങളുടെ സംരക്ഷണം എന്നീ മേഖലകളിൽ ലോകമെമ്പാടും പ്രവർത്തിച്ചിട്ടുണ്ട്.

ഡോ. സ്വാമിനാഥൻ ഗവേഷണചര്യ ആരംഭിക്കുന്നത് 1949ലാണ്. 1949 മുതൽ 1955 വരെ ഉരുളക്കിഴങ്ങ്, ഗോതമ്പ്, നെല്ല്, ചണം എന്നിവ യിൽ ജനിതകഗവേഷണം നടത്തി. 1955 മുതൽ 1972 വരെ വിവിധ ഇനം മെക്സിക്കൻ ഗോതമ്പുകളിൽ ഫീൽഡ് റിസർച്ചു നടത്തുകയും സൈറ്റോജനറ്റിക്‌സ്, റേഡിയേഷൻ ജനറ്റിക്‌സ്, മ്യൂട്ടേഷൻ ബ്രീഡിംഗ് എന്നിവ പഠിപ്പിക്കുകയും ഐ എ ആർ ഐയിൽ നെല്ലിന്റെയും ഗോത മ്പിന്റെയും ജംപ്ലാസം (Germplasma) ശേഖരം ശക്തിപ്പെടുത്തുകയും ചെയ്തു. 1970 മുതൽ 1980 വരെ ഐ സി എ ആർ (Indian Council of Agricultural Reserach)ന്റെ ഡയറക്ടർ ജനറൽ ആയിരുന്നു. ഇന്ത്യാ ഗവൺമെന്റിന്റെ കൃഷി മന്ത്രാലയത്തിൽ പ്രിൻസിപ്പൽ സെക്രട്ടറി കൂടി യായിരുന്നു ഇദ്ദേഹം.

1981 മുതൽ 85 വരെ അദ്ദേഹം റോമിലെ എഫ് എ ഓ കൗൺസി ലിന്റെ സ്വതന്ത്ര അധ്യക്ഷനായിരുന്നു. 'കമീഷൻ ഓൺ പ്ലാന്റ് ജനറ്റിക് റിസോഴ്‌സ്' സ്ഥാപിക്കുന്നതിൽ അദ്ദേഹം നിർണായക പങ്കുവഹിച്ചു. കർഷകന്റെ അവകാശം എന്ന സങ്കൽപ്പം വികസിപ്പിച്ചെടുത്തു. 1983 ൽ ഇന്റർ നാഷണൽ കോൺഗ്രസ് ഓഫ് ജനറ്റിക്‌സിന്റെ പ്രസിഡന്റായി.

1982 മുതൽ 88 വരെ സ്വാമിനാഥൻ ഇന്റർനാഷണൽ റൈസ് റിസർച്ച് ഇൻസ്റ്റിറ്റ്യൂട്ടിന്റെ ഡയറക്ടർ ജനറൽ ആയിരുന്നു. ഇന്റർനാഷണൽ റൈസ് ജീൻ ബാങ്ക് സംഘടിപ്പിച്ചത് അദ്ദേഹമാണ്. 1984 മുതൽ 1990 വരെ പ്രകൃതി

തിയയും പ്രകൃതിവിഭവങ്ങളും സംരക്ഷിക്കുന്നതിനുള്ള അന്താരാഷ്ട്ര യൂണിയന്റെ പ്രസിഡന്റായിരുന്നു. 1986 മുതൽ 1999 വരെ വേൾഡ് റിസോഴ്‌സ് ഇൻസ്റ്റിറ്റ്യൂട്ടിന്റെ എഡിറ്റോറിയൽ ഉപദേശക ബോർഡിന്റെ ചെയർമാനായിരുന്നു. ആദ്യത്തെ ലോകവിഭവ റിപ്പോർട്ട് തയാറാക്കിയത് ഡോ. സ്വാമിനാഥൻ ആയിരുന്നു. സസ്യ ജംപ്ലാസത്തിന്റെ ലഭ്യത, ഉപ യോഗം, കൈമാറ്റം, സംരക്ഷണം എന്നിവ സംബന്ധിച്ച് പ്ലാന്റ് ജനറ്റിക് റിസോഴ്‌സ് കേന്ദ്രത്തിന്റെ അന്താരാഷ്ട്ര സംവാദത്തിന്റെ സ്റ്റിയറിംഗ് കമ്മിറ്റി ചെയർമാനായിരുന്നു സ്വാമിനാഥൻ. 1988 മുതൽ 1996 വരെ വേൾഡ് വൈഡ് ഫണ്ട് ഫോർ നേച്ചർ-ഇന്ത്യയുടെ പ്രസിഡന്റായിരുന്നു. ഇന്ദിരാഗാന്ധി കൺസർവേഷൻ മോണിറ്ററിംഗ് സെന്ററും കമ്യൂണിറ്റി ബയോഡൈവേഴ്‌സിറ്റി കൺസർവേഷൻ പ്രോഗ്രാമും സംഘടിപ്പിച്ചത് ഡോ. സ്വാമിനാഥനാണ്.

1980 മുതൽ 1999 വരെ സ്വാമിനാഥൻ ഗയാനയിലെ ഉഷ്ണമേഖലാ കാടുകളുടെ ഈടുനിൽക്കുന്നതും ധാർമികവുമായ നടത്തിപ്പിനുവേണ്ടി രൂപീകരിച്ച "ഇവോക്രമാ ഇന്റർനാഷണൽ സെന്റർഫോർ റയിൻ ഫോറസ്റ്റ് കൺസർവേഷൻ ആൻഡ് ഡവലപ്‌മെന്റിന്റെ വിദഗ്ധസമിതി ചെയർമാൻ ആയിരുന്നു. 1990 മുതൽ 1993 വരെ കണ്ടൽ പരിതോവസ്ഥ ക്കുള്ള അന്താരാഷ്ട്ര സൊസൈറ്റിയുടെ സ്ഥാപകപ്രസിഡന്റായിരുന്നു. 1988 മുതൽ 1993 വരെയുള്ള കാലത്ത് ജൈവവൈവിധ്യനിയമത്തിന്റെയും സസ്യവൈവിധ്യസംരക്ഷണ, കർഷക അവകാശനിയമത്തിന്റെയും കരടു നിയമം തയാറാക്കുന്നതിനുള്ള യൂണിയൻ ഗവൺമെന്റിന്റെ വിവിധ കമ്മി റ്റികളുടെ അധ്യക്ഷനായിരുന്നു. 1994 ൽ ജനറ്റിക് ഡൈവേഴ്‌സിറ്റി ഓഫ് ദി വേൾഡ് ഫ്യൂമാനിറ്റി ആക്ഷൻ ട്രസ്റ്റ് കമീഷന്റെ പ്രധ്യക്ഷനായിരുന്നു. 1994 മുതൽ ജനറ്റിക് റിസോഴ്‌സ് പോളിസി കമ്മിറ്റിയുടെ ചെയർമാനാ യിരുന്നു. 1999 മുതൽ ജൈവമണ്ഡല കരുതൽ ശേഖരത്തിന്റെ ട്രസ്റ്റീ ഷിപ്പ് മാനേജ്‌മെന്റ് എന്ന സങ്കൽപ്പം അവതരിപ്പിച്ചു. 2001 ൽ സുന്ദർ ബൻസ് പൈതൃക പരിസരത്തെ ജൈവ വൈവിധ്യമാനേജുമെന്റ് ഇന്ത്യാ ബംഗ്ലാദേശ് സംയുക്ത പ്രോജക്ടിന്റെ മേഖലാ ജനറൽ സെക്രട്ടറിയാ യിരുന്നു. 2002 ൽ സായുധ സംഘർഷം ലഘൂകരിക്കുന്നതിനും ആഗോ ളസുരക്ഷാ ഭീഷണിക്കുപരിഹാരം കാണുന്നതിനും വേണ്ടി പ്രവർത്തി ക്കുന്ന പഗ്വാഷ് കോൺഫറൻസ് ഓൺ സയൻസ് ആൻഡ് വേൾഡ് അഫ യേഴ്‌സിന്റെ പ്രസിഡന്റായിരുന്നു. ഈ സംഘടന നോബൽ പ്രൈസ് നേടുകയുണ്ടായിട്ടുണ്ട്. 2002 മുതൽ 2005 വരെ ഡോ. പെഡ്രോ സാഞ്ച സിനോടൊപ്പം യു എൻ മില്ലീനിയം ടാസ്‌ക് ഫോഴ്‌സ് ഓൺ ഹങ്കറിന്റെ സഹാധ്യക്ഷനായിരുന്നു. ഇത് വികസ്വര രാഷ്ട്രങ്ങളിലെ ദാരിദ്ര്യം, രോഗം, പരിസ്ഥിതി മലിനീകരണം എന്നിവയ്ക്കെതിരെ പൊരുതുന്ന ഒരു സമ ഗ്രആഗോള പ്രവർത്തനപരിപാടിയാണ്.

68 ഗവേഷകർ ഡോ. സ്വാമിനാഥന്റെ കീഴിൽ പ്രവർത്തിച്ച് പി എച്ച് ഡി ബിരുദം നേടിയിട്ടുണ്ട്.

ഈ പദവികൾ കൂടാതെ ഡോ. സ്വാമിനാഥൻ അനേകം പ്രശംസ കളും ഏറ്റുവാങ്ങിയിട്ടുണ്ട്. 1987 ഒക്ടോബറിൽ ആദ്യത്തെ വേൾഡ് ഫുഡ് പ്രൈസ് ഡോ. സ്വാമിനാഥനു നൽകിക്കൊണ്ട് യു എൻ സെക്രട്ടറി ജന റൽ ജാവിയൻ പെരസ് ഡി ക്യൂലർ എഴുതിയത് "ഡോ. സ്വാമിനാഥൻ ഒരു ജീവിക്കുന്ന ഇതിഹാസമാണ്. കൃഷിശാസ്ത്രത്തിന് അദ്ദേഹം നൽകിയ സംഭാവനകൾ ഇന്ത്യയിലെയും ഇതര വികസ്വര രാജ്യങ്ങളി ലെയും ഭക്ഷ്യോൽപ്പാദനത്തിൽ മായാത്ത മുദ്ര പതിപ്പിച്ചിട്ടുണ്ട്. ഏതടി സ്ഥാനത്തിലും അപൂർവഖ്യാതിയുള്ള ഒരു ലോകശാസ്ത്രജ്ഞനായി ചരി ത്രാഖ്യായികകളിൽ സ്ഥാനം പിടിക്കും" എന്നാണ്. യു എൻ പരിസ്ഥി തിപ്രോഗ്രാം അദ്ദേഹത്തെ സാമ്പത്തികപരിസ്ഥിതി വിജ്ഞാനീയത്തിന്റെ പിതാവ് എന്നാണ് വിവരിച്ചിരിക്കുന്നത്.

ടൈംസ് മാസികയുടെ 1999 ലെ പട്ടികയിൽ ഉൾപ്പെടുത്തിയ ഇരു പതാം നൂറ്റാണ്ടിലെ ഏറ്റവും സ്വാധീനമുള്ള 20 ഏഷ്യക്കാരിൽ മൂന്ന് ഇന്ത്യ ക്കാരിൽ ഒരാളായി ഡോ. സ്വാമിനാഥന്റെ പേര് ചേർത്തിരുന്നു. മഹാ ത്മാഗാന്ധിയും രവീന്ദ്രനാഥടാഗോറുമായിരുന്നു മറ്റു രണ്ടുപേർ.

ഡോ. സ്വാമിനാഥൻ 'റോയൽ സൊസൈറ്റീസ് ഓഫ് ലണ്ടൻ, യു എസ് നാഷണൽ അക്കാദമി ഓഫ് സയൻസ്, റഷ്യൻ അക്കാദമി ഓഫ് സയൻസ്, ചൈനീസ് അക്കാദമി ഓഫ് സയൻസ്, ഇറ്റലിയൻ അക്കാദമി ഓഫ് സയൻസ് എന്നിവയിൽ ഫെല്ലോയാണ്.

ഇന്ത്യയിലെ ഭക്ഷ്യലഭ്യതയിൽ അമ്പരപ്പിക്കുന്ന കുതിച്ചുകയറ്റം ഉള വാക്കിയ പരിവർത്തനമായിരുന്നു ഹരിതവിപ്ലവം. ഹരിതവിപ്ലവത്തിന് എം എസ് സ്വാമിനാഥൻ നൽകിയ സംഭാവന പിൽക്കാലത്ത് അദ്ദേഹം 'ഹരി തവിപ്ലവത്തിന്റെ തലതൊട്ടപ്പൻ' എന്ന് അറിയപ്പെടുന്നതിനിടയാക്കി.

ഹരിതവിപ്ലവത്തിന്റെ പിറവിയിൽ ആരംഭിച്ച് ഡോ. സ്വാമിനാഥൻ ചെടികളെയും മൃഗങ്ങളെയും തെരഞ്ഞെടുക്കുന്നതിലും മെരുക്കുന്ന തിലും ഗോത്രഗ്രാമീണ കുടുംബങ്ങൾ, പ്രത്യേകിച്ചും സ്ത്രീകൾ വഹിച്ച നിർണായകമായ പങ്ക് എടുത്തുകാട്ടുകയും; ജൈവവൈവിധ്യം പരി രക്ഷിക്കുകയും മൂല്യവർധന കൈവരിക്കുകയും ചെയ്ത സമുദായങ്ങ ളുടെ ബൗദ്ധികസ്വത്തവകാശം ലോകബൗദ്ധികസ്വത്തവകാശ സംഘ ടന അംഗീകരിക്കേണ്ടതാണെന്നു നിർദേശിക്കുകയും ചെയ്തു. മുഖ്യ കാർഷികത്തൊഴിലാളികളുടെയും ഉപതൊഴിലാളികളുടെയും 34 ശത മാനത്തോളവും സ്ത്രീകളാണെന്നതിനാലും; അവർക്കു മിക്കപ്പോഴും സ്വത്തുടമാവകാശവും വായ്പാ, കമ്പോളബന്ധങ്ങളും നിഷേധിക്കപ്പെ ട്ടിരിക്കുന്നതുകൊണ്ടും നാഷണൽ ഹോർട്ടികൾച്ചർ മിഷൻ, ഭാരത് നിർമാ ൺ, നാഷണൽ റൂറൽ ഹെൽത്ത് മിഷൻ, എൻ ആർ ഇ ജി പി എന്നിവ പോലെ വൻതോതിൽ ഫണ്ടു നൽകുന്ന പദ്ധതികൾ വനിതാകേന്ദ്രീ കൃത സമീപനം സ്വീകരിക്കണമെന്ന് അദ്ദേഹം ഊന്നിപ്പറഞ്ഞു. സ്ത്രീകൾ നിർവഹിക്കുന്ന സംരക്ഷണം, കൃഷിപ്പണി, ഉപഭോഗം, വാണി ജ്യവൽക്കരണം എന്നിവയുൾപ്പെടെ ഭക്ഷ്യശൃംഖലയുടെ കണ്ണികളെ

യെല്ലാം കൈകാര്യം ചെയ്യുന്നതിന് സ്ത്രീകളെയും ഭക്ഷ്യസുരക്ഷയെയും സംബന്ധിച്ച് 'നാഷണൽ ആക്ഷൻ ആന്റ് പോളിസി നെറ്റ് വർക്ക് സ്ഥാപിക്കണമെന്ന് സ്വാമിനാഥൻ ശുപാർശ ചെയ്തുകൊണ്ടേയിരുന്നു.

ജൈവവിഭവങ്ങളുടെ സംരക്ഷണത്തിലും അഭംഗുരവും സമവുമായ ഉപയോഗത്തിലും നിന്നുമാണ് ജൈവസന്തുഷ്ടി ഉളവാക്കുന്നത് എന്ന് ഡോ. സ്വാമിനാഥൻ പറഞ്ഞു. വിവരസാങ്കേതികവിദ്യക്ക് സിലിക്കോൺവാലി എന്നപോലെ ജൈവസാങ്കേതികവിദ്യക്കായി ജൈവവാലി വേണ്ടതാണെന്നും പ്രത്യേകസാമ്പത്തികമേഖലയ്ക്കു സമാനമായി പ്രത്യേക ജൈവമേഖല വികസിപ്പിക്കേണ്ടതാണെന്നും അദ്ദേഹം അഭിപ്രായപ്പെട്ടു. ദേശീയനിലവാരത്തിലുള്ള ഭക്ഷ്യസുരക്ഷ എന്നതിൽനിന്നും രാഷ്ട്രത്തിന്റെ മുൻഗണന വ്യക്തിയടിസ്ഥാനത്തിലുള്ള പോഷകാഹാരം എന്നതിലേക്ക് തിരിച്ചുവിടണമെന്ന് അദ്ദേഹം വാദിച്ചു.

ഡോ. സ്വാമിനാഥൻ ഇപ്പോൾ പത്നിയോടും അഞ്ചു പൗത്രരോടുമൊപ്പം ചെന്നെയിൽ സ്ഥിരതാമസമാണ്.

കമലസുരയ്യ

തൃശൂർ ജില്ലയിലെ പുന്ന യൂർകുളത്ത് *മാതൃഭൂമി* മുൻമാനേ ജിങ് എഡിറ്റർ വി എം നായരു ടെയും ശ്രീമതി നാലപ്പാട്ട് ബാലാ മണിയമ്മയുടെയും മകളായി 1934 മാർച്ച് 31-ാം തീയതി കമല ജനി ച്ചു. കുടുംബത്തിലെ വലിയമ്മാ വനും പ്രമുഖ എഴുത്തുകാരനു മായ നാലപ്പാട്ട് നാരായണമേനോ ന്റെയും പ്രശസ്ത കവയിത്രിയായ മാതാവ് ശ്രീമതി നാലപ്പാട് ബാലാ മണിയമ്മയുടെയും ശിക്ഷണം കമ ലയുടെ വളർച്ചയ്ക്കു പ്രചോദനമേ കി. വളരെ ചെറുപ്രായത്തിൽ തന്നെ കമല കവിത ഇഷ്ടപ്പെട്ടിരു ന്നു. എന്നാൽ വിവാഹിതയും ഒരു കുഞ്ഞിന്റെ അമ്മയുമാകുന്നതു വരെയും കാര്യമായ എഴുത്തൊന്നും ഉണ്ടായിരുന്നില്ല.

കമലയുടെ ബാല്യകാലം തന്റെ പിതാവ് ജോലി നോക്കിയിരുന്ന കൽക്കത്തയിലും തന്റെ തറവാടായിരുന്ന നാലപ്പാട്ടു വീട്ടിലും കഴിഞ്ഞു. 15 വയസുവരെ പ്രൈവറ്റായി പഠിച്ചിരുന്നു. 15 വയസുള്ളപ്പോൾ കമലയെ കെ മാധവദാസ് വിവാഹം കഴിച്ചു. 16-ാംവയസിൽ ആദ്യപുത്രനായ എം ഡി നാലപ്പാട് ജനിച്ചു. താൻ ഒരു അമ്മയാകാനുള്ള പ്രായമായപ്പോഴേക്കും മൂന്നാമത്തെ കുട്ടിയും ജനിച്ചിരുന്നുവെന്ന് കമലാദാസ് പറയുമായിരുന്നു.

മാധവദാസും കമലയും തമ്മിൽ പ്രായത്തിലുള്ള വലിയ അന്തരം കാരണം മക്കളോടെന്നപോലെ കമലയോടും പിതൃതുല്യമായ സമീപനമാണ് അദ്ദേഹം അവലംബിച്ചിരുന്നത്. തന്റെ പ്രായത്തിലുള്ള സുഹൃത്തുക്കളുമായി ഇടപഴകുവാൻ കമലയെ എപ്പോഴും അദ്ദേഹം പ്രോത്സാഹിപ്പിച്ചിരുന്നുവത്രെ. തന്റെ പത്നിയെ അദ്ദേഹം പൂർണമായും മനസിലാക്കിയിരുന്നു.

ഒരു സ്ത്രീയെന്ന നിലയ്ക്ക് പകലെങ്ങും സാഹിത്യരചനയ്ക്ക് വിനിയോഗിക്കുവാൻ സമയം ഉണ്ടായിരുന്നില്ല. രാത്രി മറ്റെല്ലാവരും ഉറക്കമാവുമ്പോൾ കമല എഴുതാനിരിക്കും. പലപ്പോഴും നേരം പുലരുവോളം. അയവില്ലാത്ത ഈ ദിനചര്യ കമലയുടെ ആരോഗ്യത്തെ ബാധിക്കാതിരുന്നില്ല. എന്നാൽ രോഗാവസ്ഥയെ വീട്ടിൽ അധികവും ഒതുങ്ങിയിരിക്കുന്നതിനും എഴുതുവാൻ കൂടുതൽ സമയം കണ്ടെത്തുവാനുള്ള അവസരമായെടുക്കുന്നതിനുമാണ് കമല തയാറായത്.

കമലാദാസിന്റെ എഴുത്ത് പുരോഗമിച്ചതോടെ ഭർത്താവിന്റെ പിന്തുണയും ഏറിവന്നു. കവിതകളും *എന്റെ കഥ* എന്ന ആത്മകഥയും വിവാദങ്ങൾ സൃഷ്ടിച്ചപ്പോഴും മാധവദാസ് തന്റെ ഭാര്യയുടെ സാഹിത്യരചനകളെ സംബന്ധിച്ചിടത്തോളം അഭിമാനഭരിതനായിരുന്നു. മരണത്തിനു മുൻപ് മൂന്നുവർഷക്കാലം മാധവദാസ് രോഗബാധിതനായിരുന്നുവെങ്കിലും അദ്ദേഹത്തിന്റെ സാന്നിധ്യം കമലയ്ക്ക് ആഹ്ലാദകരവും സുഖദവുമായിരുന്നു. തന്നെയും തന്റെ നേട്ടങ്ങളെയും ഇത്രത്തോളം അഭിമാനകരമായി കണ്ട മറ്റൊരാളും ഉണ്ടായിരുന്നില്ലെന്നാണ് കമലാദാസ് കരുതുന്നത്.

ഇംഗ്ലീഷിലുള്ള തന്റെ സാഹിത്യസംഭാവനകളെല്ലാം തന്നെ കമലാദാസ് എന്ന പേരിലാണ് പ്രസിദ്ധീകരിച്ചിരുന്നത്. മലയാള സാഹിത്യ രചനകളെല്ലാം മാധവിക്കുട്ടി എന്ന പേരിലാണ്. മാധവിക്കുട്ടിയുടെ നേട്ടങ്ങൾ കവിതാരചനയിൽ മാത്രമായിരുന്നില്ല. കഥകൾ, നോവൽ, ഫിക്ഷൻ, പെയിന്റിംഗ്, പത്രങ്ങളിലെ പംക്തികൾ എന്നിവയിലെല്ലാം തന്റെ വ്യക്തിമുദ്ര പതിപ്പിക്കുവാൻ അവർക്കു കഴിഞ്ഞു. ഒരുവേള രാഷ്ട്രീയത്തിൽ ഇറങ്ങിയെങ്കിലും 1984 ൽ താൻ മത്സരിച്ച പാർലമെന്റു തെരഞ്ഞെടുപ്പിൽ മാധവിക്കുട്ടി പരാജയപ്പെട്ടു.

1999 ൽ തന്റെ 65-ാം വയസിൽ പത്രത്താളുകളിൽ കോളിളക്കം സൃഷ്ടിച്ചുകൊണ്ട് കമലാദാസ് ഇസ്ലാംമതം സ്വീകരിക്കുകയും കമലാസുരയ്യ എന്ന പേരു സ്വീകരിക്കുകയും ചെയ്തു.

മലയാളത്തിൽ ശ്രദ്ധാർഹമായ അനേകം ചെറുകഥകൾ കമലസുരയ്യയുടെ സംഭാവനയായിട്ടുണ്ട്. വിവിധ വിഷയങ്ങളെക്കുറിച്ച് സുരയ്യ എഴുതുകയുണ്ടായി; മിക്കവാറും വിഷാദാത്മകമായി. *പക്ഷിയുടെ മരണം നെയ്പായസം, തണുപ്പ്, നരിച്ചീറുകൾ പതിക്കുമ്പോൾ, ചേക്കേറുന്ന പക്ഷികൾ, നഷ്ടപ്പെട്ട നീലാംബരി* എന്നിവയാണ് അവരുടെ ചെറുകഥകളിൽ പ്രധാനമായവ. *ചന്ദനമരങ്ങൾ, ഡയറിക്കുറിപ്പുകൾ, വണ്ടിക്കാളകൾ, നീർമാതളം പൂത്തകാലം* എന്നിവയാണ് ഏറ്റവും പ്രശസ്തമായ

നോവലുകൾ. നീർമാതളം പൂത്തകാലത്തിന് വയലാർ അവാർഡ് ലഭി ക്കുകയുണ്ടായി. *ദി സിറൻസ്, സമ്മർ ഇൻ കൽക്കത്ത, ദി ഡിഫൻഡൻസ്* എന്നിവയാണ് കമലസുരയ്യയുടെ ഏറ്റവും പ്രശസ്തമായ ഇംഗ്ലീഷ് കവി തകൾ. *ദി സിരൻസ്* ന് 1985 ലെ ആശാൻ കവിതാ പുരസ്കാരവും *സമ്മർ ഇൻ കൽക്കത്ത*യ്ക്ക് ഏഷ്യൻ രാജ്യങ്ങളിലെ ഇംഗ്ലീഷ് കവി തയ്ക്കുള്ള കെന്റ് അവാർഡും ലഭിച്ചിട്ടുണ്ട്. കമലസുരയ്യയുടെ *എന്റെ കഥ* പതിനഞ്ചോളം വിദേശഭാഷകളിലേക്ക് വിവർത്തനം ചെയ്യപ്പെട്ടിട്ടു ണ്ട്. ജർമനിയിലെ ഡ്യുയ്സ് ബർഗ്, എസ്സൽ, ബോൺ സർവകലാശാല കളിലും അഡ്ലെയ്ഡ് റൈറ്റേഴ്സ് ഫെസ്റ്റിവലിലും, ഫ്രാങ്ക്ഫെർട്ട് ബുക്ക് ഫെയറിലും കിംഗ്സ്റ്റൺ സർവകലാശാലയിലും ജമൈക്ക, സിംഗപ്പൂർ എന്നിവിടങ്ങളിലും ലണ്ടനിലെ സൗത്ത് ബാങ്ക് ഫെസ്റ്റിവലിലും കനഡ യിലെ കൺകോർഡിയ സർവകലാശാലയിലും തന്റെ കവിത ചൊല്ലു ന്നതിനായി കമലസുരയ്യ ധാരാളം യാത്ര ചെയ്തിട്ടുണ്ട്. ഫ്രഞ്ച്, സ്പാനി ഷ്, റഷ്യൻ, ജർമൻ, ജാപ്പനീസ് ഭാഷകളിലും അവരുടെ കൃതികൾ ലഭ്യ മാണ്.

കേരളസാഹിത്യഅക്കാദമിയുടെ ഉപാധ്യക്ഷ, കേരള ഫോറസ്റ്റ് ബോർഡിന്റെ അധ്യക്ഷ, കേരള ചിൽഡ്രൻസ് ഫിലിം സൊസൈറ്റി പ്രസി ഡന്റ്, *പോയറ്റ് മാഗസീനിന്റെ* എഡിറ്റർ, *ഇല്ലസ്ട്രേറ്റഡ് വീക്കിലി*യുടെ കവിതാ എഡിറ്റർ എന്നീ പദവികളും അലങ്കരിച്ചു.

മുൻപു പരാമർശിച്ച പുരസ്കാരങ്ങൾക്കു പുറമെ ആശാൻ വേൾഡ് പ്രൈസ്, എഴുത്തച്ഛൻ അവാർഡ്, സാഹിത്യ അക്കാദമി അവാർഡ്, കേരളസാഹിത്യഅക്കാദമി അവാർഡ്, വയലാർ അവാർഡ്, മുട്ടത്തു വർക്കി അവാർഡ് എന്നീ ബഹുമതികളും ലഭിച്ചിട്ടുണ്ട്.

കമലാസുരയ്യയുടെ കവിതകളിൽ സ്ത്രീത്വത്തിന്റെയും പ്രേമ ത്തിന്റെയും അവിരാമമായ അന്വേഷണമാണ് കാണുന്നത്. സ്നേഹം തിരയുന്ന ഏതു സ്ത്രീയും താൻ തന്നെയാണെന്നും അവർ അവകാശ പ്പെടുന്നു. *സമ്മർ ഇൻ കൽക്കത്ത* ആയിരുന്നു ആദ്യ കൃതി. പ്രേമം, വിശ്വാസവഞ്ചന, തൽഫലമായുണ്ടാവുന്ന നൈരാശ്യവും വേദനയും സംബന്ധിച്ചായിരുന്നു സുരയ്യ അധികവും എഴുതിയത്.

മൈ സ്റ്റോറി (എന്റെ കഥ) എന്ന പേരിൽ പ്രസിദ്ധീകരിച്ച തന്റെ ആത്മകഥ സാഹിത്യലോകത്ത് കോളിളക്കം സൃഷ്ടിച്ച കൃതിയാണ്. സ്വാതന്ത്ര്യാനന്തര ഇന്ത്യയിൽ ഏറ്റവുമധികം വിറ്റുപോയ സ്ത്രീയുടെ ആത്മകഥ ഇതാണ്. നാലുവയസു മുതൽക്കുള്ള തന്റെ ജീവിതം, ലൈംഗികമായ ഉണർവ്, വിവാഹം, സാഹിത്യചര്യയുടെ വളർച്ച, വിവാ ഹേതര ബന്ധങ്ങൾ, മൂന്നുമക്കളുടെയും ജനനം, വൈവാഹികജീവിതം എന്നിവയെല്ലാമാണ് *എന്റെ കഥ*യുടെ ഉള്ളടക്കം.

2009 മെയ് 31ന് കമലാസുരയ്യ പൂനയിലെ ഒരാശുപത്രിയിൽ നിര്യാ തയായി. മൃതശരീരം തിരുവനന്തപുരത്ത് പാളയം ജുമാമസ്ജിദിൽ സംസ്ഥാന ഔദ്യോഗിക ബഹുമതികളോടെ കബറടക്കുകയും ചെയ്തു.

കടമ്മനിട്ട രാമകൃഷ്ണൻ

കടമ്മനിട്ട രാമകൃഷ്ണൻ, ഇന്ന
ത്തെ പത്തനംതിട്ട ജില്ലയിൽ കടമ്മനിട്ട
എന്ന പ്രദേശത്ത് 1935 മാർച്ചുമാസം 22-ാം
തീയതി ജനിച്ചു. പിതാവ് മേലേത്തറ
യിൽ രാമൻ നായർ; മാതാവ് കുട്ടിയ
മ്മ. ഒരു യാഥാസ്ഥിതിക കുടുംബമാ
യിരുന്നു രാമൻ നായരുടേത്. അതുനി
മിത്തം ശൈശവം മുതൽക്കേ മതപര
മായ പരമ്പരാഗതകലാരൂപമായ പടയ
ണിഗാനങ്ങൾ കടമ്മനിട്ടയെ ശക്തമായി
സ്വാധീനിക്കുകയുണ്ടായി. പടയണി
യുടെ സ്വാധീനം അദ്ദേഹത്തിന്റെ
സാഹിത്യ സൃഷ്ടികളിലും കാണാൻ
കഴിയും. തന്റെ ശക്തവായ കവിതക
ളിലൂടെ കടമ്മനിട്ട ആധുനിക മലയാ
ളസാഹിത്യത്തിലെ കലാപത്തിന്റെ
ശബ്ദങ്ങളിലൊന്നായി തീർന്നു. മറ്റെല്ലാ
റ്റിനുമുപരി തന്റെ കവിതചൊല്ലുന്ന ശക്തവും ഫലപ്രദവുമായ ശൈലി
അദ്ദേഹത്തെ പുരോഗമനകാംക്ഷികളുടെ പ്രിയങ്കരനായി മാറ്റി. കടമ്മ
നിട്ടയുടെ സാഹിത്യ ജീവിതത്തിന്റെ രൂപീകരണം കടമ്മനിട്ടയിലെ ജന
ജീവിതവുമായി, അവരുടെ സാംസ്കാരിക കെട്ടുറപ്പുമായി ബന്ധപ്പെട്ടു
കൊണ്ടായിരുന്നു.

കടമ്മനിട്ട രാമകൃഷ്ണൻ എന്ന എം ആർ രാമകൃഷ്ണപ്പണിക്കർ
കടമ്മനിട്ട ഗവൺമെന്റ് മിഡിൽ സ്കൂൾ ചുട്ടിപ്പാറ ഗവൺമെന്റ് ഹൈസ്കൂൾ,

മൈലപ്ര സേക്രട്ട് ഹാർട്ട് ഹൈസ്കൂൾ, കോഴഞ്ചേരി സെന്റ് തോമസ് ഹൈസ്കൂൾ എന്നിവിടങ്ങളിലായി തന്റെ സ്കൂൾ വിദ്യാഭ്യാസം പൂർത്തി യാക്കി. ചങ്ങനാശ്ശേരി എൻ എസ് എസ് ഹിന്ദുകോളേജിൽ നിന്നും പോളി റ്റിക്സിൽ ബിരുദം നേടി. കോളേജ് ജീവിതത്തിൽ കടമ്മനിട്ട വിദ്യാർഥി ഫെഡറേഷന്റെയും കമ്യൂണിസ്റ്റു പാർട്ടിയുടെയും പ്രവർത്തനങ്ങളുമായും ബന്ധപ്പെട്ടു. കമ്യൂണിസ്റ്റുപാർട്ടി അംഗമായി തീരുകയും ചെയ്തു. പ്ലാന്റേ ഷൻ മേഖലയിലെ ട്രേഡ് യൂണിയൻ പ്രവർത്തനവുമായും അദ്ദേഹം ബന്ധപ്പെട്ടു. അതിൽ നേതൃത്വപരമായ പങ്കുവഹിക്കുകയും ചെയ്തു. 1959 ൽ കടമ്മനിട്ട ജോലി തേടി ആസാമിലേക്കു പുറപ്പെട്ടു. ഒടുവിൽ കൽക്കത്തയിൽ എത്തിച്ചേർന്നു. അവിടെ 24 പർഗാനായിൽ ഒരു നെയ്ത്തുമില്ലിൽ മൂന്നുമാസം ജോലി ചെയ്തു. 1959 ഫെബ്രുവരി 20ന് കടമ്മനിട്ട രാമകൃഷ്ണൻ മദ്രാസ് പോസ്റ്റൽ അക്കൗണ്ട്സിൽ ഓഡിറ്റ റായി ചെന്നൈയിൽ ജോലിക്കു ചേർന്നു. 1967 വരെ അവിടെ ജോലി ചെയ്തു. ചെന്നൈയിലെ താമസക്കാലത്ത് അദ്ദേഹം കവിയായ എം ഗോവിന്ദനുമായി പരിചയപ്പെട്ടു. അത് കടമ്മനിട്ടയുടെ സാഹിത്യജീവി തത്തിലെ ഒരു വഴിത്തിരിവായി മാറി. 1967 ൽ അദ്ദേഹത്തിന് തിരുവന ന്തപുരത്തേക്കു സ്ഥലംമാറ്റമായി. അവിടെ അദ്ദേഹം 1992 ൽ തന്റെ റിട്ട യർമെന്റുവരെ തുടർന്നു. അക്കൗണ്ട്സ് ഓഫീസറായിരിക്കെയായിരുന്നു റിട്ടയർമെന്റ്.

കുട്ടിക്കാലത്തു തന്നെ നല്ലൊരു വായനക്കാരനായിരുന്നു കടമ്മനിട്ട. ജീവിതാന്ത്യം വരെയും വായന തന്റെ ദിനകൃത്യങ്ങളിൽ പ്രധാനപ്പെട്ട ഒരിനമായിരുന്നു. കിട്ടുന്നതെല്ലാം വായിക്കുന്ന രാമകൃഷ്ണൻ നന്നേ ചെറു പ്പത്തിൽ തന്നെ *ഹരിനാമകീർത്തനം, ഇരുപത്തിനാലുവൃത്തം; ആധ്യാ ത്മരാമായണം, ഭഗവത്ഗീത* എന്നിവ വായിച്ചിരുന്നു. പിൽക്കാലത്ത് ജീവ ചരിത്രഗ്രന്ഥങ്ങളിൽ ആകൃഷ്ടനായി. കുഞ്ഞിക്കുട്ടൻ തമ്പുരാൻ, മന്ന ത്തുപത്മനാഭൻ, മാമ്മൻ മാപ്പിള, എ കെ ഗോപാലൻ, സുബ്രഹ്മണ്യം പോറ്റി, ഇ എം എസ് നമ്പൂതിരിപ്പാട് എന്നിവരെക്കുറിച്ചുള്ള പുസ്തക ങ്ങൾ വായിച്ചു. വായിച്ച പുസ്തകങ്ങൾ ഒരുതരത്തിലല്ലെങ്കിൽ മറ്റൊരു തരത്തിൽ അദ്ദേഹത്തിന്റെ വീക്ഷണങ്ങളെ സ്വാധീനിച്ചു.

14-ാം വയസിൽ കടമ്മനിട്ട കവിതാരചനയാരംഭിച്ചു. പിൽക്കാലത്ത് മദിരാശിയിലെ ലോഡ്ജ് മുറികളിലെ താമസം കവിതാലോകത്തു തുട രുവാൻ അദ്ദേഹത്തിന് അവസരം നൽകി. അദ്ദേഹത്തിന്റെ പ്രസിദ്ധീകൃ തമായ ആദ്യകവിത *ഞാൻ* വെളിച്ചം കണ്ടത് എം ഗോവിന്റെ പത്രാധി പത്യത്തിലുള്ള *സമീക്ഷയിലായിരുന്നു*. കടമ്മനിട്ട മലയാളികൾക്കു സുപ രിചിതനായത് തിരുവനന്തപുരത്തേക്കു മാറിപ്പാർക്കാനാരംഭിച്ചശേഷമാ ണ്. തുടർന്നുള്ള രണ്ടു ദശകങ്ങളിലേറെ കവിതാസൗരഭം പ്രസരിപ്പിച്ചു കൊണ്ട് സഹൃദയവൃന്ദത്തിൽ കടമ്മനിട്ട രാമകൃഷ്ണൻ തിളങ്ങി നിന്നു. തന്റെ ആദ്യപുസ്തകം *കേരള കവിതാ ഗ്രന്ഥവരി* 1976 ൽ പ്രസിദ്ധീക രിച്ചു. *കുറത്തി, ചാക്കാല, ശാന്ത, കാട്ടാളൻ, മാതംഗ, കോഴി, കിരാതന്യ*

ത്തം, പുരുഷസൂക്തം, കടമ്മനിട്ട, കടിഞ്ഞൂൽ പൊട്ടൻ എന്നിവയായി രുന്നു കടമ്മനിട്ടയുടെ പ്രധാന കവിതകൾ. 1982 ൽ കടമ്മനിട്ട രാമകൃ ഷ്ണന് കേരളസാഹിത്യ അക്കാദമി അവാർഡു ലഭിച്ചു. ആ വർഷം തന്നെ അദ്ദേഹത്തിന് ആശാൻ പുരസ്കാരവും ലഭിച്ചു. 1992 ൽ അദ്ദേഹം പുരോഗമനകലാസാഹിത്യസംഘത്തിന്റെ ഉപാധ്യക്ഷനായി; 2002 ൽ അതിന്റെ പ്രസിഡന്റും. 1984 ൽ അദ്ദേഹത്തിന് ഇന്റർനാഷണൽ മല യാളി ഫെഡറേഷൻ അവാർഡ് ലഭിച്ചു. 1986 ൽ ഒമാൻ കൾച്ചറൽ സെന്റർ അവാർഡിനർഹനായി.

ഒരു വിപ്ലവകവിയും പ്രഭാഷകനുമായ കടമ്മനിട്ട രാമകൃഷ്ണൻ ഒരു കടുത്ത നിരീശ്വരവാദിയും തികഞ്ഞ മതേതരവാദിയുമായിരുന്നു. അയോധ്യാദുരന്തം കടമ്മനിട്ട രാമകൃഷ്ണനെ വല്ലാതെ മുറിവേൽപ്പിക്കു കയുണ്ടായി. ഒരു സുരക്ഷാവലയവുമില്ലാതെ അദ്ദേഹം സംഭവസ്ഥല ത്തേക്ക് കുതിച്ചെത്തുകയും തീവ്രവാദത്തെയും മതമൗലികവാദത്തെയും അപലപിക്കുന്ന കവിത ചൊല്ലുകയുമുണ്ടായി. ജോലി നേടി നാടുവിട്ട തോടെ മുറിഞ്ഞുപോയ കമ്യൂണിസ്റ്റുപാർട്ടി അംഗത്വം പിന്നീടൊരിക്കലും വിളക്കിച്ചേർക്കുകയുണ്ടായില്ലെങ്കിലും എക്കാലത്തും കടമ്മനിട്ട ഇടതു പക്ഷ വൃത്തങ്ങളിൽ തന്നെയായിരുന്നു.

ജാടകളും നിഗൂഢതകളുമൊന്നുമില്ലാത്ത ഒരു വ്യക്തിയായിരുന്നു കവി കടമ്മനിട്ട രാമകൃഷ്ണൻ. ഒരു നല്ല വായനക്കാരനായിരുന്ന രാമ കൃഷ്ണൻ കുട്ടികളുമായുള്ള ഒരു സർഗ സംവാദത്തിൽ പറഞ്ഞത്, നാം വായിക്കുന്ന പുസ്തകത്തിൽനിന്നും നമുക്ക് വായനയിൽനിന്നുള്ള രസാ നുഭൂതികളോടൊപ്പം എന്തെങ്കിലും ഒരു മൂല്യംകൂടി കിട്ടണം എന്നാണ്. അങ്ങനെയാകുമ്പോഴേ അതൊരു നല്ല കൃധിയാവുകയുള്ളൂ. സമൂഹം നേരിടുന്ന കഠിനമായ പ്രശ്നങ്ങളോട് ശക്തമായി പ്രതികരിക്കാനുള്ള ബാധ്യത സാഹിത്യകാരന്മാർ സ്വയം ഏറ്റെടുക്കേണ്ടതാണ്, എന്ന് കട മ്മനിട്ട അഭിപ്രായപ്പെട്ടിട്ടുണ്ട്. "എന്റെ തലമുറയിലെ കവികൾ വിപ്ലവ ഗാനങ്ങൾ പാടിനടന്ന വഴിയുടെ പിന്നിലൊരറ്റത്തുനിന്നും കേട്ട ഏറ്റവും മുഴക്കമുള്ള വ്യത്യസ്തമായൊരു ശബ്ദം കടമ്മനിട്ടയുടേതായിരുന്നു" എന്ന് ഒ എൻ വി വിലയിരുത്തുന്നു. കടമ്മനിട്ട എന്ന ഗ്രാമത്തിലെ എള്ളിന്റെയും നെല്ലിന്റെയും മണ്ണിൽനിന്നും അതിന്റെ ചൂരും പടയണി പ്പാട്ടിന്റെ ഈണവും താളവുമുള്ള തന്റെ പാട്ടിലൂടെ കടമ്മനിട്ട രാമകൃ ഷ്ണൻ പ്രാന്തവൽക്കരിക്കപ്പെട്ടവരുടെ ദുരിതവും കഷ്ടപ്പാടുകളും ലോക ത്തിന്റെ മുന്നിൽ അവതരിപ്പിച്ചു. കടമ്മനിട്ടയുടെ പാട്ടുകൾ അദ്ദേഹ ത്തിന്റെ വെളിപാടുകളായിരുന്നു.

കടമ്മനിട്ടയുടെ *ശാന്തയും കുറത്തിയും കാട്ടാളനും* കേരളത്തി ലങ്ങോളമിങ്ങോളം പാടിത്തിമിർത്തവയാണ്. മൃദുവും കാൽപ്പനികവുമായ ശൈലിയിൽ വ്യത്യസ്തമായ ഒരു സരണിയിൽ പ്രവഹിക്കുന്ന ഒരു കവി തയാണ് *ശാന്ത*. സ്ത്രീകളുടെ ദുർവഹമായ അധ്വാനഭാരത്തെയും മറ്റും അപൂർവമായ കാവ്യസൗരഭ്യത്തോടെ അവതരിപ്പിക്കുന്ന കടമ്മനിട്ട

സ്ത്രീവർഗത്തിന്റെ മുഴുവൻ പീഡാനുഭവങ്ങളെയും ദുരവസ്ഥകളെയും ഹൃദയത്തിൽ തറച്ചു കയറുന്ന മുള്ളുപോലെ അനാവരണം ചെയ്യുക യാണ്. ആധുനികതയുടെ സൗന്ദര്യശാസ്ത്രമാണ് കടമ്മനിട്ടയെ ഏറെ സ്വാധീനിച്ചതെന്ന് അദ്ദേഹത്തിന്റെ കവിതകളുമായി ഗാഢബന്ധം സ്ഥാപി ച്ചാൽ മനസിലാക്കാൻ കഴിയും. ആധുനികശൈലികളുമായി പരിചയ പ്പെട്ടതിന്റെ ഫലമായിട്ടാണ് *കാട്ടാളൻ, കുറത്തി* മുതലായ ബിംബങ്ങൾ കടമ്മനിട്ടയുടെ മനസിൽ ഉയർന്നുവന്നത്. അവയ്ക്ക് പടയണിപ്പാട്ടുക ളുടെ ഈണവും താളവും നൽകി ആവിഷ്കരണം നൽകിയപ്പോൾ തന തായ ശക്തിയും സൗന്ദര്യവുമുള്ള ഒരു കാവ്യശാഖ രൂപപ്പെട്ടു.കടമ്മനി ട്ടയെ വേർതിരിച്ചുനിറുത്തുന്ന ആ കാവ്യശൈലി പ്രായേണ മൃദുലവി കാരങ്ങൾ പരിത്യജിച്ചതും സത്യത്തിന്റെ ശക്തി ഉൾക്കൊള്ളുന്നതുമാ യിരുന്നുവെന്ന് പ്രൊഫ. എം കെ സാനു അഭിപ്രായപ്പെട്ടിട്ടുണ്ട്. *ശാന്ത* എന്ന കവിതയിൽ പ്രണയത്തിന്റെ അർഥസാന്ദ്രത ഹൃദയസ്പർശിയായി കലരുന്നു. എന്നാൽ പ്രണയഗീതം എന്ന കവിതയിൽ പ്രണയത്തിന്റെ അന്തഃസത്ത ശൂന്യതയാണ്, മനസിൽ തറയ്ക്കുന്നത്. പ്രണയഗീതത്തിൽ ആധിപത്യം ചെലുത്തുന്ന അഭിരുചിയാണ് കടമ്മനിട്ടക്കവിതകളുടെ തനിമ എന്നഭിപ്രായപ്പെടുന്നവരുണ്ട്. നവവത്സരാശംസ, രാഷ്ട്രീയ നേതാവ്, മുഖപ്രസംഗം മുതലായ കവിതകളിൽ ആധുനിക ജീവിതത്തെ അതിന്റെ ദുഷ്ടതയോടും വൈകൃതത്തോടും ദർശിക്കുന്ന ഒരു കവിയുടെ സ്വരവിശേഷമാണുള്ളത്. *മഴ പെയ്തു മദ്ദളം കൊട്ടുന്നു* എന്ന കവിത അന്തരാർഥം ചോർന്നുപോയ നാഗരികജീവിതത്തിന്റെ പൊള്ളത്തരം അഭിവ്യഞ്ജിപ്പിക്കുന്നു. എന്നാൽ *ദേവീസ്തവം* എന്ന കവിതയിൽ കത്തി നിൽക്കുന്ന ദാർശനിക ദീപ്തി അദ്ദേഹത്തെ ഏറെ കടുത്തതും പ്രതീ ക്ഷാനിർഭരമായ ദർശനത്തിന്റെ ഉടമയുമാക്കിത്തീർത്തിരിക്കുന്നു. കടമ്മ നിട്ടക്കവിതകളെ ഒന്നൊന്നായി പരിശോധിച്ചാൽ ആധുനികതാ പ്രസ്ഥാ നത്തിന്റെ ഉൽപ്പന്നമായെങ്കിലും പുരോഗമനസാഹിത്യപ്രസ്ഥാനത്തിന്റെ പ്രതിജ്ഞാബദ്ധത അവയ്ക്കു വിചിത്രവും സങ്കീർണവുമായ സ്വഭാവം നൽകുന്നു എന്നുകാണാം.

കടമ്മനിട്ടയുടെ പ്രസിദ്ധമായ ആലാപനരീതി മദിരാശിയിൽവച്ചു തന്നെ രൂപംകൊള്ളാനാരംഭിച്ചിരുന്നുവെങ്കിലും, അത് പൂർണരൂപം പ്രാപി ക്കുന്നതും പ്രചരിക്കുന്നതും അനുകർത്താക്കളെ കണ്ടെത്തുന്നതും കേര ളത്തിൽ തന്നെ. പടയണിയിലെ മറുതപ്പാട്ടിന്റെയും പുലയപ്പാട്ടിന്റെയും താളങ്ങളെ ചിട്ടപ്പെടുത്തുകയും നാടോടിശീലുകളെ തോറ്റിയുണർത്തു കയും ചെയ്തു, കടമ്മനിട്ട. അവയുടെ അനുഷ്ഠാനപരത നിലനിറുത്തു ന്നതിനെ അവയിൽ ഇരയുടെ, ആദിവാസിയുടെ, ദളിതന്റെ, പാർശ്വവ ൽക്കൃതന്റെ രോഷസങ്കുലമായ മാനുഷിക ഉള്ളടക്കം നിറച്ച്, തന്റെ പുരു ഷശബ്ദത്തിന്റെ ഊർജം പകർന്ന് തന്റേതായ ഒരു ആലാപന ശൈലി വികസിപ്പിച്ചെടുത്തു. അത് അന്നോളം കവിത ആലപിക്കപ്പെട്ട എല്ലാ രീതികളിലും നിന്ന് വ്യത്യസ്തമായിരുന്നു. വ്യത്യസ്തകളെയെല്ലാം സമീ

കരിക്കുന്ന ആ ശബ്ദം കോപത്തിന്റെയും താപത്തിന്റെയും വാത്സല്യ ത്തിന്റെയും സൂക്ഷ്മഭേദങ്ങൾക്കു വിധേയമായിരുന്നു. ഇത് കടമ്മനിട്ട ശൈലി എന്നൊന്നിന് അംഗീകാരവും പ്രചാരവും നൽകി. മലയാള കാവ്യ പാരമ്പര്യത്തിന്റെ ബഹുസ്വരതയെ പിന്തുടർന്ന് നവീകരിക്കുന്ന ഈ സ്വര നാനാത്വം കടമ്മനിട്ടയുടെ അനുകർത്താക്കൾക്ക് അപ്രാപ്യമായിരുന്നു. കടമ്മനിട്ടയുടെ കവിതാലാപനങ്ങളിലൂടെ മലയാളകവിതയിൽ ഒരു പുതിയ കാലം പിറന്നു. ചങ്ങമ്പുഴയ്ക്കു ശേഷം ഒരിക്കൽ കൂടി കവിത ജനകീയമായി.

ലോകമുതലാളിത്തം ഭൂമിയിലെ ആവാസവ്യവസ്ഥയ്ക്കും ജനകീയ ജീവിതത്തിനും മതനിരപേക്ഷ സമൂഹത്തിനും ഭീഷണിയുയർത്തിയ അവസരത്തിലാണ് കടമ്മനിട്ട രാമകൃഷ്ണൻ പുരോഗമനകലാസാഹി ത്യസംഘത്തിനു നേതൃത്വം നൽകിയത്. ഒരു കമ്യൂണിസ്റ്റായി പൊതു ജീവിതം ആരംഭിച്ച കടമ്മനിട്ട പുരോഗമന സാഹിത്യ പ്രസ്ഥാനവുമായി ആത്മബന്ധം സ്ഥാപിച്ചത് ആധുനികതയുടെ അപചയകാലത്താണ്. ഗ്രാമത്തിലെ കീഴാളജനതയോടുള്ള ആഭിമുഖ്യവും പടയണി സംസ്കാ രത്തിലുള്ള വേരോട്ടവും സജീവരാഷ്ട്രീയ പ്രവർത്തനത്തിൽനിന്നും അക ന്നശേഷവും കമ്യൂണിസ്റ്റു പ്രസ്ഥാനത്തോട് അദ്ദേഹത്തെ അടുപ്പിച്ചു നിറു ത്തി. വിപ്ലവത്തെ ഒരു പടയണി തുള്ളലായിട്ടാണദ്ദേഹം കണ്ടതെന്നു പറയാം. അസമത്വങ്ങളുടെയും ദുഷ്ടനീക്കങ്ങളുടെയും ബാധകളെ പട യണി തുള്ളി ഉച്ചാടനം ചെയ്യുന്നതാണ് വിപ്ലവം. അങ്ങനെ പടയണിപ്പാ ട്ടിന്റെ താളവും ചടുലതയും ശക്തിയും അദ്ദേഹത്തിന്റെ കവിതകളുടെ സവിശേഷതയായി തീർന്നു. വിപ്ലവബോധത്തെയും കവിതയെയും കേര ളത്തിലെ കാവ്യസംസ്കാരവുമായി സമന്വയിപ്പിക്കാൻ കടമ്മനിട്ടയ്ക്കു കഴിഞ്ഞു. അദ്ദേഹത്തിന്റെ മിക്ക കവിതകളും നേർക്കുനേർ രാഷ്ട്രീയ പ്രമേയം അവതരിപ്പിക്കുമ്പോഴും രചനയുടെ വ്യതിരിക്തതയും മൗലിക ഭാവവും കവിക്കും കവിതയ്ക്കും പൊതുസമൂഹത്തിൽ അംഗീകരണം നേടിയെടുക്കുന്നതിനു കാരണമായിട്ടുണ്ട്. ചൂഷകരെയും ഫാസിസ്റ്റുക ളെയും കടമ്മനിട്ടക്കവിത പ്രകോപിപ്പിച്ചിട്ടുണ്ട്. ഇതുതന്നെയാണ് ഈ കവിതകൾ നിർവഹിച്ചുപോരുന്ന സാമൂഹിക ദൗത്യം.

കടമ്മനിട്ട രാമകൃഷ്ണൻ വാസ്തുവിദ്യാഗുരുകുലത്തിന്റെ ചെയർമാ നായിരുന്നു. 1992 മാർച്ച് 31ന് അദ്ദേഹം ഗവൺമെന്റ് സർവീസിൽനിന്നും വിരമിച്ചു. 1996 ൽ അദ്ദേഹം ആറന്മുള നിയോജകമണ്ഡലത്തിൽ എൽ ഡി എഫ് പിന്തുണയുള്ള സ്വതന്ത്രസ്ഥാനാർഥിയായി മത്സരിച്ച് കേരള നിയമസഭയിലേക്ക് തെരഞ്ഞെടുക്കപ്പെട്ടു.

കടമ്മനിട്ടയുടെ ഭാര്യ ശ്രീമതി ശാന്ത. രണ്ടുമക്കൾ: ഡോ. ഗീതാ ദേവിയും ഗീതാ കൃഷ്ണനും. 2008 മാർച്ച് 31ന് പത്തനംതിട്ടയിലെ ഒരു സ്വകാര്യ ആശുപത്രിയിൽ അദ്ദേഹം നിര്യാതനായി.

കെ ആര്‍ നാരായണന്‍

ആയിരത്തിത്തൊള്ളായിരത്തി ഇരുപത് ഒക്ടോബര്‍ 27ന് കോട്ടയം ജില്ലയിലെ ഉഴവൂരില്‍ കേച്ചേരില്‍ ജനിച്ചു. അച്ഛന്‍ രാമന്‍ വൈദ്യര്‍. അമ്മ പാപ്പിയമ്മ. രാമന്‍ - പാപ്പിയമ്മ ദമ്പതിമാരുടെ നാലാമത്തെ സന്താ നമായിരുന്നു നാരായണന്‍. അവര്‍ണ വിഭാഗത്തില്‍പ്പെട്ടയാളായിരുന്നു രാമന്‍. കേച്ചേരി രാമനും അദ്ദേഹ ത്തിന്റെ അച്ഛന്‍ കുഞ്ഞനും വൈദ്യ മ്മാരായിരുന്നു. വൈദ്യവൃത്തിയി ലേര്‍പ്പെട്ട ആളുകളെന്ന നിലയ്ക്ക് അവര്‍ക്ക് സാമൂഹ്യമായ അസ്പൃ ശ്യത അത്രത്തോളം അനുഭവിക്കേ ണ്ടിവന്നിരിക്കില്ല. എങ്കിലും പണ ത്തിന്റെ ഇല്ലായ്മയും അതിന്റെ ഞെരുക്കവും വേണ്ടുവോളം ഉണ്ടായി രുന്നുതാനും.

കുഞ്ഞന്‍ വൈദ്യന്റെ കാലം മുതല്‍ക്കുതന്നെ, കീഴ്ജാതിയില്‍ ജനിച്ച ഇവര്‍ സവര്‍ണ കുടുംബങ്ങളുമായി ചങ്ങാത്തത്തിലായിരുന്നു. സംസ്കൃതത്തിലും ജ്യോതിഷത്തിലും ആയുര്‍വേദത്തിലുമുള്ള പാണ്ഡിത്യം ആയിരുന്നു ഇതിനു കാരണം. വിവിധജാതികളില്‍പ്പെട്ടവര്‍ കുഞ്ഞന്‍ വൈദ്യരുടെ വീട്ടില്‍ ഒത്തുകൂടി സംസ്കൃതം ക്ലാസുകളും മറ്റും നടത്തുമായിരുന്നു. രാമന്‍ വൈദ്യന്‍ വിഷചികിത്സയിലായിരുന്നൂ ശ്രദ്ധ

കേന്ദ്രീകരിച്ചിരുന്നത്. അപസ്മാരവും ഭ്രാന്തും അദ്ദേഹം ചികിത്സിച്ചു ഭേദ പ്പെടുത്തിയിരുന്നു. ചികിത്സാ നൈപുണ്യത്തിന് ദാനമായി ലഭിച്ച 40 സെന്റ് ഭൂമിയിൽ കല്ലും മണ്ണും ചേർത്തു കെട്ടി ഓലമേഞ്ഞ വീട്ടിലാണ് രാമൻ വൈദ്യനും മക്കളും താമസിച്ചിരുന്നത്. മരുന്നിനു ലഭിക്കുന്ന തുച്ഛ മായ ദക്ഷിണയായിരുന്നു കുടുംബത്തിന്റെ ഏകവരുമാന മാർഗം. ദാരി ദ്ര്യത്തിലും അർഹരായവരെ സഹായിക്കുവാൻ രാമൻ വൈദ്യർ എപ്പോഴും തയാറായിരുന്നു.

നാരായണൻ 4-ാംവയസിൽ കുറിച്ചിത്താനം സ്കൂളിൽ ഒന്നാംക്ലാ സിൽ ചേർന്നു. ചേച്ചി ഗൗരിയോടൊപ്പമായിരുന്നു യാത്ര. അതുകഴിഞ്ഞ് ഉഴവൂർ ലേഡി ലൂർദ് ഇംഗ്ലീഷ് മിഡിൽ സ്കൂളിൽ ചേർന്നു. അവിടെ 3-ാം ഫോറം (8-ാം ക്ലാസ്) വരെ പഠിച്ചു. ഉഴവൂരെ സ്കൂളിൽനിന്നും നാരായണൻ കൂത്താട്ടുകുളത്തിനടുത്തുള്ള വടകര സെന്റ് ജോൺസ് സ്കൂളിൽ വന്നുചേർന്നു. കൂത്താട്ടുകുളത്തുള്ള ഒരു ബന്ധുവീട്ടിൽ താമ സിച്ചാണ് നാരായണൻ സ്കൂളിൽ പോയിരുന്നത്. എന്നാൽ കുറച്ചുനാൾ കഴിഞ്ഞ് കുറവിലങ്ങാട് സെന്റ് മേരീസ് ഹൈസ്കൂളിൽ ചേർന്നു. ഉഴ വൂരിൽനിന്ന് കുറവിലങ്ങാട്ടേക്ക് 8 മൈൽ ദൂരമായിരുന്നു. അങ്ങനെ ദിവ സേന 16 മൈൽ നടന്നാണ് നാരായണൻ പഠിച്ചിരുന്നത്. കുറവിലങ്ങാട്ടു നിന്ന് ഉഴവൂരിനടുത്തുള്ളവർക്ക് പത്രം നാരായണൻ ശേഖരിച്ചുകൊടുക്കു മായിരുന്നു. അങ്ങനെ പണം മുടക്കാതെ പത്രം വായിക്കാനുള്ള അവ സരം കൈവന്നു. ഭക്ഷണത്തിനുപോലും ബുദ്ധിമുട്ടുന്ന നാരായണന് ഫീസിനുള്ള കാശുണ്ടാക്കുവാനുള്ള കഴിവില്ലായിരുന്നു. നാരായണന്റെ ചിറ്റപ്പനായ അയ്യപ്പൻമാസ്റ്ററാണ് ഫീസിനുള്ള പണം നൽകിയിരുന്നത്. ചിലപ്പോഴൊക്കെ ഫീസു മുടങ്ങും. അപ്പോഴൊക്കെയും അദ്ദേഹം അപ മാനിതനായിട്ടുണ്ട്.

ഹൈസ്കൂൾ ക്ലാസിലെത്തിയപ്പോൾ നാരായണൻ അയ്യപ്പൻ മാസ്റ്റ റുടെ നിർദേശപ്രകാരം പ്രശസ്ത ഗാന്ധിയനും ഹരിജൻ സേവാസംഘ ത്തിന്റെ ചുമതലക്കാരനുമായിരുന്ന ജി രാമചന്ദ്രന് പഠിക്കാനുള്ള സഹായം അഭ്യർഥിച്ചുകൊണ്ട് കത്തെഴുതി. അദ്ദേഹം ഹരിജൻസേവാ സമാജത്തിന്റെ ഫണ്ടിൽനിന്നും നാരായണനുള്ള ഫീസ് അയച്ചുകൊടു ത്തുകൊണ്ടിരുന്നു.

അയിത്തത്തിനെതിരായി സാമൂഹ്യമനഃസാക്ഷി ഉണർന്ന സമയമാ യിരുന്നു അന്ന്. ഗ്രാമീണരായ തൊഴിലാളികളിൽ ഈ ഉണർവ് ഒരു ആവേ ശക്തിയായി പടർന്നുപിടിച്ചു. ശ്രീനാരായണഗുരുവും മറ്റും നൽകിയ നവോ ത്ഥാന സന്ദേശങ്ങൾ ഇതിന് അടിത്തറയായി തീർന്നു. അവർണരും സവർണരുമായ നേതാക്കൾ സമത്വത്തിനായുള്ള മുന്നേറ്റങ്ങൾക്ക് നേതൃത്വം കൊടുത്തു. 1925 ൽ വൈക്കം സത്യാഗ്രഹം വിജയകരമായി പര്യവസാനിച്ചു. 1936 ലെ ക്ഷേത്രപ്രവേശന വിളംബരം തിരുവിതാംകൂ റിൽ മറ്റൊരു ചരിത്രമുഹൂർത്തമായി. നാരായണന്റെ ബാല്യകൗമാരങ്ങൾ ഈ ചരിത്രസന്ധിക്കു സാക്ഷിയായിട്ടുണ്ട്. ജീവിതത്തെക്കുറിച്ചും മനു

ഷ്യരെക്കുറിച്ചുമുള്ള അദ്ദേഹത്തിന്റെ കാഴ്‌ചപ്പാട് ഈ ബാല്യകാലാനുഭ വങ്ങളിലും പരിതഃസ്ഥിതിയിലും അടിയുറച്ചതാണ്.

ഹൈസ്‌കൂളിൽ വെച്ചുതന്നെ വായന അദ്ദേഹത്തിന് ഹരമായിരുന്നു. വായിക്കുന്ന പുസ്തകങ്ങളെക്കുറിച്ച് നോട്ടു കുറിക്കുന്നതും അദ്ദേഹം ശീലമാക്കി. അർഥമറിയാത്ത പദങ്ങൾക്ക് ഡിക്ഷനറിയിൽനിന്നും അർഥ ഗ്രഹിക്കും. പിൽക്കാലത്ത് സാർഥകമായി പ്രയോഗിച്ചിട്ടുള്ള പദസമ്പത്ത് സ്വായത്തമാക്കിയത് അങ്ങനെയാണ്. സ്‌കൂളിൽ പഠിക്കുന്നകാലത്തു തന്നെ നാരായണൻ കവിതാരചന ആരംഭിച്ചു. 1928 ൽ അദ്ദേഹത്തിന്റെ കവിത *മനോരമ*യുടെ ബാലപംക്തിയിൽ പ്രസിദ്ധീകരിക്കപ്പെട്ടു. അന്നു *മനോരമ*പത്രാധിപരായിരുന്ന ഇ വി കൃഷ്ണപിള്ളയുടെ പ്രശംസയും അദ്ദേഹം പിടിച്ചുപറ്റി.

നാരായണൻ പ്രശസ്തമായ നിലയിൽ എസ് എസ് എൽ സി പാസായി ഇന്റർമീഡിയറ്റിന് കോട്ടയം സി എം എസ് കോളേജിൽ ചേർന്നു. നാരായണന്റെ പ്രശസ്ത വിജയവും സാമ്പത്തിക പരാധീനത കകളും മനസിലാക്കിയ പ്രിൻസിപ്പൽ അദ്ദേഹത്തിന് ഫീസ് സൗജന്യം അനുവദിച്ചു. കോട്ടയത്തെ ഒരു പ്രമാണിയും സഹൃദയനും ഉദാരമന സ്കനുമായിരുന്ന കോമലേഴത്തു നാരായണപ്പണിക്കർ രണ്ടു വർഷവും നാരായണന് തന്റെ വീട്ടിൽനിന്നും ഭക്ഷണം നൽകി. താമസം തിരുന കരക്ഷേത്രത്തിനടുത്ത് പാലാക്കാരനായ ഒരു വക്കീലിന്റെ ആഫീസ് മുറിയിൽ. ഒരു മണ്ണെണ്ണ വിളക്കിന്റെ വെളിച്ചത്തിൽ അദ്ദേഹം പഠനം നടത്തി. ഇന്റർമീഡിയറ്റ് ഒന്നാം ക്ലാസോടെ പാസായി.

ഇന്റർമീഡിയറ്റ് വിജയിച്ചശേഷം ഉപരിപഠനത്തിനായി നാരായണൻ തിരുവനന്തപുരത്ത് എത്തി. യൂണിവേഴ്‌സിറ്റി കോളേജിൽ ഇംഗ്ലീഷ് സാഹിത്യത്തിൽ ബി എ ഓണേഴ്‌സിനു ചേർന്നു. താമസത്തിന് അദ്ദേ ഹത്തിന് ഹരിജൻ ഹോസ്റ്റലിൽ മുറികിട്ടി. ഇന്റർമീഡിയറ്റിന് പ്രശസ്ത വിജയം ലഭിച്ചതിനാൽ അദ്ദേഹം സ്‌കോളർഷിപ്പിന് അർഹനായി.

1943 ൽ ഫസ്റ്റ് ക്ലാസിൽ അദ്ദേഹം ബി എ ഓണേഴ്‌സ് പാസായി. യൂണിവേഴ്‌സിറ്റിയിൽ ഒന്നാം റാങ്ക് അദ്ദേഹത്തിനായിരുന്നു. തിരുവിതാം കൂറിന്റെ ചരിത്രത്തിലാദ്യമായി ഒരു അധഃകൃത യുവാവ് ഏറ്റവും ഉയർന്ന മാർക്കോടെ പാസായ വാർത്തയ്ക്ക് പത്രങ്ങൾ വളരെ പ്രാധാന്യം നൽകി. നാരായണൻ അന്നത്തെ ദിവാനായിരുന്ന സർ സി പി രാമസ്വാമി അയ്യരെ ചെന്നുകണ്ടു. നാരായണന് ജോലി നൽകാമെന്ന് സി പി സമ്മതിച്ചുവെ ങ്കിലും പിന്നീട് അദ്ദേഹം കാലുമാറി. തന്നോടുള്ള അവഗണനയിൽ പ്രതി ഷേധിച്ച് അദ്ദേഹം ഡിഗ്രി വാങ്ങിക്കുവാൻ കൂട്ടാക്കിയില്ല. 50 വർഷത്തി നുശേഷം ഉപരാഷ്ട്രപതിയായ നാരായണൻ കേരളാ യൂണിവേ ഴ്‌സിറ്റിയുടെ അഭ്യർഥനമാനിച്ച് ഡിഗ്രി ഏറ്റുവാങ്ങി.

ബി എ ഓണേഴ്‌സ് പാസായശേഷം കുറെനാൾ തിരുവനന്തപുരത്തു താമസിക്കുന്നതിനിടെ അദ്ദേഹം യൂണിവേഴ്‌സിറ്റി ഓഫീസിൽ ക്ലാർക്ക് ആയും ഒരു ലീവ് വേക്കൻസിയിൽ യൂണിവേഴ്‌സിറ്റി കോളേജിൽ അധ്യാ പകനായും ജോലി നോക്കി.

തിരുവിതാംകൂർ റസിഡന്റ് വായ്പയായി കൊടുത്ത 500 രൂപയു മായി നാരായണൻ 1943 ൽ ജോലി തേടി ഡൽഹിക്കു പുറപ്പെട്ടു. ആദ്യം ഇന്ത്യൻ ഓവർസീസ് ഡിപ്പാർട്ടുമെന്റിൽ അസിസ്റ്റന്റായി ജോലി ലഭിച്ചു. പിന്നീട് *എക്കണോമിക് വീക്കിലി ഫോർ കോമേഴ്സ് ആന്റ് ഇൻഡ സ്ട്രീസ്* എന്ന പ്രസിദ്ധീകരണത്തിൽ ജോലി നേടി.

അക്കാലത്ത് ലണ്ടനിൽ ഉപരിപഠനം നടത്തുവാൻ അദ്ദേഹത്തിന് ടാറ്റയുടെ സ്കോളർഷിപ്പ് ലഭിച്ചുവെങ്കിലും ഉടൻതന്നെ അത് അനുഭവി ക്കുന്നതിന് ചില തടസങ്ങൾ നേരിട്ടു. ഇതിനിടെ അദ്ദേഹം *ദ ഹിന്ദുവിന്റെ* പത്രപ്രവർത്തകനായി ജോലിചെയ്തു. 1944-45 കാലത്ത് *ടൈംസ് ഓഫ് ഇന്ത്യ*യുടെ ബോംബെ ലേഖകനായി പ്രവർത്തിക്കുവാൻ നാരായണന് അവസരം ലഭിച്ചു. കൗടില്യൻ എന്ന തൂലികാനാമത്തിൽ അതിൽ അദ്ദേഹം ഒരു കോളം കൈകാര്യം ചെയ്യുകയും ചെയ്തു. *ടൈംസ് ഓഫ് ഇന്ത്യ*യിൽ പ്രവർത്തിക്കുമ്പോൾ നാരായണനു ലഭിച്ച മികച്ച നേട്ടം മഹാ ത്മാഗാന്ധിയുമായി കൂടിക്കാഴ്ചയ്ക്ക് അവസരം ലഭിച്ചു എന്നതാണ്. ആ അഭിമുഖം *ഗാന്ധിജിയുടെ തിരഞ്ഞെടുത്ത കൃതിയിൽ* ഉൾപ്പെടുത്തിയി ട്ടുണ്ട്.

1945 ൽ ലോകയുദ്ധം അവസാനിച്ച ശേഷം നാരായണൻ ഇംഗ്ലണ്ടി ലേക്ക് കപ്പൽ കയറി. ലണ്ടൻ സ്കൂൾ ഓഫ് എക്കണോമിക്സിൽ നാരാ യണൻ ലോക പ്രസിദ്ധ രാഷ്ട്രമീമാംസജ്ഞനായ പ്രൊഫ. ഹരോൾഡ് ലാസ്കിയുടെ ശിഷ്യനായി. പ്രൊഫ. ലാസ്കിയാണ് നാരായണനെ ജവ ഹർലാൽ നെഹ്റുവിനു പരിചയപ്പെടുത്തിക്കൊടുത്തത്.

പിൽക്കാലത്തെ ഒട്ടേറെ രാഷ്ട്രത്തലവൻമാരും സാമൂഹ്യപരി ഷ്കർത്താക്കളും അദ്ദേഹത്തോടൊപ്പം ലണ്ടൻ സ്കൂളിൽ പഠിച്ചിരുന്നു. കാനഡയിൽ പ്രധാനമന്ത്രിയായ പിയറി ട്രൂഡോ, മൗറീഷ്യസ് പ്രസി ഡന്റായിരുന്ന വീരസ്വാമി, ഇംഗ്ലണ്ടിൽ മന്ത്രിയായ സർ ജോൺ സ്റ്റോൺ ഹൗസ്, ഡെൻമാർക്കിൽ മന്ത്രിയായ പിയാഹൈക്കറ എന്നിവർ അവരിൽ ചിലരായിരുന്നു. ഇന്ത്യയിൽനിന്നുള്ള ഡോ. രാജാരാമണ്ണാ, ഡോ. എസ് ആർ സെൻയോഘ്ലോഷ്, എസ് എസ് ഘാത്തോ, ഡോ. കെ എൻ രാജ് എന്നിവരും നാരായണന്റെ ഉറ്റ സുഹൃത്തുക്കളായിരുന്നു. ലണ്ടനിലെ താമ സത്തിനിടയിൽ അദ്ദേഹം വി കെ കൃഷ്ണമേനോനുമായും പരിചയപ്പെട്ടു. ഇന്ത്യൻ സ്വാതന്ത്ര്യത്തിന്റെ പ്രശ്നങ്ങളെക്കുറിച്ച് ബ്രിട്ടീഷുകാരെ ബോധ വൽക്കരിക്കുന്നതിനുള്ള ശ്രമത്തിൽ നാരായണനും ഭാഗഭാക്കായിട്ടുണ്ട്.

ലണ്ടൻ സ്കൂൾ ഓഫ് എക്കണോമിക്സിൽനിന്നും ഉന്നതവിജയം നേടിയ നാരായണൻ ഇന്ത്യയിലേക്കു മടങ്ങി. പ്രൊഫ. ലാസ്കി ജവ ഹർലാൽ നെഹ്റുവിനെഴുതിയ ഒരു കത്തും കയ്യിലുണ്ടായിരുന്നു. നെഹ്റു നാരായണനെ ഹാർദമായി സ്വീകരിച്ചു. അൽപകാലത്തിനുള്ളിൽ നാരായണൻ വിദേശകാര്യവകുപ്പിൽ നിയമിതനായി. നാരായണന്റെ ഉയർച്ചയിൽ നെഹ്റു നല്ലൊരു പങ്കുവഹിച്ചു.

വിദേശകാര്യ സർവീസിൽ നാരായണൻ പ്രവർത്തനമാരംഭിച്ചത് ബർമ (മ്യാൻമാർ)യിലാണ്. ഐക്യരാഷ്ട്രസഭയുടെ ആഭിമുഖ്യത്തിൽ റങ്കൂൺ സർവകലാശാലയിലെ പ്രഭാഷണപരമ്പരയ്ക്കിടെ നാരായണൻ സർവകലാശാല അധ്യാപികയായിരുന്ന മാടിന്റ് ടിന്റുമായി പരിചയത്തിലായി. ജവഹർലാൽ നെഹ്‌റുവിന്റെയും വിദേശകാര്യസെക്രട്ടറിയായിരുന്ന കെ പി എസ് മേനോന്റെയും അനുഗ്രഹാശിസുകളോടെ 1951 ജൂൺ 8 ന് നാരായണൻ മാടിന്റ് ടിന്റുനെ വിവാഹം കഴിച്ചു. അവർ ഉഷ എന്ന പേരു സ്വീകരിച്ചു. നാരായണൻ-ഉഷ ദമ്പതിമാർക്ക് രണ്ടു പുത്രിമാരാണ്: ചിത്രയും അമൃതയും. ചിത്ര പിന്നീട് ഐ എഫ് എസ് നേടി വിദേശകാര്യസർവീസിൽ ചേർന്നു; അമൃത പി ടി ഐ ടിവിയിൽ ജോലി നേടി.

നാരായണനെ സ്വതന്ത്രചുമതലയുള്ള ഒരു അംബാസഡറായി ആദ്യമായി നിയമിക്കുന്നത് 1967 ൽ തായ്‌ലന്റിലാണ്. ഇന്ത്യയും തായ്‌ലന്റും തമ്മിൽ ഏറ്റവും സാർഥകമായ ബന്ധം പുലർത്തുന്നത് നാരായണന്റെ കാലത്തായിരുന്നു. 1970 ൽ നെഹ്‌റു ഫെലോഷിപ്പോടെ ജവഹർലാൽ നെഹ്‌റു യൂണിവേഴ്‌സിറ്റിയിൽ സ്കൂൾ ഓഫ് ഇന്റർനാഷണൽ സ്റ്റഡീസിൽ പ്രൊഫസറായി നിയമിതനായി. 1973 ൽ നയതന്ത്രപ്രതിനിധിയായി അദ്ദേഹം ടർക്കിയിൽ നിയമിതനായി. ഇന്ത്യയോട് ടർക്കിക്കുണ്ടായിരുന്ന വിദ്വേഷത്തിന്റെ അടിത്തറയായിരുന്ന അബദ്ധധാരണകൾ മാറ്റിയെടുക്കുന്നതിൽ നാരായണൻ അത്ഭുതകരമായ വിജയംവരിച്ചു.

ഇന്ത്യയും ചൈനയും തമ്മിൽ യുദ്ധത്തിനു ശേഷം നയതന്ത്ര ബന്ധം വിച്ഛേദിക്കപ്പെട്ടിരുന്നു. 1961 ൽ ജി പാർഥസാരഥി ചൈനയിൽ നിന്നും ഇന്ത്യയിലേക്കു മടങ്ങിയശേഷം 15 വർഷത്തിലേറെക്കാലം ചൈനയിൽ ഇന്ത്യൻ നയതന്ത്രപ്രതിനിധി ഉണ്ടായിരുന്നില്ല. ടർക്കിയിൽനിന്നും നാരായണനെ ചൈനയിലേക്ക് മാറ്റി നിയമിച്ചു. എന്നാൽ നാരായണൻ കുലുങ്ങിയില്ല. ഒന്നിലും പതറാതെ, പ്രതിബന്ധങ്ങളുടെ നേർക്ക് ചെറുത്തുനിൽക്കാതെ മനുഷ്യദൗർബല്യങ്ങൾ കണ്ടറിഞ്ഞ് ചൈനയോട് ഇടപഴകാനുള്ള സാമർഥ്യം നാരായണനുണ്ടായിരുന്നു. രാഷ്ട്രങ്ങൾക്കിടയിലെ വമ്പൻസ്രാവുകളെയും ചെറുമത്സ്യങ്ങളെയും അദ്ദേഹത്തിനു ശരിയായും വസ്തുനിഷ്ഠമായും ഉൾക്കൊള്ളാൻ കഴിഞ്ഞു. ചൈനയിലെ നാരായണന്റെ ദൗത്യം വിജയകരമായിരുന്നു. ചൈനയിലെ അംബാസഡറായിരിക്കെ 1978 ൽ അദ്ദേഹം വിദേശകാര്യ സർവീസിൽനിന്നും വിരമിച്ചു.

1978 ൽ ജനതാപാർട്ടി ഗവൺമെന്റ് നാരായണനെ ജവഹർലാൽ നെഹ്‌റു യൂണിവേഴ്‌സിറ്റിയിൽ വൈസ് ചാൻസലറായി നിയമിച്ചു. നാരായണൻ വൈസ് ചാൻസലറായിരുന്ന കാലം ജെ എൻ യു ശാന്തമായിരുന്നു. ഇതിനിടെ ഐക്യരാഷ്ട്രസഭ ജനറൽ അസംബ്ലിയിലേക്ക് ഇന്ത്യൻ സംഘത്തെ നയിക്കുന്നതിനുള്ള ചുമതല നാരായണനെ ഏൽപ്പിച്ചു. അതും അദ്ദേഹം ഭംഗിയായി നിർവഹിച്ചു.

വീണ്ടും അധികാരത്തിലെത്തിയ ശ്രീമതി ഇന്ദിരാഗാന്ധി നാരായ
ണനെ അമേരിക്കയിലെ അംബാസഡർ ആയി നിയമിച്ചു. ഇന്ത്യ ചൈന
യോട് ദൃഢബന്ധം പ്രഖ്യാപിക്കുകയും സോവിയറ്റ് യൂണിയനോട് കൂടു
തൽ അടുക്കുകയും ചെയ്തതിലുള്ള നീരസം കാരണം ഇരുരാജ്യങ്ങളും
തമ്മിലുള്ള ബന്ധം അത്യന്തം വഷളായിരുന്ന ഒരു ഘട്ടത്തിലായിരുന്നു
നാരായണൻ അമേരിക്കയിലേക്ക് നിയോഗിക്കപ്പെട്ടത്. വിദ്വേഷത്തിന്റെ
തീയും പുകയും കുറയ്ക്കുവാൻ നാരായണന് കഴിഞ്ഞു. സംതൃപ്തനാ
യാണ് 1984 ൽ തന്റെ നിയോഗം പൂർത്തിയാക്കി തിരിയെ വന്നത്.

1984 ൽ നാരായണൻ കോൺഗ്രസ് സ്ഥാനാർഥിയായി ഒറ്റപ്പാലത്തു
നിന്നും ലോകസഭയിലേക്കുള്ള തെരഞ്ഞെടുപ്പിൽ മത്സരിച്ച് വൻഭൂരിപ
ക്ഷത്തിൽ വിജയിച്ചു. 1985 ഫെബ്രുവരി ഒന്നാം തീയതി സത്യപ്രതിജ്ഞ
ചെയ്ത രാജീവ് ഗാന്ധി മന്ത്രിസഭയിൽ നാരായണൻ മന്ത്രിയായി. ആസൂ
ത്രണവകുപ്പ് സഹമന്ത്രിയായിട്ടായിരുന്നു ആദ്യം ചുമതലയേറ്റത്. പിന്നീട്
1985 സെപ്തംബറിൽ വിദേശകാര്യസഹമന്ത്രിയുമായി. ഒറ്റപ്പാലത്തു
നിന്നും വീണ്ടും രണ്ടുപ്രാവശ്യം ലോക്സഭയിലേക്ക് തെരഞ്ഞെടുക്ക
പ്പെട്ടു.

1992 ആഗസ്റ്റിൽ നാരായണൻ ഇന്ത്യയുടെ 9-ാമത്തെ ഉപരാഷ്ട്രപ
തിയായി. ഉപരാഷ്ട്രപതിയെന്ന നിലയിൽ സവിശേഷമായി ചില സന്ദർശ
നങ്ങൾ നാരായണൻ നടത്തി. വർണവിവേചനത്തിന് അറുതിവരുത്തി
ക്കൊണ്ട് സ്വാതന്ത്ര്യത്തിന്റെ പൊൻപുലരിയിൽ നെൽസൺ മണ്ടേല
ദക്ഷിണാഫ്രിക്കയിൽ അധികാരമേറ്റെടുത്തപ്പോൾ ഇന്ത്യയെ പ്രതിനിധീ
കരിച്ചുകൊണ്ട് ചടങ്ങിൽ പങ്കെടുത്തത് നാരായണൻ ആയിരുന്നു. 1993
ൽ പ്രസിഡന്റ് പ്രേമദാസയുടെ വധത്തോടെ സംഘർഷഭരിതമായ ശ്രീല
ങ്കയിൽ ശവസംസ്കാരചടങ്ങിൽ നാരായണൻ ഇന്ത്യയെ പ്രതിനിധീക
രിച്ചുപങ്കെടുത്തു.

അനേകം മഹത്‌വ്യക്തികളുമായും സൗഹൃദം സ്ഥാപിക്കുവാനും
കെ ആർ നാരായണന് ഇക്കാലത്തുകഴിഞ്ഞു. സോവിയറ്റ് പ്രധാനമന്ത്രി
വിക്ടർ ചെർണോമിദിൻ, നെൽസൺ മണ്ടേല, പോളണ്ട് പ്രധാനമന്ത്രി
യായിരുന്ന ലേവലേസ, ചെക് പ്രസിഡന്റായിരുന്ന വാക്‌ലാ ഹാവേൽ
എന്നിവർ അവരിൽ ചിലരാണ്.

1997 ജൂലായ് 17ന് കെ ആർ നാരായണൻ ഇന്ത്യയുടെ 11-ാമതു
രാഷ്ട്രപതിയായി തെരഞ്ഞെടുക്കപ്പെട്ടു. മലയാളിയായ ആദ്യത്തെ രാഷ്ട്ര
പതിയായിരുന്നു അദ്ദേഹം. ദളിത് വിഭാഗത്തിൽനിന്നും ഇന്ത്യൻ പ്രസി
ഡന്റ് പദവിയിലെത്തുന്ന ആദ്യത്തെയാളും അദ്ദേഹം തന്നെ. രാഷ്ട്രപ
തിയെന്ന നിലയിൽ കെ ആർ നാരായണൻ സ്വതന്ത്രവും അഭിപ്രായ
ദാർഢ്യം ഉള്ളയാളും ആയിരുന്നു. സ്വയം വർക്കിങ് പ്രസിഡന്റ് എന്നും
വിശേഷിപ്പിച്ച കെ ആർ നാരായണൻ താൻ വഹിച്ച ഭരണഘടനാ സ്ഥാന
ത്തിന്റെ വ്യാപ്തി വർധിപ്പിക്കുകയും പുത്തൻ കീഴ്‌വഴക്കങ്ങൾ സൃഷ്ടി
ക്കുകയും ചെയ്തു. അമേരിക്കയിലേതുപോലെ ഒരു 'എക്സിക്യൂട്ടീവ്

പ്രസിഡന്റി'നും മന്ത്രിസഭയുടെ, ശുപാർശപ്രകാരം മാത്രം പ്രവർത്തി ക്കുന്ന ഒരു റബ്ബർസ്റ്റാമ്പ് പ്രസിഡന്റിനും ഇടനിലപാലിച്ചായിരുന്നു അദ്ദേ ഹത്തിന്റെ അധികാരവിനിയോഗം. തന്റെ വിവേചനാധികാരം ഉപയോ ഗിക്കുന്നതിൽ അദ്ദേഹം ആചാരങ്ങളിലും മുൻനടപ്പുകളിലും നിന്നുമാറി നിന്നു. ഇന്ത്യയുടെ സുവർണജൂബിലി ആഘോഷങ്ങളുടെ അധ്യക്ഷനാ കുവാൻ അദ്ദേഹത്തിനു കഴിഞ്ഞു.

2005 നവംബർ 9ന് തന്റെ 85-ാം വയസിൽ ഡൽഹിയിൽ വച്ച് കെ ആർ നാരായണൻ അന്തരിച്ചു.

കെ ആർ നാരായണന്റെ സ്മരണ നിലനിറുത്തുന്നതിനും അദ്ദേഹ ത്തിന്റെ ആശയങ്ങൾ പ്രചരിപ്പിക്കുന്നതിനുമായി 2005 ഡിസംബറിൽ കെ ആർ നാരായണൻ ഫൗണ്ടേഷൻ രൂപീകൃതമായി. സമൂഹത്തിലെ ദുർബ ലവിഭാഗങ്ങളുടെ ക്ഷേമപ്രവർത്തനങ്ങളും ഇതിന്റെ ലക്ഷ്യമാണ്.

പി ടി ഉഷ

കോഴിക്കോടു ജില്ലയിൽ പേരാമ്പ്രയ്ക്കുസമീപം കൂതാളി ഗ്രാമത്തിൽ പയ്യോളിയിൽ 1964 ജൂൺ 27ന് പി ടി ഉഷ ജനിച്ചു. പിതാവ് ഇ പി എം പൈതൽ, മാതാവ് ടി വി ലക്ഷ്മി. പാലുള്ള കണ്ടി തെക്കേപ്പുറമ്പിൽ ഉഷ എന്ന പി ടി ഉഷ ഇന്ത്യ കണ്ടിട്ടു ള്ളതിൽ വച്ച് ഏറ്റവും വിജയി യും സുപ്രസിദ്ധയുമായ ഇന്ത്യൻ വനിതാ അത്‌ലറ്റ് എന്ന ഖ്യാതി ഇന്നും നിലനിറുത്തുന്നു. തന്റെ അനിതരസാധാരണമായ പ്രക ടനം ഉഷയ്ക്ക് ഇന്ത്യൻ ട്രാക്കി ലെ റാണി എന്നും ഗ്രാമപശ്ചാ

ത്തലം മനസിൽ വച്ച് പയ്യോളി എക്സ്പ്രസ് എന്നും പേരു നേടിക്കൊടു ത്തു. കുഞ്ഞുനാളു മുതൽക്കേ അനാരോഗ്യം ബാധിച്ചിരുന്ന ഉഷ പക്ഷേ സ്കൂൾ വിദ്യാഭ്യാസകാലം മുതൽ ഒരു മുൻനിര അത്‌ലറ്റിന്റെ കഴിവ് പ്രകടിപ്പിച്ചിരുന്നു.

1976 ൽ സംസ്ഥാന ഗവൺമെന്റ് കണ്ണൂരിൽ സ്ത്രീകൾക്കു വേണ്ടി ഒരു സ്പോർട്സ് ഡിവിഷൻ ആരംഭിച്ചു. ഇവിടെ കോച്ച് ഒ എം നമ്പ്യാ രുടെ കീഴിൽ പരിശീലനം ആരംഭിച്ച 40 പെൺകുട്ടികളിൽ 12 വയസു കാരിയായ പി ടി ഉഷയും ഉണ്ടായിരുന്നു. 1979 ൽ ദേശീയ സ്കൂൾ ഗെയിം

സിൽ വ്യക്തിഗത ചാമ്പ്യൻഷിപ്പ് കരസ്ഥമാക്കിയതോടെയാണ് പി ടി ഉഷ പ്രശസ്തിയിലേക്കു പടികയറാനാരംഭിച്ചത്.

1980 ൽ കറാച്ചിയിൽ നടന്ന പാക്കിസ്ഥാൻ ഓപ്പൺ നാഷണൽ മീറ്റി ലൂടെയാണ് ഉഷ തന്റെ 16-ാം വയസിൽ അന്തർദേശീയ അത്‌ലറ്റിക്‌സിൽ അരങ്ങേറ്റം കുറിച്ചത്. അത്‌ലറ്റിക് മീറ്റിൽ ഉഷ 4 സ്വർണമെഡൽ നേടി. പി ടി ഉഷ അതോടെ ഒ എം നമ്പ്യാരുടെ പ്രത്യേക ശ്രദ്ധ പിടിച്ചുപറ്റു കയും തുടർന്ന് നമ്പ്യാർ ദീർഘനാൾ ഉഷയുടെ കോച്ചായി തുടരുകയും ചെയ്തു. ആ വർഷം തന്നെ അവർ മോസ്കോ ഒളിംപിക്സിൽ ഇന്ത്യയെ പ്രതിനിധീകരിച്ചു. 1981 ൽ പൂണെ ഇന്റർനാഷണൽ ഇൻവിറ്റേഷൻ മീറ്റിൽ രണ്ടു സ്വർണവും ഹിസ്സാർ ഇന്റർനാഷണൽ ഇൻവിറ്റേഷൻ മീറ്റിൽ ഒരു സ്വർണവും ലുധിയാനാ ഇന്റർനാഷണൽ ഇൻവിറ്റേഷൻ മീറ്റിൽ രണ്ടു സ്വർണവും നേടി. 1982 ൽ പി ടി ഉഷ സിയോളിൽ നടന്ന ലോകജൂനിയർ ഇൻവിറ്റേഷൻ മീറ്റിൽ (ഇപ്പോൾ ലോകജൂനിയർ അത്‌ല റ്റിക്സ് ചാമ്പ്യൻഷിപ്പ് എന്നറിയപ്പെടുന്നു.) 200 മീറ്റർ ഓട്ടത്തിൽ സ്വർണ മെഡലും 100 മീറ്റർ ഓട്ടത്തിൽ വെങ്കലമെഡലും നേടി.

1983 ൽ കുവൈറ്റിൽ നടന്ന ഏഷ്യൻ ട്രാക് ആൻഡ് ഫീൽഡിൽ ഉഷ ഒരു സ്വർണവും ഒരു വെള്ളിയും നേടി. ആ വർഷം തന്നെ ന്യൂഡൽഹിയിൽ നടന്ന ഇന്റർനാഷണൽ ഇൻവിറ്റേഷൻ മീറ്റിൽ 2 സ്വർണമെഡൽ നേടി. 1984 ൽ അമേരിക്കയിലെ ഇംഗിൾവുഡ്ഡിൽ നടന്ന അന്താരാഷ്ട്ര മീറ്റിൽ പി ടി ഉഷ ഒരു സ്വർണം നേടി.

1984ലെ ലോസ് ഏഞ്ചൽസ് ഒളിംപിക്സിൽ 400 മീറ്റർ ഹർഡിൽസിൽ സെമിഫൈനലിൽ ഒന്നാം സ്ഥാനത്ത് എത്തിയെങ്കിലും ഫൈനലിൽ മെഡൽ നഷ്ടമായി. 1/100 ൽ സെക്കൻഡിനാണ് വെങ്കല മെഡൽ കൈവി ട്ടുപോയത്. എന്നിരുന്നാലും ഒളിംപിക്സ് ഫൈനനിൽ എത്തുന്ന ആദ്യത്തെ വനിതയും 5-ാമത്തെ ഇന്ത്യനും എന്നുള്ള ഖ്യാതി നില നിൽക്കുന്നു.

1985 ൽ ചെക് റിപ്പബ്ലിക്കിൽ ഒലോമോഗിൽ നടന്ന ലോകറെയിൽവേ മീറ്റിൽ ശ്രീമതി ഉഷ രണ്ടു സ്വർണമെഡലും രണ്ടു വെള്ളിമെഡലും നേടി. ഏറ്റവും മികച്ച റെയിൽവേ താരം എന്ന ബഹുമതിയും നേടി. ഇന്ത്യൻ റെയിൽവേയുടെ ചരിത്രത്തിൽ ഏതെങ്കിലുമൊരു താരം ഈ ബഹുമതി നേടുന്നത് ഇത് ആദ്യമായാണ്. ഇതുകൂടാതെ പ്രാഗിൽ നടന്ന ഗ്രാന്റ് പ്രീക്സ് മീറ്റിൽ 400 മീറ്ററിൽ 5-ാം സ്ഥാനവും ലണ്ടനിൽ വെങ്ക മെഡലും ബ്രിസ്റ്റ് ലാവായിൽ വെള്ളിമെഡലും പാരീസിൽ 4-ാം സ്ഥാനവും ബുഡാപെസ്റ്റിൽ വെങ്കലവും നേടി. അതേവർഷം ജക്കാർത്ത യിൽ നടന്ന ഏഷ്യൻ ട്രാക്ക് ആൻഡ് ഫീൽഡ് മത്സരത്തിൽ 5 സ്വർണ മെഡലും ഒരു വെങ്കലമെഡലും നേടുകയുണ്ടായി.

1986 ൽ മോസ്കോവിൽ നടന്ന ഗുഡ് വിൽ ഗെയിംസിൽ ഉഷ 400 മീറ്റർ ഓട്ടത്തിൽ 6-ാം സ്ഥാനത്തെത്തി. സിയോളിലെ ഏഷ്യൻ ഗെയിം സിൽ അവർ നാലു സ്വർണവും ഒരു വെള്ളിയും നേടി. മലേഷ്യൻ ഓപ്പൺ

അത്‌ലറ്റിക്സ് മത്സരത്തിൽ ഒരു സ്വർണവും; സിംഗപ്പൂർ ലയൺസ് അത്‌ലറ്റിക്സ് മീറ്റിൽ മൂന്നു സ്വർണവും; ന്യൂഡൽഹി ചതുർരാഷ്ട്ര ഇൻവിറ്റേഷൻ മീറ്റിൽ രണ്ടു സ്വർണമെഡലും പി ടി ഉഷ നേടി.

1987 ൽ ഏഷ്യൻ ട്രാക് ആൻഡ് ഫീൽഡ് മീറ്റിൽ അവർക്ക് 3 സ്വർണ മെഡലും രണ്ടു വെള്ളി മെഡലും ലഭിച്ചു. ആ വർഷം കോലാലംപൂരിൽ നടന്ന മലേഷ്യൻ ഓപ്പൺ അത്‌ലറ്റിക് മീറ്റിൽ 2 സ്വർണവും കൽക്കത്ത യിൽ നടന്ന സൗത്ത് ഏഷ്യൻ ഫെഡറേഷൻ ഗെയിംസിൽ 5 സ്വർണവും നേടി.

1988 ൽ സിംഗപ്പൂർ ഓപ്പൺ അത്‌ലറ്റിക് മീറ്റിൽ പി ടി ഉഷ മൂന്നു സ്വർണമെഡൽ നേടി. ന്യൂഡൽഹിയിൽ നടന്ന പ്രീ ഒളിംപിക് അന്താ രാഷ്ട്ര അത്‌ലറ്റിക് മീറ്റിൽ രണ്ടു സ്വർണം നേടുകയും സിയോൾ ഒളിം പിക്സിൽ 400 മീറ്റർ ഹർഡിൽസിൽ പങ്കെടുക്കുകയും ചെയ്തു.

1989 ൽ ന്യൂഡൽഹിയിൽ നടന്ന ഏഷ്യൻ ട്രാക് ആൻഡ് ഫീൽഡ് മത്സരത്തിൽ നാലു സ്വർണവും രണ്ടു വെള്ളിയും നേടി കൽക്കത്തയിൽ നടന്ന അന്താരാഷ്ട്ര ഇൻവിറ്റേഷൻ മീറ്റിൽ മൂന്നു സ്വർണവും; മലേ ഷ്യൻ ഓപ്പൺ അത്‌ലറ്റിക്സ് മീറ്റിൽ 4 സ്വർണ മെഡലുകളും നേടി.

1990 ബീജിംഗ് ഏഷ്യൻ ഗയിംസിൽ മൂന്നു വെള്ളി മെഡലുകളും 1994 ലെ ഹിരോഷിമാ ഏഷ്യൻ ഗെയിംസിൽ ഒരു വെള്ളിമെഡലും പൂണെ യിൽ നടന്ന അന്താരാഷ്ട്ര ഇൻവിറ്റേഷൻ മീറ്റിൽ രണ്ടു വെങ്കലമെഡലും നേടി. 1995 ൽ ചെന്നെയിൽ നടന്ന സാഫ് ഗെയിംസിൽ ഒരു വെങ്കലവും പൂനയിൽ നടന്ന ഇന്റർനാഷണൽ പെർമിറ്റ് മീറ്റിൽ ഒരു വെങ്കലവും നേടി.

1996 ൽ അറ്റ്‌ലാന്റാ ഒളിംപിക്സിൽ പങ്കെടുത്തു. പൂനെയിലെ ഇന്റർനാഷണൽ പെർമിറ്റ് മീറ്റിൽ ഒരു വെള്ളി മെഡൽ നേടി. 1997 ൽ പാട്യാലയിൽ നടന്ന ഇന്റർനാഷണൽ പെർമിറ്റ് മീറ്റിൽ ഒരു സ്വർണമെ ഡൽ നേടി. 1998 സംഭവബഹുലമായിരുന്നു. അന്ന് ഹുക്കോയിൽ നടന്ന ഏഷ്യൻ ട്രാക്ക് ആന്റ് ഫീൽഡ് മത്സരത്തിൽ ഒരു സ്വർണവും ഒരു വെള്ളിയും രണ്ടു വെങ്കലമെഡലും നേടി. ന്യൂഡൽഹിയിൽ നടന്ന ബാലേന്ദ്രസിംഗ് ഇന്റർനാഷണൽ അത്‌ലറ്റിക് മീറ്റിൽ രണ്ടു സ്വർണവും ഒരു വെള്ളിയും നേടി; ബാങ്കോക് ഏഷ്യൻ ഗെയിംസിൽ ഒരു വെള്ളിമെ ഡൽ നേടി.

1999 ൽ കാഠ്മണ്ഡുവിൽ നടന്ന സാഫ് ഗെയിംസിൽ ഒരു സ്വർണവും രണ്ടു വെള്ളിയും ന്യൂഡൽഹിയിൽ നടന്ന രാജാ ബലേന്ദ്രസിംഗ് അത്‌ല റ്റിക് മീറ്റിൽ ഒരു സ്വർണ മെഡലും നേടി.

ശ്രീമതി പി ടി ഉഷ ഇതുവരെ 101 അന്താരാഷ്ട്ര മെഡലുകൾ നേടി യിട്ടുണ്ട്. അവർ ദക്ഷിണറെയിൽവേയിൽ ഓഫീസറായി ജോലി നോക്കു ന്നു. ഇടയ്ക്ക് 1990 ൽ അത്‌ലറ്റിക്സിൽനിന്നും വിരമിച്ച പി ടി ഉഷ 1991 ൽ വി ശ്രീനിവാസനെ വിവാഹം കഴിച്ചു. എന്നാൽ 1993 ൽ തന്റെ പുത്രൻ ഉജ്ജലിന്റെ ജനനത്തിനുശേഷം കായിക ലോകത്തെ അമ്പരപ്പിച്ചുകൊണ്ട് ട്രാക്കിൽ മടങ്ങിയെത്തി.

1985 ൽ ജക്കാർത്തയിൽ നടന്ന ഏഷ്യൻ ട്രാക്ക് ആൻഡ് ഫീൽഡ് മത്സരത്തിൽ ഉഷ നേടിയ 5 സ്വർണമെഡൽ, ഒരു മീറ്റിൽ ഒരു വനിതാ അത്‌ലറ്റ് നേടിയ ഏറ്റവും അധികം സ്വർണമെഡൽ എന്ന ലോകറിക്കാർഡ് ഇന്നും മറികടക്കാതെ നിൽക്കുന്നു. അന്ന് അവർ 4 x 100 റിലേയിൽ ഒരു വെങ്കലവും കൂടെ നേടുകയുണ്ടായി.

ശ്രീമതി പി ടി ഉഷ നിരവധി അവാർഡുകൾക്കും ബഹുമതികൾക്കും അർഹയായിട്ടുണ്ട്:

1. 1984 ൽ അർജുനാ അവാർഡ്

2. 1984 ൽ പത്മശ്രീ.

3. 1985 ൽ ജക്കാർത്താ ഏഷ്യൻ അത്‌ലറ്റിക് മീറ്റിൽ ഏറ്റവും മഹ ത്തായ വനിതാ അത്‌ലറ്റ് പദവി.

4. 1984, 85, 86, 87, 89 വർഷങ്ങളിൽ ഏഷ്യയിലെ ഏറ്റവും മികച്ച അത്‌ലറ്റ് എന്ന പദവി.

5. 1984, 85, 89, 90 വർഷങ്ങളിൽ ഏറ്റവും മികച്ച റെയിൽവേ കായിക താരത്തിനുള്ള 'മാർഷൽ ടിറ്റോ അവാർഡ്'.

6. 1986 ലെ സിയോൾ ഏഷ്യൻ ഗെയിംസിൽ ആദിദാസിന്റെ ഏറ്റവും നല്ല അത്‌ലറ്റിനുള്ള ഗോൾഡൻ ഷൂ അവാർഡ്.

7. അത്‌ലറ്റിക്സിലെ മികവിനുള്ള 30 അന്തർദേശീയ അവാർഡുകൾ.

8. 1999ലെ കേരള സ്പോർട്സ് ജേണലിസ്റ്റ് അവാർഡ്.

9. ഏറ്റവും മികച്ച അത്‌ലറ്റിനുള്ള 1985ലെയും 1986ലെയും ലോക ട്രോഫി.

2000-ാമാണ്ടിൽ ശ്രീമതി ഉഷ മത്സരങ്ങളിൽനിന്നും വിടപറഞ്ഞു. ഉഷ വാഗ്ദാനം ചെയ്തിരുന്നതുപോലെ അവർ ആരംഭിച്ച 'ഉഷാ സ്കൂൾ ഓഫ് അത്‌ലറ്റിക്സ്' യുവ കായികപ്രതിഭകളെ വാർത്തെടുക്കുന്ന യജ്ഞ ത്തിലാണ്. പി ടി ഉഷയുടെ ഇനിയത്തെ നേട്ടങ്ങൾ അവരുടെ ശിക്ഷണ ത്തിൽ വളരുന്ന യുവപ്രതിഭകളായിരിക്കും.